സൈബർ പുഴുക്കളും പൂമ്പാറ്റകളും

syber puzhukkalum poombattakalum
•
dinesh varma
•
first edition
september 2013
•
second edition
april 2015
•
third edition
may 2015
•
typesetting & published
chintha publishers, thiruvananthapuram
•

•
cover
bloofish
•

വിതരണം

ദേശാഭിമാനി ബുക്ക് ഹൗസ്

H O തിരുവനന്തപുരം-695 035
phone: 0471-2303026, 6063026
www.chinthapublishers.com
chinthapublishers@gmail.com

ബ്രാഞ്ചുകൾ

ഹെഡ്ഡാഫീസ് ബ്രാഞ്ച് കുന്നുകുഴി • സ്റ്റാച്യു തിരുവനന്തപുരം • കെ എസ് ആർ ടി സി ബസ് സ്റ്റേഷൻ ആലപ്പുഴ • കെ എസ് ആർ ടി സി ബസ് സ്റ്റേഷൻ എറണാകുളം • ചിറ്റൂർ റോഡ് എറണാകുളം • മച്ചിങ്ങൽ ലെയ്ൻ തൃശൂർ • ഐ ജി റോഡ് കോഴിക്കോട് • മാവൂർ റോഡ് കോഴിക്കോട് • എൻ ജി ഒ യൂണിയൻ ബിൽഡിങ് കണ്ണൂർ • സെൻട്രൽ ബസ് ടെർമിനൽ കോംപ്ലക്സ് താവക്കര കണ്ണൂർ

CR - 1442 / 3674

സൈബർ പുഴുക്കളും
പൂമ്പാറ്റകളും

ദിനേശ് വർമ

ചിന്ത പബ്ലിഷേഴ്സ്
തിരുവനന്തപുരം-695 035
വില : ₹ 100

ദിനേശ് വർമ

എറണാകുളം ജില്ലയിലെ കോതമംഗലത്തിനടുത്ത് കുറ്റിലഞ്ഞിയിൽ വലിയമഠത്തിൽ (കൃഷ്ണവിഹാർ) പി വി കേരളവർമയുടെയും തൃശൂർ അഞ്ചേരി ചാഴൂർകോവിലകം, വൃന്ദാവനത്തിൽ ഈശ്വരി കെ വർമയുടെയും മകനായി ജനിച്ചു. ബിരുദാനന്തരബിരുദം, പത്രപ്രവർത്തന ഡിപ്ലോമ എന്നിവയ്ക്കുശേഷം കുറച്ചുകാലം ആകാശവാണിയുടെ കൊച്ചി എഫ് എമ്മിൽ അനൗൺസർ. തുടർന്ന് *ദേശാഭിമാനി*യിൽ പത്രാധിപസമിതിയംഗമായി ചേർന്നു. വിവിധ യൂണിറ്റുകളിലും ന്യൂഡൽഹി ബ്യൂറോയിലും ജോലി ചെയ്തു. താമസം തൃശൂരിൽ. അന്തർ സർവകലാശാല ചെറുകഥാ മത്സരം, ഓൺലൈൻ കവിതാ മത്സരം എന്നിവയിൽ അവാർഡ്. *പത്രപ്രവർത്തനം - വഴികൾ വസ്തുതകൾ* എന്ന പുസ്തകം കേരള സാഹിത്യ അക്കാദമി പ്രസിദ്ധീകരിച്ചു.

ഭാര്യ	:	അനിത പി ആർ (സ്റ്റേറ്റ് ബാങ്ക് ഓഫ് ട്രാവൻകൂർ ഉദ്യോഗസ്ഥ)
മക്കൾ	:	ഭരത്, നവീൻ
വിലാസം	:	നർമദ, പാണൻലെയിൻ, ചേറൂർ പി ഒ, തൃശൂർ-8.
ഫോൺ	:	9446449178.
ഇ-മെയിൽ	:	*ckdvarma@outlook.com* *@facebook, twitter*

ഉള്ളടക്കം

ആമുഖം

നവ സാമൂഹ്യമാധ്യമലോകത്ത് ഏറ്റവും സജീവവും വർത്തമാനകാല വ്യക്തി-സാമൂഹ്യ ജീവിതത്തിൽ സ്വാധീനം ചെലുത്തുന്നതുമായ ഒന്നാണ് സാമൂഹ്യ ശൃംഖലകൾ (സോഷ്യൽ നെറ്റ്‌വർക്കുകൾ). ഇന്ത്യയിൽ ഇന്ന് ബഹുഭൂരിപക്ഷത്തിന്റെയും ഭാഗമായിട്ടില്ലെങ്കിലും സമൂഹത്തിൽ അഭിപ്രായ രൂപീകരണത്തിന് സഹായിക്കുന്നവരടക്കം നിത്യജീവിതത്തിന്റെ ഭാഗമായി സാമൂഹ്യ ശൃംഖലകളെ ഉപയോഗിക്കുന്നവർ കോടിക്കണക്കിനാണ്. ന്യൂഡൽഹി, മുംബൈ, ബാംഗ്ലൂർ പോലുള്ള നഗരങ്ങളിൽ പക്ഷേ, സ്ഥിതി വ്യത്യസ്തമാണ്. ഇവിടങ്ങളിൽ ഏതാണ്ട് ഭൂരിപക്ഷവും സാമൂഹ്യ ശൃംഖലകളെ അറിയുന്നവരോ ഉപയോഗിക്കുന്നവരോ ആണ്. എന്നാൽ, കേരളത്തിന്റെ ആകെ സ്ഥിതി ഇന്ത്യയിലെ ശരാശരിയിൽനിന്ന് പാടേ മാറ്റമുള്ളതാണ്. നമ്മുടെ കുഗ്രാമങ്ങളിലുള്ളവരും ഇന്ന് ഇ-മെയിലും ഫേസ്ബുക്കും മറ്റും ഉപയോഗിക്കുന്നവരാണ്. ഉപയോഗം എന്നത് ശരി, ശരിയായ ഉപയോഗം എന്ന തലത്തിലേക്ക് ഇനിയും എത്തിയിട്ടില്ല, എങ്കിലും അതിന് സമയമെടുത്തേക്കാം.

ഈ സാഹചര്യത്തിൽ, സാമൂഹ്യ ശൃംഖലകൾ തുടർച്ചയായി ഉപയോഗിക്കുന്നവരെയും ഇവയിലേക്ക് കടന്നുവരാൻ ആഗ്രഹിക്കുന്നവരെയും ലക്ഷ്യം വച്ചാണ് ഈ പുസ്തകം തയാറാക്കിയത്. സാമൂഹ്യ ശൃംഖലകൾകൂടി ഉൾപ്പെടുന്ന നവസാമൂഹ്യ മാധ്യമങ്ങൾ ലോകത്തിന്റെ നാനാഭാഗങ്ങളിലും ഇന്ത്യയിലും വരുത്തിയ മാറ്റങ്ങളും സാമൂഹ്യ ഇടപെടലുകളും പ്രതിപാദിക്കുന്നതിലൂടെ ഇവയുടെ സാമൂഹ്യതലം ഏവർക്കും ബോധ്യമാകും. കേവല സൗഹൃദ സമാഹരണ ഉപകരണം എന്ന നിലയിൽനിന്ന് സാമൂഹ്യ ചാലകശക്തിയായ ഉപകരണം എന്ന ഉയർന്ന തലത്തിലുള്ള തിരിച്ചറിവുണ്ടായാൽ ഇവയുടെ ഉപയോഗക്രമ

ത്തിൽത്തന്നെ മാറ്റം വരും, എപ്രകാരമുള്ള ഉപയോഗമാണ് വേണ്ടത് എന്ന ബോധവുമുണ്ടാകും. നിലവിൽ സജീവമായി ഇവ ഉപയോഗിക്കുന്നവർക്ക് ആ തിരിച്ചറിവുണ്ടായാൽ സമൂഹത്തിനാകെ അത് ഗുണകരമാകും. ഈ പുസ്തകത്തിലെ ഒന്നിലധികം അധ്യായങ്ങൾ ആ തിരിച്ചറിവിനു സഹായിക്കുന്നുവെന്നാണ് വിശ്വാസം. സാമൂഹ്യ ശൃംഖലകളെ കുറിച്ച് കൂടുതലൊന്നും അറിയാത്തവർക്കും ഇതിലൊക്കെ കയറിയിട്ട് എന്തുകാര്യം എന്ന് ചോദിക്കുന്നവർക്കും പ്രയോജനകരമാകും വിധം അവയുടെ ചരിത്രവും ഉപയോഗവും വികസിത രാജ്യങ്ങളിലെ അനുഭവങ്ങളും ഇവയിലേക്ക് പ്രവേശിക്കാനുള്ള മാർഗങ്ങളും മറ്റും ഈ പുസ്തകത്തിൽ പ്രതിപാദിച്ചിട്ടുണ്ട്. ആയതിനാൽ തുടക്കക്കാർക്കും ഇതൊരു സഹായമാകും എന്നും വിശ്വസിക്കുന്നു. അപ്പോൾ സാമൂഹ്യ ശൃംഖലകൾ സജീവമായി ഉപയോഗിക്കുന്നവർക്കും പ്രവേശിക്കാൻ തുടങ്ങുന്നവർക്കും ഒരു നല്ല പ്രേരണയായി ഈ പുസ്തകം മാറിയാൽ ലക്ഷ്യം നേടിയെന്ന് ഞാൻ ആശ്വസിക്കും.

നവ സാമൂഹ്യ മാധ്യമങ്ങൾ നമ്മുടെ കൺമുന്നിൽത്തന്നെ നിത്യനിദാന കാര്യങ്ങളിൽ ഇടപെടുന്നുണ്ട് എന്ന് സൂക്ഷ്മനിരീക്ഷണം നടത്തിയാൽ മനസിലാകും. അത് ആദ്യം കയ്യിൽപ്പിടിക്കുന്നത് കച്ചവട മേഖലയാണെന്നതിനാൽ അവിടെ നോക്കിയാൽ അത് പെട്ടെന്ന് മനസിലാകും. സാങ്കേതിക വിദ്യകളുടെ വികസനം എല്ലാകാലത്തും വ്യാവസായിക-വ്യാപാര മേഖലകളുടെ താൽപ്പര്യങ്ങളാണ് സംരക്ഷിക്കപ്പെട്ടിട്ടുള്ളത്. ആദ്യത്തെ കമ്പ്യൂട്ടർ എനിയാക് തന്നെ അതിന്റെ പ്രഥമകർത്തവ്യങ്ങളിലൊന്നായി വികസിപ്പിച്ചത് കാൽക്കുലേറ്ററാണ്, കണക്കുകൂട്ടാനുള്ള യന്ത്രം. നമ്മുടെ നാട്ടിൽ സ്ഥാപനങ്ങളിലും വീടുകളിലും കമ്പ്യൂട്ടറുകൾ എത്തിയതിനേക്കാൾ വേഗത്തിലാണല്ലോ വ്യാപാര സ്ഥാപനങ്ങളിൽ ബില്ലടിക്കാനുള്ള കമ്പ്യൂട്ടറുകൾ വ്യാപരിച്ചത്. അതുപോലെ സാമൂഹ്യ ശൃംഖലകളിലെ അനവധി പേജുകളിലൂടെയാണ് വമ്പൻ കമ്പനികൾ മുതൽ ചെറുകിട വ്യാപാരസ്ഥാപനങ്ങൾ വരെ ഉപഭോക്താക്കളുടെ മനസ്സ് അറിയുന്നത്. നവ സാമൂഹ്യമാധ്യമങ്ങളുടെ ഒരു ഭാഗം മാത്രമാണ് വ്യാപാര മേഖല. സാമൂഹ്യ ശൃംഖലകളുടെ സമ്യക്കായ ഉപയോഗരീതി നൽകുന്ന സാധ്യതകൾക്ക് അന്തമില്ല. അത്തരം ചില മേഖലകളിലേക്കുകൂടി ശ്രദ്ധ തിരിക്കാൻ ഈ പുസ്തകം പ്രേരണ നൽകുമെന്നാണ് പ്രതീക്ഷ.

തനിക്ക് ഏറ്റവും ഇഷ്ടപ്പെട്ട പുസ്തകത്തെക്കുറിച്ച് ഒരിക്കൽ പി ഗോവിന്ദപ്പിള്ള എഴുതുകയുണ്ടായി. അമേരിക്കൻ മനീഷിയെന്ന് പി ജി വിശേഷിപ്പിച്ച ചരിത്രകാരൻ വിൽഡ്യൂറാന്തിന്റെ *നാഗരികതയുടെ കഥ*യാണ് ആ പുസ്തകം. ലോകം മുഴുവൻ ശ്രദ്ധിക്കപ്പെടുന്ന അനവധി പുസ്തകങ്ങളുടെ കർത്താവായി വിൽഡ്യൂറാന്തിനെ മാറ്റിയത് അദ്ദേഹത്തിന്റെ ആദ്യപുസ്തകമായ *ദർശനത്തിന്റെ കഥ*യ്ക്ക് ലഭിച്ച വൻ അംഗീകാരമാണ്. ഇതോടെയാണ് വിൽഡ്യൂറാന്ത് പുസ്തക രചനയ്ക്കായി സർവകലാശാല പ്രൊഫസർ പദവി വലിച്ചെറിഞ്ഞതും മുഴുവൻസമയ

എഴുത്തുകാരനായതും എന്നും പി ജി കുറിച്ചിട്ടുണ്ട്. വിൽഡ്യൂറാന്തുമായി താരതമ്യമില്ലെങ്കിലും സാമൂഹ്യ ശൃംഖലകൾവഴി തങ്ങളുടെ ആദ്യ രചനകൾ പ്രകാശനം ചെയ്ത അനവധി എഴുത്തുകാരുടെ അനുഭവവും ഏതാണ്ട് ഇതുതന്നെയായിരുന്നു. ഒരു കവിതയോ അനുഭവക്കുറിപ്പോ സാമൂഹ്യ ശൃംഖലയിൽ പ്രസിദ്ധപ്പെടുത്തിയാൽ കിട്ടുന്ന അംഗീകാരം മണിക്കൂറിനുള്ളിൽ ദൃശ്യമാണ്. ഒരു കവിതാ പുസ്തകം അച്ചടിച്ച് വിൽപ്പനയ്ക്ക് വച്ചാലുള്ള ഇക്കാലത്തെ അനുഭവം നമുക്കേവർക്കും അറിവുള്ളതാണല്ലോ. അപ്പോൾ, സാമൂഹ്യ ശൃംഖലയിൽ ഒരുപ്രാവശ്യം പ്രസിദ്ധീകരിച്ചതിനു ലഭിക്കുന്ന നിസ്സീമമായ അംഗീകാരം തുടർന്നും അതേ പാതയിൽ സഞ്ചരിക്കാൻ ഏവരെയും പ്രേരിപ്പിക്കുന്നു; പുസ്തക രചനയിൽ വിൽഡ്യൂറാന്തിന്റെ അനുഭവംപോലെ. സാമൂഹ്യ ശൃംഖലയുടെ കാര്യത്തിൽ അത് ഏതെങ്കിലും കൃതിയിൽ ഒതുങ്ങുന്നില്ല. നമ്മുടെ ഒരു ചിത്രം അല്ലെങ്കിൽ നമ്മൾ എടുത്ത ഒരു ചിത്രം പ്രസിദ്ധപ്പെടുത്തുമ്പോൾ ലഭിക്കുന്ന അംഗീകാരത്തിന്റെ വ്യാപ്തിയും ഇവിടെ ബാധകമാണ്.

ലോകസാഹചര്യം, ഇന്ത്യൻ സാഹചര്യം, കേരള സാഹചര്യം എന്നിങ്ങനെ ഒരു വർഗീകരണത്തിന് നവസാമൂഹ്യ മാധ്യമമേഖല നിന്നു തരുന്നുണ്ടോ എന്നു ചോദിച്ചാൽ സൂക്ഷ്മാംശത്തിൽ ഉണ്ട് എന്നാണ് ഉത്തരം. കാരണം, സാമൂഹ്യവും രാഷ്ട്രീയവുമായ കാലാവസ്ഥ ജനങ്ങളുടെ പ്രതികരണത്തിലും ഉപയോഗത്തിലും സ്വാഭാവികമായും നിഴലിക്കും. എന്നാൽ, പ്രത്യക്ഷത്തിൽ ലോകമേ തറവാട് എന്ന ആശയത്തെ അന്വർഥമാക്കുന്ന ഘടകങ്ങളാണ് ഈ മാധ്യമത്തിന്റെ ശരീരം.

ഈ പുസ്തക രചനയ്ക്കാവശ്യമായ വിഭവങ്ങൾ ശേഖരിക്കുന്നതിന്റെ ഭാഗമായി ആസ്ട്രേലിയയിലെ ഒരു ഗവേഷക ലിവ ക്രൂകുമായി ആശയവിനിമയം നടത്തുകയുണ്ടായി; ഫേസ്ബുക്കിലൂടെയുള്ള പരിചയം. പല ഫയലുകളും പി ഡി എഫ് രൂപത്തിൽ അയച്ചു തരികയും ചെയ്തു. സിഡ്നിയിലുള്ള അവർ ഒരിക്കൽപ്പോലും ഇന്ത്യയിൽ വന്നിട്ടില്ല. ഇന്ത്യക്കാരെ പരിചയവുമില്ല. അവരുമായി പലകുറി ചാറ്റ് ചെയ്തപ്പോൾ മനസിലായ ഒരു കാര്യം, സംവേദനങ്ങളിൽ, അതിന്റെ സങ്കേതങ്ങളിൽ ഒക്കെ നവമാധ്യമങ്ങൾ ഉണ്ടാക്കിയ ആഗോള സംസ്കാരമാണ്. ആ സംഭാഷണങ്ങൾ ടെക്സ്റ്റ് രൂപത്തിൽ കണ്ടാൽ, ഒരു ഇന്ത്യക്കാരനും ആസ്ട്രേലിയക്കാരിയും തമ്മിലുള്ള സംഭാഷണമെന്ന വസ്തുത മറച്ചു വച്ചാലും, ലോകത്ത് എവിടെയോ ഉള്ള രണ്ടാളുകൾ തമ്മിലുള്ള സംസാരം അല്ലെങ്കിൽ ചാറ്റ് എന്നേ മനസിലാകൂ. അതായത്, നവസാമൂഹ്യ മാധ്യമങ്ങളിലൂടെയുള്ള ഇടപെടലുകൾക്ക് ഒരു പൊതുരീതി ഉടലെടുക്കുകയും അതത് സമൂഹങ്ങളുടെ ആചാര ഉപചാരങ്ങൾക്ക് ഇവിടെ കാര്യമായ പ്രസക്തി ഇല്ലാതാവുകയും ചെയ്തു എന്നർഥം. ചോദ്യങ്ങളിലും ഉത്തരങ്ങളിലും താൽക്കാലിക ചിന്തകളിലുമുള്ള സമാനത പലപ്പോഴായി ബോധ്യപ്പെട്ടു. അത് അമേരിക്കനൈസേഷനാണ് എന്നും

പ്രാദേശിക സ്വത്വങ്ങളെ ഇല്ലാതാക്കുക ആഗോളവൽക്കരണക്കാരുടെ ആവശ്യമാണെന്നുമുള്ള വാദത്തെയും തള്ളിക്കളയാനാകില്ല. പക്ഷേ, ഒരു ആഗോള പൗരൻ ഏത് ഭാഷയിൽ സംസാരിക്കും? അതൊരു തർക്ക വിഷയമാണ്, ഇവിടെ ആ തർക്കത്തിന് ഇടമില്ലാത്തതിനാൽ, സാമൂഹ്യ മാധ്യമത്തിന്റെ വർത്തമാനം തുടരാം.

മലയാളികളുടെ സാമൂഹ്യ ശൃംഖലാ ഉപയോഗത്തിന്റെ ഗുണദോഷങ്ങൾ വിലയിരുത്തിയ കണ്ണൂർ സർവകലാശാലയിലെ സർവെ സംഘം തങ്ങൾ കണ്ടെത്തിയ സുപ്രധാന കാര്യമായി അവതരിപ്പിച്ചത് ഫേസ്ബുക്കിലെ പോസ്റ്റുകൾ വർഗീയത വളർത്തുന്നുവെന്നതാണ്. അതായത് പ്രത്യക്ഷത്തിൽത്തന്നെ കടുത്ത വർഗീയത വിളമ്പുന്ന പോസ്റ്റുകൾ ഒരേ സ്വഭാവത്തിൽ അവർ കണ്ടെത്തുകയുണ്ടായി. പക്ഷേ, ഇതിൽ ഒരു ആഗോള സ്വാധീനം തീർച്ചയായും കണ്ടെത്താം. ലോകവാർത്താ ഏജൻസികൾ പുലർത്തിപ്പോരുന്ന സംസ്കാരം തന്നെയാണ് മുഖ്യധാര എന്നവകാശപ്പെടുന്ന ദൃശ്യ-പത്ര-ശ്രാവ്യ മാധ്യമങ്ങൾ പിന്തുടരുന്നത്. അതുപ്രകാരം ലോകത്ത് വർഗീയവാദികൾ എന്നാൽ മുസ്ലിങ്ങൾ, തീവ്രവാദികൾ എന്നാൽ മുസ്ലിങ്ങൾ, അക്രമികൾ എന്നാലും മുസ്ലിങ്ങൾ. ഇംഗ്ലീഷ് സിനിമകളിലാണ് ഇത് പ്രത്യക്ഷമായിത്തന്നെ പ്രതിഫലിക്കുന്നത്. എല്ലാ മതങ്ങളിലും വർഗീയവാദികളുണ്ടെന്നും എല്ലാ സമൂഹത്തിലും ക്രിമിനൽ സ്വഭാവമുള്ളവരുണ്ടെന്നുമുള്ള യാഥാർഥ്യം മറച്ചുവച്ച് ഒരു വിഭാഗത്തെ മാത്രം അക്രമികളാക്കുന്നത് ആഗോള ഗൂഢാലോചന തന്നെയാണെന്ന് പറഞ്ഞാൽ, എല്ലാത്തിലും ആഗോളം ചേർക്കുന്നുവെന്ന് പറഞ്ഞ് ചിലർ പരിഹസിക്കാനുണ്ടാകും. പക്ഷേ, അങ്ങനെ പറയുന്നവരുടെയും വീടിനുമുന്നിൽ ആഗോളവൽക്കരണം എത്തിയെന്ന വസ്തുതയ്ക്കുനേരെ കണ്ണടയ്ക്കാനാവില്ലല്ലോ. അപ്പോൾ, സാമൂഹ്യ ശൃംഖലാ മേഖലയെ ആഗോള ക്യാൻവാസിൽ കാണുകയും വിലയിരുത്തുകയും വേണം. കണ്ണൂർ സർവകലാശാലയിലെ വിദ്യാർഥികൾ അത്ര പ്രാധാന്യം കൽപ്പിക്കാതെ വിട്ട ഒരു വിഭാഗമാണ് അവിഹിത ബന്ധങ്ങളുണ്ടാക്കാൻ ഫേസ്ബുക്കിൽ കയറി എന്ന് പറഞ്ഞവർ. അത്ഭുതകരമായി തോന്നുന്ന സംഗതി ഇവർ ഇക്കാര്യം പച്ചയ്ക്ക് പറഞ്ഞുവെന്നതാണ്. പേര് വെളിപ്പെടുത്തില്ല എന്ന് ഉറപ്പുകൊടുത്തതിനാലാണ് പലരും തങ്ങളുടെ ഫേസ്ബുക്പ്രവേശന രഹസ്യം വെളിപ്പെടുത്തിയതത്രെ. ഇത് വളരെ ശ്രദ്ധിക്കേണ്ട സംഗതിയാണ്. സാമൂഹ്യ ശൃംഖലകളുടെ ഉപയോഗ-ദുരുപയോഗങ്ങൾ ഏതെല്ലാം വഴിക്കു നീങ്ങുന്നുവെന്നതിന്റെ വ്യക്തമായ സൂചനകളാണിത്. കണ്ണൂർ സർവകലാശാല വിദ്യാർഥികൾ നടത്തിയ സർവെ ആധികാരികമായി എടുക്കണ്ട. പക്ഷേ, സൂചനകളെ തള്ളുകയും വേണ്ട.

സാമൂഹ്യ മാധ്യമം എന്ന പുത്തൻ സമൂഹവും വ്യവസായവും ഇതിന് അനുബന്ധമായി വളർത്തിയെടുക്കുന്നതെന്തൊക്കെയെന്ന് ഇനിയും വ്യക്തമായിട്ടില്ല. ഏതായാലും പുതിയൊരു പഠനമേഖല, കച്ചവട

മേഖല, നിരൂപണമേഖല, ജനാധിപത്യ മേഖല...ഇങ്ങനെ വ്യത്യസ്ത തലങ്ങളുള്ളതിനാൽ അവാന്തര നിർമാണങ്ങളും സജീവമാണ്. സ്വാഭാവികമായും ധൈഷണികരും ഈ രംഗത്ത് ഉണ്ടായി വരും. ഗ്രാംഷി ഇപ്രകാരമൊരു ചോദ്യം മുമ്പ് ചോദിച്ചിട്ടുണ്ട്: തികച്ചും സ്വതന്ത്രരായ ജനവിഭാഗമാണോ ധൈഷണികർ, അതോ ഓരോ സാമൂഹ്യ വിഭാഗത്തിനും അതതിന്റേതായ വൈദഗ്ധ്യത്തോടുകൂടിയ ധൈഷണികരുണ്ടോ? ഉത്തരവും അദ്ദേഹംതന്നെ വിശദമാക്കി: ഓരോ സാമൂഹ്യഗ്രൂപ്പും അതിന്റെ വളർച്ചയോട് ബന്ധപ്പെട്ടുകൊണ്ട് ഒന്നോ അതിലധികമോ വിഭാഗങ്ങളിൽപ്പെട്ട ധൈഷണികരെ സൃഷ്ടിക്കുന്നു. ഈ ധൈഷണികരാണ് അതത് സാമൂഹ്യ ഗ്രൂപ്പിന് തനതായ ഐക്യവും ആത്മബോധവും നൽകുന്നത്. ഇനി, അതേവരെ നിലനിന്ന സാമൂഹ്യ സംവിധാനത്തിനകത്ത് രൂപപ്പെടുന്ന ഓരോ സാമൂഹ്യ വിഭാഗവും നിലവിലുള്ള ധൈഷണിക വിഭാഗത്തെ കണ്ടെത്തുകയും അതിനെ സ്വന്തം താൽപ്പര്യത്തിന് അനുകൂലമായി വളർത്തിയെടുക്കുകയും ചെയ്യുന്നു. ഗ്രാംഷി വ്യക്തമാക്കിയ ഈ രണ്ടാംഭാഗമാണ് ഇവിടെ പ്രസക്തം. നിലവിൽ രാജ്യത്തിന്റെ ഭരണകൂടം ആരുടെ പക്കലാണോ അവരുടെ മേൽക്കോയ്മ എല്ലാ മേഖലകളിലുമുണ്ടാകും. സാമൂഹ്യ ശൃംഖലകളും അത്തരം താൽപ്പര്യങ്ങൾക്ക് വഴിപ്പെടാം. ആയതുകൊണ്ട്, സാമൂഹ്യ ശൃംഖലകളുടെ ഉപയോഗത്തിൽ സാമാന്യ ബോധം വച്ചുള്ള ഇടപെടലിന് ഏവർക്കും ശ്രമിക്കാം.

ഉപയോഗിച്ചില്ലെങ്കിലും വേണ്ടില്ല, ദുരുപയോഗം ചെയ്യരുത് എന്ന അഭ്യർഥനയാണ് ഫേസ്ബുക് ഉപജ്ഞാതാവ് തന്നെയായ സക്കർബർഗ് ഒരിക്കൽ നടത്തിയത്. കാരണം, ദുരുപയോഗം വരുത്തുന്ന മുറിവുകളുടെ ആഴം ചെറുതല്ല. ഗായിക ചിത്രയുടെ ജീവിതവുമായി ബന്ധപ്പെടുത്തി, വളരെ ദുഃഖകരമായ ഒരു സാഹചര്യത്തിൽ ചില ഫേസ്ബുക് പോസ്റ്റുകൾ വന്നത് ഏവരെയും വേദനിപ്പിക്കുകയുണ്ടായി. അതെന്താണെന്ന് ആവർത്തിച്ചാൽ ആ പോസ്റ്റ് വീണ്ടും ഷെയർ ചെയ്യുന്നതുപോലെയാകുമെന്നതിനാൽ ഞാൻ അതിനു മുതിരുന്നില്ല. മതമോ ജാതിയോ ഒന്നുമല്ല ഒരു മനുഷ്യജീവിതത്തിന് പ്രധാനം, മനുഷ്യത്വമാണ് എന്ന് ശ്രീനാരായണഗുരു പറഞ്ഞത് ഇത്തരുണത്തിൽ ഓർമിപ്പിക്കട്ടെ. സാങ്കേതിക വിദ്യയുടെ പടികൾ അതിവേഗത്തിൽ കയറുമ്പോഴും ചരിത്രത്തിലാണ് നമ്മുടെ വേരുകൾ എന്ന കാര്യം ആരും മറക്കാതിരിക്കുക.

ഈ പുസ്തകത്തിന്റെ രചനയുമായി ബന്ധപ്പെട്ട് ഒട്ടേറെ പേരുടെ സഹായങ്ങൾ ലഭിച്ചിട്ടുണ്ട്. എല്ലാവർക്കും ഒറ്റ വാക്കിൽ നന്ദി പറയുന്നു. പുസ്തകം എത്രയുംവേഗം പ്രസിദ്ധീകരിക്കണമെന്ന് പറഞ്ഞ് എന്നെ പ്രോത്സാഹിപ്പിച്ചയാളാണ് ചിന്ത മാനേജർ വി കെ ജോസഫ്. നവ സാമൂഹ്യ മാധ്യമമേഖലാ പഠനമേഖലയിൽ ഇതിനകം സമാനതകളില്ലാത്ത സംഭാവന നൽകുകയും ഈ ലോകത്തെ പൊതുസമൂഹത്തിന് വിശിഷ്യാ പുതുതലമുറയ്ക്ക് സുപരിചിതമാക്കാൻ ഉപകരിക്കുന്ന നിരവധി ലേഖനങ്ങളും പുസ്തകങ്ങളും രചിക്കുകയും ചെയ്തിട്ടുള്ള വിദഗ്ധനാണ്

വി കെ ആദർശ്. യൂണിയൻ ബാങ്ക് ഓഫ് ഇന്ത്യയുടെ കൊച്ചിയിലെ നോഡൽ റീജ്യണൽ ഓഫീസിൽ ടെക്നിക്കൽ മാനേജർ ആയ ആദർശ് ആണ് വിലപ്പെട്ട ഒട്ടേറെ നിർദേശങ്ങൾ തന്ന് ഈ പുസ്തകത്തിന് ഒരു രൂപരേഖ ഉണ്ടാക്കാൻ സഹായിച്ചത്. മികച്ച അവതരണക്കുറിപ്പെഴുതി നൽകി പുസ്തകത്തിന്റെ മാറ്റു കൂട്ടാനും ആദർശ് സഹായിച്ചു. അദ്ദേഹത്തോടുള്ള കടപ്പാട് നിസ്സീമമാണ്. നിമിഷം മാറുന്നതുപോലെ തന്നെ ചലിച്ചുകൊണ്ടിരിക്കുന്ന ഒരു മേഖല പ്രതിപാദിക്കുന്ന പുസ്തകമാണിത്. ആ സവിശേഷ സാഹചര്യം മനസിലാക്കി വായനക്കാർ പുസ്തകത്തെ സ്വീകരിക്കുമെന്നും പ്രതീക്ഷിക്കട്ടെ. ഫേസ്ബുക് അടക്കമുള്ള സാമൂഹ്യ ശൃംഖലകളിലെ ഉപയോഗ മേഖലകളും ഉപകരണങ്ങളും അടിക്കടി മാറിക്കൊണ്ടിരിക്കുകയാണ്. തുടങ്ങിയ കാലത്ത് ഉണ്ടായിരുന്ന പല ഉപകരണങ്ങളും ഇന്നില്ല. ഇന്നുള്ളവ പലതും നാളെ അപ്രത്യക്ഷമായേക്കാം. ഏതായാലും സാമൂഹ്യ ശൃംഖലകളുടെ ഇന്നുള്ള ഉപകരണങ്ങളെ, മേൽപ്പറഞ്ഞ പരിമിതികളുണ്ടെന്ന് മനസിലാക്കിക്കൊണ്ടു തന്നെ, പുസ്തകത്തിന്റെ അവസാനഭാഗത്ത് പരിചയപ്പെടുത്തിയിട്ടുണ്ട്. തീർച്ചയായിട്ടും, ഇത്തരം സാമൂഹ്യ ശൃംഖലകളുടെ ഉപകരണ രൂപങ്ങളെ അടുത്തറിയാൻ അത് സഹായിക്കും. സ്വാഭാവികമായിട്ടും അപ്ഡേഷനുകൾ വേണ്ടി വരും. എന്റെ ബ്ലോഗായ: http://facebuknotes.blogspot.in ൽ ലോഗിൻ ചെയ്ത് അപ്ഡേഷനുകൾ വായിക്കാവുന്നതാണ്. മാന്യ വായനക്കാരെ ബ്ലോഗിലേക്കുകൂടി ക്ഷണിച്ചുകൊണ്ട് നിർത്തട്ടെ.

തൃശൂർ **ദിനേശ്വർമ**

ഇടപെടുന്നു

ശാസ്ത്രസാഹിത്യത്തിന് പൊതുവിലും കമ്പ്യൂട്ടർ സാഹിത്യത്തിന് പ്രത്യേകിച്ചും മലയാളത്തിൽ പഴമയുടെ പെരുമയുണ്ട് എന്നു പറഞ്ഞാൽ അതിശയോക്തിയാവില്ല. മൂന്ന് പതിറ്റാണ്ട് മുന്നെ പ്രൊഫ. വി കെ ദാമോദരൻ എഴുതിയ *കമ്പ്യൂട്ടർ*, പ്രൊഫ. കെ ഗോപിനാഥിന്റെ *കമ്പ്യൂട്ടർ ഉയർത്തുന്ന പ്രശ്നങ്ങൾ* എന്നിവ പുറത്തിറങ്ങിയപ്പോൾ കേരളത്തിന് പുറത്തെ വികസിത സമൂഹങ്ങളിൽപ്പോലും കമ്പ്യൂട്ടർ ഒരു അത്ഭുതവസ്തുവായിരുന്നു. കേരള ഭാഷാ ഇൻസ്റ്റിറ്റ്യൂട്ട് പ്രസിദ്ധീകരിച്ച ഈ രണ്ടു പുസ്തകങ്ങളും ഇന്ന് സാങ്കേതികമായ മുന്നേറ്റ കാലത്തിൽപ്പോലും കാലാതിവർത്തിയായി നിലകൊള്ളുന്നു. എന്നുവച്ചാൽ, ഇപ്പോഴും വായനാസുഖം തരുന്നു, ഔട്ട്ഡേറ്റ് ആയത് അല്ല. ഭാഷാ ഇൻസ്റ്റിറ്റ്യൂട്ടിനെ പിൻപറ്റി കേരളത്തിലെ പ്രശസ്തവും അല്ലാത്തതുമായ ഒട്ടേറെ പ്രസാധന സ്ഥാപനങ്ങൾ കമ്പ്യൂട്ടർ-വിവരസാങ്കേതിക സംബന്ധിയായ ഒട്ടേറെ പുസ്തകങ്ങൾ മലയാളത്തിൽ വായനക്കാർക്ക് മുന്നിൽ എത്തിച്ചു കഴിഞ്ഞു.

ഇന്റർനെറ്റ് സമകാലിക ലോകത്ത് കാര്യമായി വളരുന്നത് സോഷ്യൽനെറ്റ്‌വർക് (സാമൂഹ്യ ശൃംഖല) എന്ന വലിയ ശൃംഖലവഴിയാണ്. കേവലം കൂട്ടുകാരെ കാണാനും സംസാരിക്കാനും മാത്രമല്ല, സാമൂഹിക വിഷയങ്ങളിൽ സംവദിക്കാനും രാഷ്ട്രീയ ഇടപെടൽ നടത്താനും സാഹിത്യ സല്ലാപത്തിനും ഒക്കെ ഫേസ്ബുക്കും ടിറ്ററും സമർഥമായി ഉപയോഗിക്കുന്നു. ദിനേശ്‌വർമയുടെ പുസ്തകം പ്രസക്തമാകുന്നത് ഈ അവസരത്തിലാണ്. സാമൂഹ്യശൃംഖലകളുടെ പശ്ചാത്തലവും അത് എങ്ങനെ വിവിധ സാമൂഹിക മണ്ഡലങ്ങളിൽ ഇടപെടുന്നു എന്നും വളരെ നന്നായി വിവരിക്കുക മാത്രമല്ല, എങ്ങനെ ഉപയോഗിക്കണം എന്നും പുസ്തകത്തിൽ പ്രതിപാദിക്കുന്നുണ്ട്.

എടുത്തു പറയേണ്ട ഒരു പ്രത്യേകത തലക്കെട്ടുകളുടെ ഭാഷാസൗന്ദര്യമാണ്. സാധാരണയായി വരണ്ട ഭാഷയാകും സാങ്കേതിക പുസ്തകങ്ങൾക്ക്, ഇവിടെ ദിനേശ് വർമ ലളിത സുന്ദര പദസമ്പത്തുമായാണ് വായനക്കാരെ സമീപിക്കുന്നത്. ഫേസ്ബുക്കും ട്വിറ്ററും മാത്രമല്ല ഇന്ന് ലഭ്യമായ ഒട്ടുമിക്ക സോഷ്യൽനെറ്റ്‌വർക്കിങ് വെബ്സൈറ്റുകളെയും പരാമർശിക്കുന്നുണ്ട്. ഇതിൽ ചിലതൊക്കെ പ്രചാരം കുറഞ്ഞു വരികയോ അല്ലെങ്കിൽ നമ്മുടെ നാട്ടിൽ അപ്രസക്തമായോ കഴിഞ്ഞിട്ടുണ്ട്. എന്നിരുന്നാൽപ്പോലും വിവര സാങ്കേതികവിദ്യയെ പിന്തുടരുന്ന തുടക്കക്കാർക്കുവരെ ഈ വിവര നുറുങ്ങുകൾ പ്രയോജനപ്രദമാകും എന്നതിൽ സംശയമില്ല.

ഇതെഴുതുന്ന സമയത്ത് ഉള്ളതുപോലെ ആയിരിക്കില്ല ഒരുപക്ഷേ, ഒന്നോ രണ്ടോ വർഷം കഴിയുമ്പോൾ സോഷ്യൽനെറ്റ്‌വർക്കിങ്ങിന്റെ ലോകം. നമുക്ക് ചിന്തിക്കാനാകാത്ത വഴികളിലൂടെയാണ് ഇ-ലോകം മുന്നേറുന്നത്. അഞ്ചുവർഷം മുന്നേ പ്രചുരപ്രചാരത്തിലുണ്ടായിരുന്ന ഓർക്കുട്ട് ഇന്ന് ഭ്രമണപഥത്തിന്റെ പുറത്തേക്ക് തെറിച്ചു കഴിഞ്ഞല്ലോ. അതുപോലെ. നിലവിലുള്ള താരങ്ങൾക്കും സംഭവിച്ചു കൂടായ്കയില്ല. എന്നിരുന്നാൽപ്പോലും ഈ പുസ്തകത്തിന്റെ പ്രസക്തിയും പ്രാധാന്യവും പോകില്ല, കാരണം സാമൂഹികമായും രാഷ്ട്രീയമായും എങ്ങനെ സോഷ്യൽ നെറ്റ്‌വർക്കുകൾ ഉപയോഗിക്കണം എന്ന് പറഞ്ഞിരിക്കുന്നത് വരാനിരിക്കുന്ന ഇത്തരം സൈബർ ഇടങ്ങൾക്കും അല്ലെങ്കിൽ നിലവിൽ ഉള്ള ഫേസ്ബുക്കിനും സാരമായ സമ്പർക്കമുഖമാറ്റം വന്നാലും കാര്യങ്ങൾ മാറുന്നില്ല.

അ(ച്ചടി) വായനയിൽനിന്ന് ഇ(ലക്ട്രോണിക്) വായനയിലേക്ക് ലോകം മാറ്റപ്പെട്ടുകൊണ്ടിരിക്കുന്ന വർത്തമാനകാലത്ത്, അച്ചടിപുസ്തകത്തിലൂടെ ഒരു ശ്രമം നടത്തുന്നത് അ യ്ക്കും ഇ യ്ക്കും മധ്യേയുള്ള വിടവ് കുറയ്ക്കുക എന്ന ഉദ്ദേശ്യത്തോടെയാണ്. വിവര സാങ്കേതികവിദ്യ മലയാളത്തിൽ വിവരിക്കുന്ന ഒരു പുസ്തകംകൂടി മലയാളത്തിന് മുതൽക്കൂട്ടാവുകയാണ്. ശാസ്ത്രവും ടെക്നോളജിയും പ്രാദേശിക ഭാഷകളിൽ എന്നത് എക്കാലവും എല്ലാവരെയും സന്തോഷിപ്പിക്കും, ആ സന്തോഷത്തിൽ പങ്കു ചേരുന്നു.

ഇന്റർനെറ്റ്
01 മാർച്ച് 2013

വി കെ ആദർശ്
ഫേസ്ബുക്/ട്വിറ്റർ @ VKadarsh

1

സോഷ്യൽ ശൃംഖലയും സമൂഹവും

ലോകത്ത് സാങ്കേതിക വിദ്യകളുടെ വികസനം പൊതുവിൽ മനുഷ്യ സമൂഹത്തെ മുന്നോട്ടു നയിക്കാൻ സഹായകമായിട്ടുണ്ട് എന്നത് നിസ്തർക്കമായ കാര്യമാണ്. എന്നാൽ ആത്യന്തികമായി ആ വികസനം ഭൂരിപക്ഷം വരുന്ന ജനസമൂഹത്തിന്റെ ജീവിതസാഹചര്യവുമായി ബന്ധിപ്പിച്ച് നോക്കിയാൽ വേണ്ടത്ര പ്രയോജനം ചെയ്തിട്ടില്ലെന്നാണ് ചരിത്ര പാഠം. ഇരുപതാം നൂറ്റാണ്ടിന്റെ അന്ത്യപാദത്തിൽ സാങ്കേതിക വികാസത്തിന്റെ കാര്യത്തിൽ കുതിച്ചുചാട്ടമാണുണ്ടായത്. അതേസമയം, ദരിദ്രജനവിഭാഗങ്ങളുടെ പട്ടിക വൻതോതിൽ വികസിച്ചത് ഇതേകാലഘട്ടത്തിലാണ് എന്ന് ഐക്യരാഷ്ട്രസഭയുടെതന്നെ റിപ്പോർട്ടുകൾ സാക്ഷ്യപ്പെടുത്തുന്നു. ഇത് സാങ്കേതിക വളർച്ചയുടെ പോരായ്മയായിട്ടല്ല, മറിച്ച് വികസനത്തിന്റെ ഗുണഫലങ്ങൾ ഏതാനും പേരിലേക്ക് അല്ലെങ്കിൽ മേഖലയിലേക്ക് ചുരുങ്ങിയിരിക്കുന്നതുകൊണ്ടാണ് അഥവാ ചുരുക്കിയിരിക്കുന്നതുകൊണ്ടാണ്. അതുകൊണ്ട്, സാങ്കേതികവിദ്യാ വികസനത്തെ അന്ധമായി എതിർക്കുന്ന രീതി ആധുനിക മനുഷ്യന് ചേർന്നതല്ല. അതേസമയം അവയുടെ തുല്യവിതരണത്തിനായുള്ള വാദമുഖങ്ങൾ നിരത്തിക്കൊണ്ടുതന്നെ, സാങ്കേതികവിദ്യയെ പരമാവധി ഉപയോഗിക്കുകയാണ് വേണ്ടത്. മറ്റെല്ലാ മേഖലയിലുമെന്നതുപോലെ സാങ്കേതിക വളർച്ചയുടെ ഗുണഫലങ്ങളുടെ ഉപയോഗത്തിന്റെ കാര്യത്തിലും തുല്യമായ വിതരണമാണ് കരണീയമായിട്ടുള്ളത്. അപ്രകാരമുള്ള ഒരു നാളെയെക്കുറിച്ചുള്ള ചിന്തയിലും പ്രവർത്തനത്തിലുമാണ് ലോകജനത. ആ പ്രയാണത്തിലും, ലഭ്യമായ സാങ്കേതിക സൗകര്യങ്ങളെ പരമാവധി പ്രയോജനപ്പെടുത്തുകയെന്നതാണ് പുരോഗമനപരമായി ചിന്തിക്കുന്ന സമൂഹം സ്വീകരിച്ചിട്ടുള്ള നിലപാട്.

ഇരുപതാം നൂറ്റാണ്ടിന്റെ അന്ത്യപാദത്തിൽ സാങ്കേതിക വികസനത്തിൽ ഉണ്ടായ കുതിച്ചുചാട്ടത്തെക്കുറിച്ച് മേലെ പ്രതിപാദിച്ചല്ലോ. ആ

കുതിച്ചുചാട്ടത്തിൽ പ്രധാന ഇനം വിവരസാങ്കേതിക വിദ്യയായിരുന്നു. കമ്പ്യൂട്ടറിന്റെയും ഇന്റർനെറ്റിന്റെയും മൊബൈലിന്റെയും മറ്റും കണ്ടുപിടിത്തം വിവരശേഖരണത്തിലും സൂക്ഷിപ്പിലും കൈമാറ്റത്തിലും ഉണ്ടാക്കിയ വേഗതയും മാറ്റവും അത്ഭുതാവഹമാണ്. 21-ാം നൂറ്റാണ്ടിന്റെ ആദ്യപതിറ്റാണ്ടിൽ ഈ മേഖലയിൽ വിസ്ഫോടനം തന്നെയുണ്ടാക്കിക്കൊണ്ട് സാമൂഹ്യമാധ്യമം (സോഷ്യൽ മീഡിയ) രംഗത്തെത്തി. ടെക്സ്റ്റ് രൂപത്തിലോ ശബ്ദരൂപത്തിലോ ചിത്ര-വീഡിയോ രൂപങ്ങളിലോ ഉള്ള വിവരങ്ങളെ ഒരേസമയം ലോകത്തിന്റെ ഏതുഭാഗത്തേക്കും ഞൊടിയിടക്കുള്ളിൽ കൈമാറാനുള്ള സങ്കേതങ്ങളാണ് സാമൂഹ്യമാധ്യമം. ആരുമായും എപ്പോൾ വേണമെങ്കിലും ആശയവിനിമയം നടത്താം, ദൂരമോ സമയമോ അവിടെ ഘടകമേ അല്ല. മാത്രമല്ല, അത് സൗഹൃദങ്ങളുടെയും ജനാധിപത്യത്തിന്റെയും തുറന്നിടലിന്റെയും ലോകമാണ് സംഭാവന ചെയ്തത്. തീർച്ചയായിട്ടും പുതിയ അനുഭവതലങ്ങളിലൂടെയുള്ള യാത്രയാണ്. കാൽ നൂറ്റാണ്ട് മുമ്പ് വരെ മനുഷ്യവർഗത്തിന് ചിന്തിക്കാൻ കഴിയാത്ത വിധമുള്ള മാറ്റങ്ങളാണ് ഉണ്ടാകുന്നത്. ലോകസമൂഹം സാമൂഹ്യമാധ്യമത്തിനു മുമ്പും പിമ്പും എന്ന് വേർതിരിക്കാൻ കഴിയുന്നവിധമുള്ള മാറ്റങ്ങളാണ് ഉണ്ടായത്. സാമൂഹ്യമാധ്യമത്തിലെ സുപ്രധാന വിഭാഗമായ സാമൂഹ്യ ശൃംഖലാ കേന്ദ്രങ്ങൾ (സോഷ്യൽ നെറ്റ്‌വർക്കിങ്സൈറ്റുകൾ-ഫേസ്ബുക്, ട്വിറ്റർ, ഗൂഗിൾ പ്ലസ് തുടങ്ങിയവ) ഉപയോഗിക്കുന്നവർ ഇന്ന്, കേരളത്തെ സംബന്ധിച്ചിടത്തോളം കുഗ്രാമങ്ങളിൽപോലുമുണ്ട്. ലോകത്ത് സാമൂഹ്യ ശൃംഖലാ സാക്ഷരരുടെ കണക്കെടുക്കുകയാണെങ്കിൽ കേരളത്തിന്റെ സ്ഥാനം ആദ്യത്തെ അഞ്ചിലായിരിക്കും. അപ്രകാരമുള്ള ഒരു സമൂഹത്തിൽ സാമൂഹ്യ ശൃംഖലകൾ ഉപയോഗിക്കുന്നത് എന്തിന്? എങ്ങനെ? തുടങ്ങിയ ചോദ്യങ്ങളുടെ ഉത്തരത്തിന് കാര്യമായ പ്രസക്തിയുണ്ട്. ആ ഉത്തരം എവിടെയൊക്കെയാണെന്ന് കണ്ടെത്താനുള്ള ശ്രമമാണിവിടെ നടത്തുന്നത്. അനുനിമിഷം മാറിക്കൊണ്ടിരിക്കുന്ന സാമൂഹ്യമാധ്യമ രംഗത്തുള്ള ഏത് ഉത്തരവും ഉത്തരമല്ലാതാകാൻ നിമിഷങ്ങൾ മതിയെന്നിരിക്കെ, ഇത്തരം അന്വേഷണങ്ങളുടെ നൈമിഷികതയും ഓർത്തുകൊണ്ടുതന്നെയാണ് ഈ അന്വേഷണവും. പക്ഷേ, അടിസ്ഥാനപരമായ കാര്യങ്ങളിലെങ്കിലും ഇതിലെ വസ്തുതകളും നിരീക്ഷണങ്ങളും നിലനിൽക്കുമെന്നതിൽ സംശയവുമില്ല.

സാമൂഹ്യ ശൃംഖലകളിലെ ജനാധിപത്യത്തെ കുറിച്ച് ആദ്യം പറയാം. ആ വാക്കിന്റെ അർഥം തന്നെ ജനങ്ങളുടെ അഭിപ്രായത്തിന്റെ-തീരുമാനത്തിന്റെ ആധിപത്യം എന്നാണല്ലോ. ജനാധിപത്യം ലോകത്ത് വിവിധ രാജ്യങ്ങളിൽ പരീക്ഷിക്കുകയും വിജയിക്കുകയും പരാജയപ്പെടുകയും ഒക്കെ ചെയ്ത സംവിധാനമാണ്. പരാജയപ്പെട്ടിടങ്ങളിലെ ചരിത്രം തെളിയിക്കുന്നത് പേരിൽ മാത്രമേ അവിടങ്ങളിൽ ജനാധിപത്യമുണ്ടായിരുന്നുള്ളുവെന്നാണ്. വ്യത്യസ്ത തലങ്ങളിലും വ്യത്യസ്ത ഏജൻസികൾ വഴിയുമാണ് ജനാധിപത്യം പുലരുന്നത്. രാഷ്ട്രീയ പാർട്ടികൾ, വോട്ടെടുപ്പ്, ജനപ്രതിനിധികളിൽനിന്ന് വീണ്ടും തിരഞ്ഞെടുപ്പ്, നിയമനിർമാണ സഭ

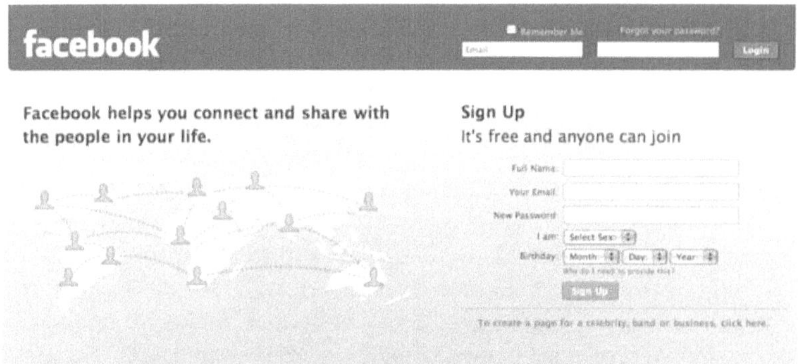

കൾ, നിയമങ്ങൾ, കോടതികൾ, ഉദ്യോഗസ്ഥവൃന്ദങ്ങൾ, മാധ്യമങ്ങൾ... ഇങ്ങനെ പോകുന്നു ആ പ്രക്രിയയിലെ ഘടകങ്ങൾ. ഇതൊന്നുമില്ലാതെ ജനങ്ങൾക്ക് നേരിട്ട് തീരുമാനമെടുക്കാനും വോട്ട്ചെയ്യാവുന്നതുമായ മേഖലയാണ് സാമൂഹ്യ മാധ്യമം. ഇപ്രകാരമുള്ള വോട്ടിങ്ങിനും സമൂഹത്തിന്റെ ഭാവിഭാഗധേയങ്ങളെ നിശ്ചയിക്കാൻ കഴിവുണ്ടെന്ന് ഇതിനകം ലോകത്ത് വിവിധ രാജ്യങ്ങളിൽ നടന്ന ഏകാധിപത്യവിരുദ്ധ സമരങ്ങൾ തെളിയിച്ചിട്ടുണ്ട്. അതായത് ഒരു ഭരണകൂടത്തിനെതിരായ എതിർപ്പുകൾ സാമൂഹ്യ ശൃംഖലകൾ വഴി പ്രചരിപ്പിക്കുകയും അതേ വഴിയിൽത്തന്നെ ഒത്തുകൂടാനുള്ള സന്ദേശമയക്കുകയും അപ്രകാരം ഒത്തുകൂടി അട്ടിമറികൾ വരെ നടത്തുകയും ചെയ്ത സമീപകാല ചരിത്രം നാം കണ്ടു. ഇക്കാര്യം പിന്നാലെ വിശദമായി ചർച്ച ചെയ്യുന്നുണ്ട് അപ്പോൾ അതൊരു ജനാധിപത്യ രീതിയാണ്. ഏത് വിഷയത്തെക്കുറിച്ചും ഏതൊരാൾക്കും ഒരഭിപ്രായം ഉണ്ടാകാം. പക്ഷേ, അത് എങ്ങനെ ലോകത്തോട് പറയും, അല്ലെങ്കിൽ തന്റെ അഭിപ്രായം എങ്ങനെ സമൂഹത്തിൽ പ്രകാശനം ചെയ്യും? എന്നൊരു ചോദ്യം എല്ലാ കാലത്തും സമൂഹത്തിൽ ഉയർന്നിട്ടുണ്ട്. മാധ്യമങ്ങൾ തങ്ങളുടെ ഉടമസ്ഥ താൽപ്പര്യത്തിന് എതിരായി വരുന്ന ഒന്നിനെയും പ്രോത്സാഹിപ്പിക്കില്ല. സാമൂഹ്യമാധ്യമത്തിന്റെ രംഗപ്രവേശത്തോടെയാണ് ആരുടെയും അഭിപ്രായത്തിന് ഇരിക്കാൻ ഇടമുണ്ട് എന്ന് വന്നത്, അത് ആർക്ക് എതിരായാലും അനുകൂലമായാലും.

സാമൂഹ്യ ശൃംഖലകൾ സർഗമേഖലകളിലുണ്ടാക്കിയ വിപ്ലവകരമായ മാറ്റത്തെ കാണാതെ പോകാൻ ആർക്കുമാകില്ല. ചിത്രം, കവിത എന്നിവയുടെ പ്രകാശനത്തിനോ ആസ്വാദനത്തിനോ ഇടനിലക്കാരന്റെ ആവശ്യമില്ലാതെ വന്നു. ഒരു ചിത്രകാരന് തന്റെ പെയിന്റിങ് നാലാളെ കാണിക്കണമെങ്കിൽ ഗ്യാലറി ബുക് ചെയ്ത് പരസ്യം ചെയ്ത് പ്രദർശനം സംഘടിപ്പിക്കണമായിരുന്നു. ഇവിടെ, സാമൂഹ്യ ശൃംഖലയിലോ? അയാളുടെ സന്നദ്ധത മാത്രമേ ആവശ്യമുള്ളൂ. ആസ്വാദകനെ സംബന്ധിച്ചോ? നഗരത്തിലെ തിരക്കിലേറി കഷ്ടപ്പെട്ട് ഗ്യാലറിയിലെത്തി ചിത്രം കാണേണ്ട ആവശ്യവുമില്ല. മാത്രമല്ല, ഗ്യാലറിയിൽ എത്തി ചിത്രം കാണുന്നവർക്ക് ഒരു പരി

മിതിയുണ്ട്. എന്നാൽ, സാമൂഹ്യ ശൃംഖലയിൽ നല്ല ഒരു പെയിന്റിങ്ങിട്ടാൽ, അത് പബ്ലിക് ആക്കിയാൽ, കിട്ടുന്ന പ്രതികരണം എത്രയാണ്. ആയിരക്കണക്കിന് പേരാണ്, അതും താൽപ്പര്യമുള്ളവർ മാത്രം, അവ കാണുകയും ആസ്വദിക്കുകയും കമന്റ് ചെയ്യുകയും ഇഷ്ടപ്പെട്ടതായി വോട്ടുചെയ്യുകയും ചെയ്യുന്നത്. ഇതേ അവസ്ഥതന്നെയാണ് ഒരു കവിയുടെ കാര്യത്തിലും. മലയാളത്തിലെ ഏറ്റവും പ്രശസ്തനും ആദരണീയനുമായ കവിയുടെ കവിതാസമാഹരം വായിച്ചവരുടെ എത്രയോ മടങ്ങ് വായനക്കാരാണ് ഏറ്റവും പുതിയ സാമൂഹ്യ ശൃംഖലാ കവിക്ക് ലഭിക്കുന്നത്. ഫേസ്ബുക്കിൽ കവിതയുടെ പ്രളയം തന്നെ സൃഷ്ടിക്കുന്ന സാമൂഹ്യ ശൃംഖലാ കവികൾ നേടുന്ന കമന്റുകളും ലൈക്കുകളും മാത്രം മതി ഈ മാധ്യമം നൽകുന്ന വേറിട്ടൊരു ലോകത്തിന്റെ വലിപ്പവും ആഴവും ബോധ്യപ്പെടാൻ. കവിതയ്ക്ക്, ഭാഷയ്ക്ക്, സർഗമേഖലയ്ക്ക് ഒക്കെ തുറക്കുന്ന സാധ്യതകളാണ് നാം മനസിലാക്കേണ്ടത്. ചെറിയ കവിതകൾ വായിക്കുന്ന ഒരു സമൂഹത്തെ തന്നെയാണ് ഈ കവികൾ സൃഷ്ടിക്കുന്നത്. ജയ്പൂരിൽനിന്ന് ജയ്ദേവും പുനലൂരിൽ നിന്ന് ബൃന്ദയും എഴുതുന്ന എട്ടോ പത്തോ വരികൾക്ക് ലഭിക്കുന്ന പ്രചാരവ്യാപ്തി കവിതയ്ക്കും ഭാഷയ്ക്കും ഗുണമേ നൽകൂ.

തന്റെ വാക്കുകൾ വായിക്കാൻ ലോകത്തിന്റെ ഏതോ ഒരു കോണിൽ ഒരു വായനക്കാരൻ കാത്തിരിക്കുന്നുണ്ടെങ്കിൽ താൻ കൃതാർഥനാണ് എന്ന് മലയാളത്തിന്റെ പ്രിയ കഥാകാരൻ എം ടി വാസുദേവൻനായർ പണ്ട് പറഞ്ഞത് ഓർമവരുന്നു. ഇന്ന് ഒരു തിരുത്തൽ കൂടി വരുത്താം, ലോകത്തിന്റെ ഏതു കോണിലായാലും തന്റെ മുന്നിലുണ്ട് ആ വായനക്കാരൻ എന്ന സങ്കൽപ്പമാണ് സാമൂഹ്യ ശൃംഖലയിൽ സർഗസൃഷ്ടികൾ നടത്തുന്ന കവിക്കുള്ളത്. പോസ്റ്റ് ചെയ്ത അതേ സമയത്ത് അത് വായിക്കപ്പെടുന്നു, വായനക്കാർ അഭിപ്രായങ്ങൾ രേഖപ്പെടുത്തുന്നു. സൃഷ്ടികളെ കുറിച്ച് വായനക്കാർക്ക് അഭിപ്രായമുണ്ടെങ്കിലും അത് പ്രകടിപ്പിക്കാൻ മുമ്പ് അവസരമുണ്ടായിരുന്നില്ല. ഇന്ന് തദവസരത്തിൽ തന്നെ തന്റെ അഭിപ്രായം, അത് കടുത്ത വിമർശനമോ വിയോജനമോ ആയാൽപോലും,പ്രകടിപ്പിക്കാൻ സാമൂഹ്യ ശൃംഖല അവസരം നൽകുന്നു. മറ്റൊരു മാധ്യമവും നൽകാത്ത ജനാധിപത്യ സ്വഭാവം അതിനുണ്ട്. കാരണം വെട്ടിത്തുറന്നുള്ള അഭിപ്രായങ്ങൾ സൃഷ്ടിക്കുന്ന അസ്വസ്ഥതകൾ പ്രകടമായിത്തന്നെ പ്രകടമാക്കുന്നു സാമൂഹ്യ ശൃംഖലകൾ. ഈ അസ്വസ്ഥതകൾക്കും ഒരു ഫലപ്രാപ്തിയുണ്ടാക്കാൻ കഴിയും. അപ്പോൾ, എഴുത്തുകാർ, ചിത്രകാരന്മാർ, ഫോട്ടോഗ്രാഫർമാർ, സിനിമ തുടങ്ങി ഏത് സർഗമേഖലകളിൽ വ്യാപരിക്കുന്നവർക്കും ആസ്വാദകർക്കും സാമൂഹ്യ ശൃംഖലകൾ ഉയർത്തിയ സാഹചര്യങ്ങളും സാധ്യതകളും ചെറുതല്ല എന്നർഥം. എന്നാൽ, സാമൂഹ്യ ശൃംഖലകളടക്കമുള്ള സാമൂഹ്യ മാധ്യമങ്ങൾ അവയുടെ ഉടമസ്ഥത കയ്യിൽ വച്ചിരിക്കുന്നവരുടെ താൽപ്പര്യങ്ങൾ സംരക്ഷിക്കാൻ ഏതവസരത്തിലും ജാഗരൂകരാണെന്ന വസ്തുതയും അത് കൈകാര്യം ചെയ്യുന്നവർ ഓർത്തിരിക്കുന്നത് നല്ലതാണ്.

സാഹിത്യ മേഖലയിൽ ലോകത്ത് പല ഭാഷകളും നവസമൂഹ മാധ്യ

മങ്ങളെയും സാമൂഹ്യ ശൃംഖലകളെയും ഉപയോഗപ്പെടുത്തുന്നുണ്ട്. ഇന്ത്യയിൽ മലയാളഭാഷ ഇക്കാര്യത്തിൽ ഏറെ മുന്നിലാണ്. മലയാളം വിക്കിയുടെ വളർച്ചയും അംഗീകാരവും കാണിക്കുന്നത് തന്നെ ഇന്റർനെറ്റ് ഉപയോക്താക്കളിൽ ഭാഷാ-സാഹിത്യ പ്രേമികളുടെ മേൽക്കൈ ആണ്. എന്നാൽ, ലബ്ധപ്രതിഷ്ഠ നേടിയ എഴുത്തുകാർ പലരും ഇത്തരമൊരു സാഹിത്യമുണ്ടെന്ന് കണ്ടഭാവം നടിക്കുന്നുപോലുമില്ല. ഭാഷയിലെ മുതിർന്ന എഴുത്തുകാരുടെ അംഗീകാരവും പ്രോത്സാഹനവും സാമൂഹ്യ ശൃംഖലാ-ബ്ലോഗ് സാഹിത്യത്തിന് വലിയ ഊർജം പകരുമെന്ന കാര്യത്തിൽ തർക്കമില്ല.

ഏറ്റവും ആധുനിക-തത്സമയ മാധ്യമം എന്നുപറഞ്ഞ് ലോകം കീഴടക്കാനെത്തിയ ടെലിവിഷൻ ചാനലുകൾപോലും ഇന്ന് സാമൂഹ്യ ശൃംഖലകൾക്കു പിന്നാലെയാണ്. കാരണം യഥാർഥ തത്സമയം അവിടെയാണ്. ചാനലുകളിലെ പ്രധാന ചർച്ചാ പരിപാടികളിലൊന്ന്, അവരുടെ പ്രധാന വാർത്താ ഉറവിടങ്ങളിലൊന്ന് സോഷ്യൽ ശൃംഖലകളാണ്. ജനങ്ങൾ അവർക്കിഷ്ടമുള്ള സമയത്ത് അവരുടെ അഭിപ്രായങ്ങൾ നേരിട്ട് പ്രത്യക്ഷപ്പെട്ട് പ്രകടിപ്പിക്കുന്നുവെന്നതാണ് സാമൂഹ്യ ശൃംഖലകളുടെ ഗുണം. ജനങ്ങളാണ് തീരുമാനിക്കുന്നത് അവിടെ. നാലുവർഷം മുമ്പ് *ടൈം മാഗസിൻ* പേഴ്സണാലിറ്റി ഓഫ് ദ ഇയർ ആയി തിരഞ്ഞെടുത്തത് കണ്ണാടിയാണ്. അത്യാരാധനയും അനാചാരങ്ങളും മൂലം കേരളീയ സമൂഹം ദുഷിച്ച് നാറിയ സമയത്ത് സാമൂഹ്യ പരിഷ്കർത്താവായ ശ്രീനാരായണ ഗുരുവാണ് അരുവിപ്പുറത്ത് കണ്ണാടി പ്രതിഷ്ഠ നടത്തിയത്. ദൈവീകമാണ് എന്നു പറയുന്നതെന്തും നിങ്ങളിൽ തന്നെയുണ്ട് എന്നും അത് കണ്ടെത്താൻ ശ്രമിക്കുകയാണ് വേണ്ടതെന്നും അതുകൊണ്ട് നിങ്ങൾ തന്നെയാണ് യഥാർഥ ദൈവമെന്നും ഓർമിപ്പിക്കുകയായിരുന്നു ഗുരു, കണ്ണാടി പ്രതിഷ്ഠയിലൂടെ. ഇന്റർനെറ്റ് വഴി ജനാഭിപ്രായങ്ങൾക്ക് അമേരിക്കയടക്കമുള്ള രാജ്യങ്ങളിൽ വൻവ്യാപ്തി ലഭിച്ചപ്പോഴാണ് ടൈം നവയുഗ കണ്ണാടി പ്രതിഷ്ഠ നടത്തിയത്. ജനങ്ങളാണ് അധികാരികൾ എന്ന സാധ്യതയിലേക്ക് വിരൽ ചൂണ്ടുകയായിരുന്നു *ടൈം മാഗസിൻ*.

കാണാതായവരെ കുറിച്ചുള്ള അന്വേഷണം, ഗുരുതര രോഗം ബാധിച്ചവർക്കുള്ള സഹായം, രക്തദാനം തുടങ്ങി ചെറുതെന്നു തോന്നുമെങ്കിലും വലുതായ നിരവധി വഴികളിലൂടെ സാമൂഹ്യ ശൃംഖലകൾ നമ്മെ സഹായിക്കുന്നുണ്ട്. എന്നാൽ, ഇവയുടെ ഉപയോഗം കാലത്തിനും സാഹചര്യത്തിനും അനുസരിച്ച് വ്യാപിക്കുന്നില്ല എന്നതാണ് കേരളത്തിനു സംഭവിച്ചിട്ടുള്ള പോരായ്മ. നമ്മുടെ കാർഷിക, ആരോഗ്യ രംഗങ്ങളിൽ ഇത്ര സമർഥമായി ഉപയോഗിക്കാവുന്ന ഒരു സാങ്കേതിക സൗകര്യത്തെ ആ നിലയ്ക്ക് ഉപയോഗിക്കാൻ നമുക്ക് ഇനിയും കഴിഞ്ഞിട്ടില്ല. ഉദാഹരണത്തിന്, ആരോഗ്യ മേഖലയിൽ തുടർവൈദ്യപഠനം (continues medical education-C M E) സാമൂഹ്യ ശൃംഖലകളെ എങ്ങനെ ഉപയോഗപ്പെടുത്താമെന്ന കാര്യം. ആരോഗ്യരംഗത്തെ നൂതന

പ്രവണതകളും കണ്ടെത്തലുകളും നിരീക്ഷണ-പഠനങ്ങളും ഈ മേഖലയിൽ നിൽക്കുന്നവർക്ക് പ്രദാനം ചെയ്യുന്ന പരിപാടിയാണ് സി എം ഇ. സർക്കാർ ഈ രംഗത്ത് വേണ്ടത്ര സജീവമല്ലാത്തതിനാൽ മരുന്നു കമ്പനികൾ ഈ ജോലി ഏറ്റെടുക്കുന്നു. ഏതെങ്കിലും വിനോദസഞ്ചാര കേന്ദ്രത്തിൽ മുന്തിയ ഹോട്ടലിൽ വച്ച് ഡോക്ടർമാർക്ക് വിദഗ്ധരെക്കൊണ്ട് ക്ലാസെടുപ്പിക്കുകയും മറ്റും ചെയ്യുന്നു. പഠനസാമഗ്രികളും നൽകുന്നു. മരുന്നുകമ്പനികൾ ഇങ്ങനെ ചെയ്യുന്നതിനുള്ള പ്രതിഫലം അവരുടെ മരുന്നുകൾ മാത്രം രോഗികൾക്ക് കുറിച്ചു നൽകുക എന്നതാണ്. കൂടുതൽ കുറിക്കുന്നവർക്ക് കൂടുതൽ ഉപഹാരം. അപ്പോൾ ആവശ്യമില്ലാത്ത ഒരു രോഗിക്കും ആ മരുന്ന് കുറിക്കാൻ ഡോക്ടർ പ്രേരിതനാവുന്നു. ഇങ്ങനെ പല അവസരങ്ങളിലായി എല്ലാ മരുന്നുകമ്പനികളും സി എം ഇ ക്യാമ്പുകളും മറ്റും നടത്തുന്നു. ഇവർ തമ്മിലുള്ള കച്ചവട ബന്ധമാണ് അടിസ്ഥാനമെന്ന് ഡോ. ആർ ജയപ്രകാശ് ഒരു ലേഖനത്തിൽ ചൂണ്ടിക്കാട്ടിയത് നൂറുശതമാനം വസ്തുതയാണ്. സാമൂഹ്യ ശൃംഖലകൾ വഴി മേൽപ്പറഞ്ഞ സി എം ഇ സംഘടിപ്പിക്കാനുള്ള സാധ്യത വളരെ ഏറെയാണ്. അത്യധികം സജീവമായ കേരളത്തിന്റെ ആരോഗ്യ മേഖലയിലുള്ളവർക്ക് എളുപ്പത്തിൽ സി എം ഇ ലഭ്യമാവുകയും ചെയ്യും. ഈ മേഖലയിലെ ഒട്ടേറെ പഠന-ഗവേഷണ പ്രബന്ധങ്ങൾ ഇനിയും വെളിച്ചം കാണാതെ കിടപ്പുണ്ടെന്നതാണ് മറ്റൊരു കാര്യം. പലതിൽ നിന്നും പുതിയ എന്തെങ്കിലും കണ്ടെത്താൻ കഴിയുമെന്നിരിക്കെ അവ പ്രസിദ്ധപ്പെടുത്തുന്നത് പൊതുവെ ആരോഗ്യമേഖലയ്ക്ക് പ്രയോജനകരമാകും. സാമൂഹ്യ ശൃംഖലകൾ വഴി പ്രസിദ്ധപ്പെടുത്തി ഇവ മറ്റുള്ളവർക്കു കൂടി ഉപയോഗപ്പെടുത്താൻ കഴിയും.

കാർഷികമേഖലയിൽ സൂക്ഷ്മതാ കൃഷിരീതി ലോകത്ത് ഇതിനകം തന്നെ സാമൂഹ്യ മാധ്യമം ഉപയുക്തമാക്കി കഴിഞ്ഞു. സാമൂഹ്യ ശൃംഖലകൾ വഴി തന്നെയാണ് അവയുടെ വ്യാപനവും വിവര കൈമാറ്റവും നടക്കുന്നത്. ഫ്ളോറിഡയിൽ നാശത്തിലേക്ക് കൂപ്പുകുത്തിയ ഓറഞ്ച് കൃഷിയെ കരകയറ്റിയത് സൂക്ഷ്മതാ കൃഷി രീതിയാണ്. കൃത്യമായ ആസൂത്രണവും മണ്ണും കാലാവസ്ഥയും അറിഞ്ഞുള്ള പ്രയോഗങ്ങളാണ് ഇതിന്റെ പ്രത്യേകത. സ്പോഞ്ച് ജലം ഒപ്പിയെടുക്കുന്നതുപോലെ മണ്ണിന്റെ സമ്പൂർണ വിവരങ്ങൾ ശേഖരിക്കാൻ കഴിവുള്ള ജി ഐ എസ് സാങ്കേതിക വിദ്യയാണ് കാർഷിക മേഖലയിലെ നൂതനരീതികൾക്കുള്ള അടിസ്ഥാനം. സാറ്റ്ലൈറ്റുകളും വിമാനങ്ങളിൽ ഘടിപ്പിച്ചിട്ടുള്ള പ്രത്യേക സെൻസറുകളും ക്യാമറകളും വഴി ശേഖരിക്കുന്ന വിവരങ്ങളും ചിത്രങ്ങളുമാണ് മണ്ണിന്റെ സ്വഭാവം, വരാൻ സാധ്യതയുള്ള രോഗങ്ങൾ, കാലാവസ്ഥ തുടങ്ങി സുപ്രധാന സ്ഥിതിവിശേഷങ്ങൾ അറിയുന്നത്. റിമോട്ട് സെൻസിങ്ങും ഇപ്രകാരം ലഭ്യമാകുന്ന വിവരങ്ങൾ കർഷകരിലേക്ക് തത്സമയം എത്തിക്കുന്നതിലും ചർച്ച നടത്തുന്നതിലും സാമൂഹ്യ ശൃംഖലകൾക്ക് വലിയ പങ്കുവഹിക്കാനാകും.

സാമൂഹ്യ ശൃംഖലകളുടെ ശരിയായ ഉപയോഗരീതി സ്വാഭാവികമായും അതിന്റെ വ്യാപനവുമായി ബന്ധപ്പെട്ടിരിക്കുന്നു. എത്ര വ്യാപി

ക്കുന്നുവോ അത്രമാത്രം ഉപയോഗവ്യാപ്തി അതിനുണ്ടാകുന്നു. അതു പോലെ തന്നെയാണ് എങ്ങനെ ഉപയോഗിക്കണമെന്ന ധാരണയും. ആരെയെങ്കിലും സുഖിപ്പിക്കാനോ, ആരെയെങ്കിലും ആക്ഷേപിക്കാനോ ആണ് ഇത്തരം മാധ്യമങ്ങൾ ഉപയോഗിക്കേണ്ടത് എന്ന തെറ്റായ ധാരണ ഉപയോഗത്തിന്റെ ആദ്യഘട്ടത്തിൽ സ്വാഭാവികമാണ്. സാമൂഹ്യ ശൃംഖലയെ ദുരുപയോഗം ചെയ്യുന്നതിന്റെ എക്കാലത്തേയും മികച്ച ഉദാഹരണം സി പി ഐ (എം) സംസ്ഥാന സെക്രട്ടറി പിണറായി വിജയന്റെ വീടെന്ന വ്യാജേന ഒരു പ്രവാസിമലയാളിയുടെ കൂറ്റൻ വീടിന്റെ ചിത്രം ഫേസ് ബുക്കിൽ പ്രചരിപ്പിച്ചതാണ്. പിണറായി വിജയനെയോ അദ്ദേഹത്തിന്റെ പാർട്ടിയെയോ അറിയാവുന്നവരൊക്കെ ആദ്യം തന്നെ ഇക്കാര്യം തിരിച്ചറിഞ്ഞിരുന്നു. എന്നാൽ ചില സാധാരണക്കാർ അത് വിശ്വസിക്കുകയും ചെയ്തു. തിരിച്ചുള്ള പ്രചാരവേലയും നിയമനടപടിയും രാഷ്ട്രീയ ദുരുദ്ദേശ്യത്തോടെ കള്ളപ്രചാരണം നടത്തിയവരെ കണ്ടെത്തുകയും ചെയ്തതോടെയാണ് വസ്തുത പുറത്തു വന്നത്. യഥാർഥത്തിൽ ആ വീട് ആരുടേതാണെന്നും, ഇത്തരമൊരു പ്രചാരണത്തിന്റെ പിന്നിലുള്ള ഗൂഢലക്ഷ്യമെന്താണെന്നും അതിശക്തമായി മറു പ്രചാരണം നടത്താനായതു മൂലമാണ് വസ്തുത ജനങ്ങളിലെത്തിയത്. അതിൽ പ്രവാസികൾ സോഷ്യൽ നെറ്റ്വർക്ക് വഴി നടത്തിയ ഇടപെടൽ പ്രധാനമായിരുന്നു. അക്കാര്യം നാട്ടുകാർക്കെല്ലാം ബോധ്യമാവുകയും ചെയ്തു. എന്നാൽ, ആ സംഭവം സാമൂഹ്യ ശൃംഖലാ ഉപയോക്താക്കൾക്ക് വലിയൊരു പാഠമാണ് നൽകിയത്.

സാമൂഹ്യ ശൃംഖലകളുടെ സാധ്യതയുടെ സുപ്രധാന മേഖലയാണ് അഭിപ്രായരൂപീകരണം. ഒരു പ്രത്യേക പ്രശ്നത്തിൽ പൊതു അഭിപ്രായം സർക്കാരുകൾക്ക് തീരുമാനങ്ങളെടുക്കാൻ സഹായകമാകാറുണ്ട്, അതു പോലെ തന്നെ നിർബന്ധിതവുമാകാറുണ്ട്. ഈ പൊതു അഭിപ്രായം രൂപീകരിക്കുന്നതിൽ ഇന്ന് സാമൂഹ്യ ശൃംഖലകളും പങ്കുചേരുന്നു. ഇതേ സാമൂഹ്യ ശൃംഖലകൾ വഴി ഏതെങ്കിലും കാര്യം തെറ്റായി പ്രചരിപ്പിക്കാൻ ശ്രമിക്കുമ്പോൾ അതേ നാണയത്തിൽ തിരിച്ചടിക്കാനും തുറന്നു കാണിക്കാനുമുള്ള അവസരം അവിടെത്തന്നെയുണ്ട്. 2012 ൽ കേരളത്തിൽ നടന്ന ഒരു കൊലപാതകവുമായി ബന്ധപ്പെട്ട് ഉയർന്നു വന്ന കോലാഹലങ്ങൾ ഇന്ന് ചരിത്രമാണ്. അന്ന് സാമൂഹ്യ ശൃംഖലകൾ

വഴിയും അൽപ്പ വസ്തുതകൾ വച്ച് തെറ്റിദ്ധാരണ പരത്തുന്ന പ്രചാരണമുണ്ടായി. ഇതിനെ പ്രവാസികളായ മലയാളികളുടെ ഇടപെടൽ മൂലം സാമൂഹ്യ ശൃംഖലകൾ വഴി പ്രതിരോധിച്ചത് നാം കണ്ടു. ജനാധിപത്യത്തിന്റെ ദേശീയപാതയായി വിശേഷിപ്പിക്കപ്പെടുമ്പോഴും അതിനെ ഇടവഴികളിൽനിന്ന് കയറിവന്ന് തകർക്കാനുള്ള സാധ്യതകളും സാമൂഹ്യ ശൃംഖലകൾ തന്നെ ഉപയോഗിച്ച് ചെയ്യുന്നുവെന്നതിന്റെ ഏറ്റവും ചെറിയ ഉദാഹരണം മാത്രമാണ് മേൽപ്പറഞ്ഞത്. ആയതുകൊണ്ട് നിലവിൽ സാമൂഹ്യശൃംഖലകൾ നന്നായി ഉപയോഗിക്കുന്നവർ ചില മുൻകരുതലോടെ ഇരുന്നാൽ സാമൂഹ്യ മാധ്യമങ്ങളുടെ നല്ല നിലയിലുള്ള വളർച്ചയ്ക്ക് സഹായകമാകും. 2020 ൽ ഇന്ത്യ ലോകത്തെ ഒന്നാമത്തെ ഇന്റർനെറ്റ് ഉപഭോക്തൃ രാജ്യമാകാൻ പോവുകയാണ് (*അവലംബം: ഐ ഐ ടി, ചെന്നൈ*). ഇന്ത്യയിൽ കേരളവും മോശമല്ലാത്ത സ്ഥാനത്തായിരിക്കും. അതിൽ മുഖ്യ സ്ഥാനം സാമൂഹ്യ ശൃംഖലകൾക്കാകും. കൂടുതലും മൊബൈൽ വഴിയാണ് ഇപ്പോൾ തന്നെ സാമൂഹ്യ ശൃംഖലകളുടെ ഉപയോഗം നടക്കുന്നത്. 2012 അവസാനത്തെ കണക്ക് പ്രകാരം 8.7 കോടി മൊബൈൽ-ഇന്റർനെറ്റ് ഉപഭോക്താക്കളാണ് ഇന്ത്യയിലുള്ളത്. ഇത് 2015 ൽ ഇരട്ടിച്ച് 16.5 കോടിയിൽ എത്തുമെന്നും Internet and Mobile Association of India (IAMAI) നടത്തിയ പഠനത്തിൽ പറയുന്നു. അപ്പോൾ, മൊബൈൽ ഫോൺ വഴിയുള്ള സാമൂഹ്യ ശൃംഖലാ ഉപയോഗം സർവസാധാരണമാകാൻ പോവുകയാണ്. ഇനി അത്തരം സൗകര്യങ്ങളെ സമർഥമായി ഉപയോഗപ്പെടുത്താനാണ് ശ്രമിക്കേണ്ടത്. അവയെ കുറച്ചെങ്കിലും അറിയലാണ് മാർഗം.

സാമൂഹ്യ ശൃംഖലകൾ ഉപയോഗിച്ച് സാമൂഹ്യ പ്രശ്നങ്ങളിൽ ജനങ്ങളെ എങ്ങനെ ഇടപെടുവിക്കാം എന്നതിന് ഇന്ത്യയിൽ തന്നെ അനവധി ഉദാഹരണങ്ങളുണ്ട്. രാജ്യ തലസ്ഥാനമായ ന്യൂഡൽഹിയിൽ തന്നെ വിവിധ വിഷയങ്ങളുടെ പേരിൽ ജനക്കൂട്ടങ്ങളെ തെരുവിലിറക്കുന്നതിൽ സാമൂഹ്യ ശൃംഖലകൾ വലിയ പങ്കുവഹിച്ചു. അക്കാര്യങ്ങൾ പിന്നാലെ വിശദമായി പ്രതിപാദിക്കുന്നുണ്ട്. പക്ഷേ, ഒരു കാര്യം ഇവിടെ വ്യക്തമാക്കാം. സാമൂഹ്യ ശൃംഖലകൾ വഴിയുള്ള പ്രചാരണത്തിലൂടെ മാത്രം കേരളം പോലുള്ള ഒരു സംസ്ഥാനത്ത് ഒരു ജനക്കൂട്ടത്തെ തെരുവിലിറക്കാൻ കഴിയില്ലെന്നത് വസ്തുതയാണ്. കാരണം, ഇവിടെ ജനങ്ങൾ സംഘടിതരാണ്, രാഷ്ട്രീയമായി ചേരി തിരിഞ്ഞിട്ടുള്ളവരാണ്. സംഘടിതരല്ലാത്ത കേവല ജനക്കൂട്ടങ്ങളാണ് ന്യൂഡൽഹിയിൽ തടിച്ചുകൂടിയതെന്നതിനാൽ ആ രോഷപ്രകടനങ്ങൾക്ക് ദിശാബോധമില്ലാതെ പോയി. എന്നാൽ, സംഘടിത സമൂഹമായ കേരളത്തിൽ സംഘടനകൾ വഴി തന്നെ സാമൂഹ്യ ശൃംഖലകളുടെ സമർഥമായ ഉപയോഗത്തിനുള്ള അനന്ത സാധ്യതയാണ് കാണുന്നത്.

ഒരു പതിറ്റാണ്ടിനിടെ ഏറെ പരിചിതമായി കഴിഞ്ഞ ഒരു വാക്കാണല്ലോ സാമൂഹ്യ ശൃംഖല. പ്രത്യേകിച്ചും യുവതലമുറയുടെ ഇടയിൽ. ഇന്റർനെറ്റ് എന്ന സംവേദന-ശേഖര മാധ്യമം ഉപയോഗിച്ച് കെട്ടിപ്പൊക്കിയ സാമൂഹ്യ ശൃംഖലകൾ മനുഷ്യ സ്വപ്നങ്ങൾക്കും അവന്റെ

ഭാവനകൾക്കുമപ്പുറമുള്ള തലങ്ങളിലേക്ക് വളർന്നിരിക്കുന്നു. സംവേദനം, അറിവു പകരൽ എന്നീ രണ്ടുകാര്യങ്ങളായിരുന്നു ഇന്റർനെറ്റിന്റെ അടിസ്ഥാന ഉപയോഗങ്ങളായി ആദ്യകാലത്ത് കരുതിയിരുന്നത്. എന്നാൽ അത് പിന്നീട് അഭിപ്രായരൂപീകരണങ്ങളുടെയും സാമൂഹ്യവികാര പ്രകടനങ്ങളുടെയും കേന്ദ്രമായി. ഭണകൂടങ്ങളെ പോലും കടപുഴക്കാൻ ശേഷിയുള്ള ഭീമൻ മാധ്യമമായും വളർന്നു. അത്രമാത്രം അസ്ഥിയിൽ പിടിക്കുന്ന വിധം സമൂഹത്തിൽ സാമൂഹ്യ മാധ്യമം സ്വാധീനമുറപ്പിച്ചു.

ഈ സ്വാധീനം സമൂഹത്തെ ഏതുവിധം ബാധിച്ചു, ഭൂരിപക്ഷം വരുന്ന ജനവിഭാഗത്തിന്റെ ഉന്നമനത്തിനായി ഇവ ഉപയോഗിക്കപ്പെടുന്നുണ്ടോ തുടങ്ങി ചോദ്യങ്ങൾക്ക് ഇത്തരുണത്തിൽ പ്രസക്തി ഏറെയാണ്. ഏതായാലും ഒരു കാര്യം വ്യക്തമാണ്, അടിസ്ഥാനവർഗത്തിന്റെ ചോദനകളെ സാമൂഹ്യ ശൃംഖലകൾ വേണ്ടവിധം പ്രതിഫലിപ്പിക്കുന്നില്ല. അതുകൊണ്ട് സമൂഹത്തിലെ അടിസ്ഥാന പ്രശ്നങ്ങൾക്ക് പരിഹാരം കാണുന്നതിനുള്ള ചർച്ചയോ സംവാദമോ ഇവയിൽ നടക്കുന്നേയില്ല എന്നു പറയാനുമാകില്ല. അതത് കാലത്ത് ഉയർന്നുവരുന്ന സാമൂഹ്യപ്രശ്നങ്ങൾ, ഭരണാധികാരികളുടെ അഴിമതികൾ, ഭരണകൂട ഭീകരതകൾ ഒക്കെ ചർച്ച ചെയ്യപ്പെടുന്നുണ്ട്. അനവധി കൂട്ടായ്മകൾ അവയ്ക്കെതിരെ ഉയർന്നു വന്നിട്ടുണ്ട്. സാമൂഹ്യ ശൃംഖലാ കൂട്ടായ്മകൾ തെരുവിലിറങ്ങി പ്രതിഷേധിക്കുകയും ബഹുജനങ്ങളെ ഒപ്പം കൂട്ടുകയും ചെയ്തിട്ടുണ്ട്, ചെയ്യുന്നുണ്ട്. അങ്ങനെ നോക്കുമ്പോൾ ഇത്തരം സാമൂഹ്യ ശൃംഖലാ ഇടപെടലുകളെ മനസിലാക്കാനും പ്രസക്തിയുള്ളവയിൽ ചേരാനും വരുന്ന ലക്ഷങ്ങളെ കണ്ടില്ലെന്നു നടിക്കാനാവില്ല. എന്നാൽ ഈ ജനക്കൂട്ടത്തിന്റെ മനഃശാസ്ത്രം സമൂഹത്തെയാകെ സ്വാധീനിക്കുന്നുവെന്നതിനാൽ അതിന്റെ ഗുണദോഷ വിചാരങ്ങൾ ചർച്ച ചെയ്യേണ്ട കാലം അതിക്രമിച്ചിരിക്കുന്നു. പ്രത്യേകിച്ചും ആധുനിക സംവേദന സാങ്കേതിക വിദ്യയുടെ ഉൽപ്പന്നങ്ങൾക്കെല്ലാം അകമഴിഞ്ഞ സ്വീകരണം നൽകുന്ന കേരളം പോലുള്ള ഒരു പ്രദേശത്ത്.

പരസ്പരം സഹായിക്കാൻ അല്ലെങ്കിൽ ആശ്രയിക്കാൻ മനുഷ്യർ തമ്മിൽ സൗഹൃദക്കൂട്ടായ്മകൾ ആദികാലം മുതൽ നിലനിന്നിരുന്നു. പക്ഷേ അവ വളരെ ചെറിയ ഒരു വൃത്തത്തിൽ ഒതുങ്ങി. നേരിട്ട് കണ്ട് മാത്രമേ സഹായം ചോദിക്കാനോ നൽകാനോ, ഒരു ആശയം അല്ലെങ്കിൽ പ്രശ്നം ചർച്ച ചെയ്യാനോ കഴിഞ്ഞിരുന്നുള്ളൂ. സമയം, യാത്ര, ചേരുന്ന സ്ഥലം ഇവയൊക്കെ കൂട്ടായ്മയുടെ വിജയത്തെ ബാധിച്ചിരുന്നു. യാത്രാസൗകര്യങ്ങളും സംവേദനമാർഗങ്ങളും ആളോഹരി വരുമാനവും വർധിച്ചപ്പോൾ ഈ സാമൂഹ്യ കൂട്ടായ്മകൾ വിപുലമായി. അവ മതത്തിന്റെ പേരിൽ ജാതിയുടെ പേരിൽ കുടുംബത്തിന്റെ പേരിൽ ഒക്കെയായി വളർന്നു. അവയിലെല്ലാം ഒരു പൊതുലക്ഷ്യവും പരസ്പരാശ്രിതത്വവും ഉണ്ടായിരുന്നു. ഇവ ഒന്നുകൂടി വിപുലമായി രാഷ്ട്രീയ ലക്ഷ്യങ്ങൾ അടിസ്ഥാനമാക്കി വളർന്നു. പക്ഷേ, അവയിൽ പരസ്പരാശ്രിതത്വത്തേക്കാൾ പൊതുലക്ഷ്യമായി വലുത്. മേൽപ്പറഞ്ഞ കൂട്ടായ്മകൾക്കൊക്കെ

സന്ദേശങ്ങൾ എത്തിക്കുന്നതിന് ചില സംവിധാനങ്ങൾ ഉണ്ടായിരുന്നു. ആദ്യകാലത്ത് നേരിൽ കണ്ട് പറഞ്ഞു. പിന്നീട് അത് കത്ത് മാർഗമായി. പിന്നീട് കത്തും ഫോണും ആയിരുന്നു പ്രധാനമായും വിവരസംവേദനത്തിനുള്ള മാർഗം. അതിനൊക്കെ ചുമതലയുള്ള വ്യക്തികളുടെ ഒരു ശ്രേണി പ്രവർത്തിച്ചിരുന്നു. അതിൽ അവസാനത്തെ കണ്ണികളാണ് ഭൂരിപക്ഷം വരുന്ന അംഗങ്ങളുമായി നേരിട്ട് സംവദിച്ചിരുന്നത്. ഇത്തരം കൂട്ടായ്മകൾക്കൊക്കെ പ്രദേശം, സംവേദന ചെലവ്, വേഗത ഒക്കെ വലിയ പരിമിതിയായിരുന്നു. അത്തരം പരിമിതികളെയെല്ലാം മറികടന്ന്, സങ്കൽപ്പിക്കാനാവാത്ത വിധം വളരുകയായിരുന്നു ഇന്റർനെറ്റ് വഴിയുള്ള കൂട്ടായ്മകൾ. ലോകത്തിന്റെ ഏത് മൂലയിൽനിന്നും മറ്റൊരു മൂലയിലുള്ള ആളുമായി സംവദിക്കാൻ ആയിരത്തിലൊരു നിമിഷം മതിയെന്ന സ്ഥിതി വന്നു. ഇത് പുതിയൊരുതരം കൂട്ടായ്മയിലേക്കും സംസ്കാരത്തിലേക്കുമാണ് മനുഷ്യനെ നയിച്ചത്. അപ്പോൾ നൂറ്റാണ്ടുമുമ്പു തന്നെ പ്രത്യേകതരം കൂട്ടായ്മകൾ നിലനിന്നിരുന്നുവെന്നാണ് നാം മനസിലാക്കേണ്ടത്. 1954 ൽ പ്രൊഫ. ജെ എ ബേൺസ് ആണ് ഇത്തരത്തിലുള്ള ബന്ധങ്ങളുടെ കൂട്ടായ്മകളെ 'സാമൂഹ്യ ശൃംഖലകൾ' എന്ന് ആദ്യമായി വിളിച്ചത്.

വിവരങ്ങൾ ശേഖരിക്കാനും സൂക്ഷിക്കാനും വിതരണം ചെയ്യാനും കഴിയുന്ന ലോകവ്യാപിയായ ശൃംഖലയാണ് ഇന്റർനെറ്റ്. ഒരാൾക്ക് ആവശ്യമുള്ള വിവരം എന്തെന്ന് നെറ്റിലേക്ക് ടൈപ്പ്ചെയ്യുന്നു. നിമിഷങ്ങൾക്കുള്ളിൽ അത് സർച്ച് എഞ്ചിനുകളുടെ സഹായത്തോടെ സ്വമേധയാ നടത്തുന്ന പരിശോധനയിൽ മേൽപ്പറഞ്ഞ വ്യക്തിക്ക് ആവശ്യമുള്ള വിവരങ്ങൾ എവിടെയൊക്കെയുണ്ട് എന്നതിന്റെ വെബ്സൈറ്റുകളുടെ ലിസ്റ്റ് നമ്മുടെ മുന്നിലെത്തിക്കുന്നു. അതിൽനിന്ന് നമുക്ക് ഉചിതമെന്ന് തോന്നുന്ന വെബ്സൈറ്റ് തെരഞ്ഞെടുക്കാനാകുന്നു. അത് കഴിഞ്ഞ് മറ്റൊന്നെടുക്കാം. വിജ്ഞാന വിനിമയ രംഗത്ത് മനുഷ്യൻ കണക്കുകൂട്ടാത്തത്ര ഉയരത്തിലേക്ക് കുതിക്കുകയായിരുന്നു ഇന്റർനെറ്റ് യുഗപ്പിറവി.

കേരളം മുതൽ

സാമൂഹ്യ ശൃംഖലകളുടെ ഉപയോഗം സംബന്ധിച്ച് കേരളമെന്ന അതിർത്തിക്കുള്ളിൽ നിർത്തിയുള്ള പരിശോധനയ്ക്ക് വലിയ പ്രസക്തിയില്ല. എന്നാൽ, ഇന്ത്യയിലെ മറ്റു സംസ്ഥാനങ്ങളെ അപേക്ഷിച്ച് വിദ്യാഭ്യാസം, യാത്ര, ലോക പരിചയം തുടങ്ങിയ കാര്യങ്ങളിലുള്ള കേരളത്തിന്റെ നേരിയ മേൽക്കൈ പരിഗണിച്ച് അപ്രകാരമുള്ള പരിശോധനയ്ക്ക് സാധ്യതകളുമുണ്ട്. കൃത്യമായ ഒരു പഠനം ഈ അർഥത്തിൽ നടന്നിട്ടില്ലെങ്കിലും ചില ശ്രമങ്ങൾ നടന്നിട്ടുണ്ട്. അത് ചില സൂചനകൾ നൽകുന്നുമുണ്ട്. എന്തിനെയും അതിവേഗത്തിൽ സ്വീകരിക്കാൻ ധൃതികാണിക്കുന്ന മലയാളികൾ ഫേസ്ബുക് അടക്കമുള്ള സാമൂഹ്യ ശൃംഖലകളെയും ആവേശത്തോടെ എതിരേറ്റു. എന്നാൽ, അതിനെ എങ്ങനെ ഉപയോഗിക്കണമെന്നത് സംബന്ധിച്ച ധാരണയില്ലായ്മ പല വഴിതിരിയലു

കൾക്കും കാരണമായി. അതുമൂലം ശ്രദ്ധയിൽപ്പെട്ട ചില ശുഭകരമല്ലാത്ത ഇടപെടലുകൾ ഇവയാണ്: 1. സാമുദായികമായി മറ്റുള്ളവരെ ആക്ഷേപിക്കൽ. 2. അടിസ്ഥാനമില്ലാത്ത പോസ്റ്റുകളിലൂടെ വ്യക്തിപരമായും പാർട്ടിപരമായും താറടിക്കൽ. 3. ഒരു രസത്തിനോ വിനോദത്തിനോ നടത്തുന്ന ഇടപെടൽ കമന്റുകളിലൂടെ മറ്റ് വ്യക്തികൾക്ക് ഉണ്ടാകാവുന്ന വേദനയെയും ഒറ്റപ്പെടലിനെയും കാണാതിരിക്കൽ. 4. സാമൂഹ്യ ശൃംഖലകൾ സ്വയം നിർമിച്ചിട്ടുള്ള കരാറും, രാജ്യത്ത് നിലനിൽക്കുന്ന നിയമവും മനസിലാക്കാതെ നടത്തുന്ന ഇടപെടലിലൂടെ സ്വയം കുരുക്കിൽ പെടൽ. ഇവയെല്ലാറ്റിലും മലയാളി ചെന്നുപെട്ടിട്ടുണ്ട്. ഇതിലേക്ക് ചില സൂചനകൾ നൽകാവുന്നതാണ് കണ്ണൂർ സർവകലാശാലയിലെ മാസ് കമ്യൂണിക്കേഷൻ ആന്റ് ജേണലിസം വിഭാഗം കേരളത്തിലെ ഇന്റർനെറ്റ് ഉപഭോക്താക്കൾക്കിടയിൽ നടത്തിയ സർവേ പഠനം. നേരിട്ടും, സാമൂഹ്യ ശൃംഖലകൾ വഴിയും ആയിരുന്നു പഠനം. സത്യാവസ്ഥ അറിയാൻ പരമാവധി ശ്രമിച്ചുവെന്നതായിരുന്നു ആ സർവെയുടെ ഫലം. അതിന് അവർ സർവെയിൽ പങ്കെടുത്തവർക്ക് നൽകിയ ഉറപ്പ് പേര് വെളിപ്പെടുത്തില്ല എന്നാണ്. അന്തരാഷ്ട്ര നിലവാരത്തിൽ നടക്കുന്ന സർവെകളുടെ മാനദണ്ഡങ്ങൾ പ്രകാരം ഒരുപക്ഷേ, ഈ സർവെയെ സമീപിക്കാൻ കഴിയില്ലെങ്കിലും ചുരുങ്ങിയ ഒരു വൃത്തത്തിനകത്ത് ഏത് തരത്തിലുള്ള ചിന്തകളാണ് നടക്കുന്നത് എന്നതിലേക്ക് സൂചന നൽകാൻ അതിന് കഴിയുന്നുണ്ട്.

ഫെയ്സ്ബുക് ജനങ്ങൾക്കിടയിൽ വർഗീയ ധ്രുവീകരണം വളർത്തുന്നുവെന്നായിരുന്നു സർവേ റിപ്പോർട്ട് പ്രകാശനം ചെയ്തുകൊണ്ട് സർവെക്ക് നേതൃത്വം കൊടുത്തവർ പറഞ്ഞത്. അത് വലിയ വാർത്തയാകുകയും ചെയ്തു. മുസ്ലിം സമുദായത്തിലുള്ളവർ ആകെ അക്രമികളാണെന്ന അല്ലെങ്കിൽ തീവ്രവാദികളാണെന്ന ധ്വനിയോടെയുള്ള പോസ്റ്റുകൾ ഫേസ്ബുക്കിൽ പ്രത്യക്ഷപ്പെട്ട വർഷങ്ങളാണ് 2009-11 കാലഘട്ടം. ലൗ ജിഹാദ് വിവാദം, പലസ്തീൻ ആക്രമണം, മദനിയുടെ അറസ്റ്റും ജയിൽവാസവും തുടങ്ങി വ്യത്യസ്ത അവസരങ്ങളിലാണ് സാമുദായികമായ ആക്രമണങ്ങൾ ഫേസ്ബുക്കിലൂടെ ഉണ്ടായത്. ഇതിനു സമാന്തരമായി ഹിന്ദു സംഘടനകളുടെയും മറ്റും പ്രവർത്തനങ്ങൾക്കെതിരെ തിരിച്ചും സാമൂഹ്യ ശൃംഖലകൾ വഴി പ്രചാരണം നടത്തി. ഈ രണ്ടു പ്രകാശനങ്ങളും ഫലത്തിൽ വർഗീയ ധ്രുവീകരണത്തെയാണ് പ്രോത്സാഹിപ്പിച്ചത്.

ജനങ്ങൾക്കിടയിൽ വർഗീയ ധ്രുവീകരണം വളർത്തുന്നതിൽ ഫെയ്സ്ബുക്കിന് പ്രധാന പങ്കുണ്ടെന്ന സർവെ ഫലം എത്രത്തോളം വിശ്വസനീയമാണെന്ന ചർച്ചയ്ക്കു മുമ്പേ, ഈ പ്രവണതയുടെ അപകടത്തെ കുറിച്ചാണ് ജാഗ്രതപ്പെടേണ്ടത് സർവേയിൽ പങ്കെടുത്ത 54 ശതമാനം പേരാണ് ഫെയ്സ്ബുക് ജനങ്ങൾക്കിടയിൽ വർഗീയ ധ്രുവീകരണം വളർത്താൻ കാരണമാകുന്നു എന്ന് അഭിപ്രായപ്പെട്ടത്. ലൗജിഹാദ്, പലസ്

തീൻ ആക്രമണം, കുംഭമേള, താക്കറെയുടെ മരണം, ബാബറി മസ്ജിദ് , ശബരിമലയിലെ ഫണ്ട് തുടങ്ങി നിരവധി പ്രശ്നങ്ങളിൽ സാമൂഹ്യ ശൃംഖലകളിൽ പോസ്റ്റുകളും കമന്റുകളും ലൈക്കുകളും ഫേവറേറ്റുകളും പ്ലസുകളും ധാരാളമായിരുന്നു. എന്നാൽ ഇവയിൽ ലൗ ജിഹാദ്, പലസ്തീൻ ആക്രമണം തുടങ്ങിയ വിഷയങ്ങളിലുണ്ടായ കമന്റുകളധികവും മുസ്ലിം വിരോധം പുകയുന്നതായിരുന്നു. അതേസമയം കുംഭമേളയ്ക്കെതിരെ പരിസ്ഥിതിനാശം എന്നൊക്കെ പറഞ്ഞുള്ള ലോലമായ പരാമർശങ്ങളെ ഉണ്ടായുള്ളൂ.

വ്യാജന്മാരുടെ മനഃശാസ്ത്രവും ഇത്തരമൊരു സർവെയിൽ വെളിവായി. തന്റെ മൂടിവയ്ക്കപ്പെട്ടിട്ടുള്ള മുഖത്തിന് പുറത്തുകടക്കാനും ആരെയെങ്കിലും ആക്ഷേപിക്കാനും തന്റെ പേരിലല്ലാതെ ഒരു അക്കൗണ്ട് വേണമെന്നാഗ്രഹിച്ചവർ കുറവല്ലെന്നതും ശ്രദ്ധിക്കേണ്ടതാണ്. ഇരുപത്തിയാറ് (26%) ശതമാനത്തോളം പേരാണ് ഫെയ്സ്ബുക്കിൽ ഒന്നിലധികം അക്കൗണ്ടുകളുള്ളതെന്നും സർവേ ഫലം വ്യക്തമാക്കി. 42 ശതമാനം ആളുകൾ ഫേസ്ബുക്കിൽനിന്നും സൗഹൃദം ആഗ്രഹിക്കുന്നവരാണെന്നും അതിൽ തന്നെ അപരിചിതരുടെ വ്യക്തിവിവരങ്ങൾ ശ്രദ്ധിക്കാതെ സുഹൃത്തുക്കളായി സ്വീകരിക്കുന്നവരാണ് അധികമെന്നും (43 ശതമാനം) മനസിലായി. ഓഫീസ്/പഠന സമയങ്ങൾ ഫെയ്സ്ബുക് കവർന്ന് എടുക്കുന്നുവെന്ന പരാതിക്ക് അടിസ്ഥാനമുണ്ട് എന്ന് തെളിയിച്ച വിവരങ്ങളും ലഭിച്ചു. 28 ശതമാനം പേർ ഓഫീസ്/പഠനസമയങ്ങളിൽ ഫെയ്സ്ബുക് ഉപയോഗിക്കുന്നു. മൊബൈൽ വഴി ഫെയ്സ്ബുക് ഉപയോഗിക്കുന്നവർ 41 ശതമാനം ആണ്.

69 ശതമാനം ആളുകൾ ഫെയ്സ്ബുക്കിനെ ഒരു വാർത്താമാധ്യമമായി കാണുന്നുവെന്നത് അതിന്റെ മികച്ച ഒരു ഉപയോഗം ശീലമാക്കുന്നുവെന്നതിന് നിദാനമാണ്. ഇത് പുതിയ കാലത്തിന്റെ മാധ്യമമെന്ന പ്രസക്തി ഫെയ്സ്ബുക്കിന് നൽകുന്നു. എന്നാൽ, വിവിധ മാനസികപ്രശ്നങ്ങൾക്ക് ഫെയ്സ്ബുക് കാരണമാകുന്നു എന്ന ഗൗരവകരമായ സ്ഥിതിയും ഇന്ന് കേരളം നിരീക്ഷിച്ചാൽ ബോധ്യമാകും. 45 ശതമാനം പേർക്ക് ഫെയ്സ്ബുക് ഉപയോഗിക്കാൻ കഴിഞ്ഞില്ലെങ്കിൽ മാനസിക പിരിമുറുക്കം ഉണ്ടാകുന്നുവെന്ന വസ്തുത ലോകനിലവാരത്തിൽ സാമൂഹ്യ ശൃംഖലയുണ്ടാക്കുന്ന മാനസിക പ്രശ്നം സംബന്ധിച്ച പഠനങ്ങളെ സാധൂകരിക്കുന്നതാണ്. അപ്പ്‌ലോഡ് ചെയ്ത പോസ്റ്റിന് ലൈക്കോ കമന്റോ ലഭിച്ചില്ലെങ്കിൽ അസ്വസ്ഥരാകുന്നവർ 41 ശതമാനം ആണ് ഇവിടെ. എന്നാൽ, ലോകത്താകമാനം ഉയർന്ന പരാതിയായ സ്വകാര്യതയിലേക്ക് എത്തിനോക്കൽ കേരളത്തിൽ പറയപ്പെടുന്നപോലെ ഇല്ലെന്നത് പഠനാർഹമായ വിഷയമാണ്. സ്വകാര്യതയിലേക്ക് ഫെയ്സ്ബുക് കടന്ന് കയറുന്നുണ്ടോ എന്ന ചോദ്യത്തിന് ഇല്ലയെന്ന ഉത്തരം നൽകിയത് 69 ശതമാനം പേരാണ്. സാമൂഹ്യ ശൃംഖലകൾ ജീവിതത്തിലും ഔദ്യോഗിക കൃത്യനിർവഹണത്തിലും കാര്യമായ പങ്കുവഹിക്കുന്നുവെന്നത്

കേരളത്തിൽ ഇതിന്റെ ഉപയോഗസാധ്യത കൂടുതൽ പ്രസക്തമാകുന്നുവെന്നാണ് കാണിക്കുന്നത്. മലയാളികളായ ഫേസ്ബുക് ഉപയോക്താക്കളിൽ 60 ശതമാനം പേർ അത് നിത്യജീവിതത്തിൽ മാറ്റം വരുത്താൻ സഹായിച്ചുവെന്ന് സാക്ഷ്യപ്പെടുത്തിയിട്ടുണ്ട്.

മുംബെയിൽ ഫെയ്സ്ബുക് കമന്റിന്റെ പേരിൽ പെൺകുട്ടികളെ അറസ്റ്റു ചെയ്ത നടപടിയെ ഭൂരിപക്ഷം ഉപയോക്താക്കളും എതിർത്തുവെന്നത് സത്യം തന്നെ. പക്ഷേ, അതിനെ അനുകൂലിച്ച് പോസ്റ്റ് നടത്താനും കമന്റ് ചെയ്യാനും 20 ശതമാനത്തോളം പേരുണ്ടായി എന്നത് ഗൗരവത്തോടെ കാണേണ്ട സംഗതിയാണ്. എന്നാൽ ഇതുമായി ബന്ധപ്പെട്ട ഫെയ്സ്ബുക്കിനെ സെൻസർ ചെയ്യുന്നതിനോട് 77 ശതമാനം ആളുകൾക്കും വിയോജിപ്പാണ്.

ഫെയ്സ്ബുക്കിൽ വരുന്ന പരസ്യങ്ങളെ ശ്രദ്ധിക്കാറില്ലെന്നാണ് 76 ശതമാനം പേരും അഭിപ്രായപ്പെട്ടത്. ഫെയ്സ്ബുക്കിലൂടെ ആവിഷ്കാര സ്വാതന്ത്ര്യം ലഭ്യമാകുന്നില്ലെന്നാണ് 25 ശതമാനം ആളുകളും അവകാശപ്പെട്ടത്. ഒരു മണിക്കൂറിന് താഴെയും ഒരു മണിക്കൂറും ഫേസ്ബുക് ഉപയോഗിക്കുന്നവരാണ് കേരളത്തിൽ ഭൂരിപക്ഷവും (67%).

പൊളിച്ചെഴുത്തിന്റെ കാലം

ഇന്റർനെറ്റിന്റെ അടിസ്ഥാനപരമായ ഉപയോഗത്തിൽനിന്ന് ഒരുപടി കടന്ന് സാമൂഹ്യബന്ധങ്ങളിൽ വൻപൊളിച്ചെഴുത്തു നടത്തിയ രണ്ടാമത്തെ ഘട്ടമാണ് സാമൂഹ്യ ശൃംഖലകൾ. വ്യക്തികൾക്കോ സംഘടനകൾക്കോ അക്കൗണ്ട് തുടങ്ങി മറ്റുള്ളവരുമായി സംവദിക്കാനുള്ള, ചിത്രങ്ങളും വീഡിയോകളും കൈമാറാനുള്ള സ്വകാര്യ ഇടങ്ങളാണ് അതിന്റെ പ്രത്യേകത. ഒരു പൊതുപ്രശ്നത്തിൽ തനിക്കുള്ള അഭിപ്രായം സ്വതന്ത്രമായി പറയാനുള്ള സ്ഥലവും ലഭിക്കുന്നു. തന്നെ സ്വയം ആവിഷ്കരിക്കാൻ കഴിയുന്നുവെന്നത് ഏവരെയും ഇതിലേക്ക് ആകർഷിക്കുന്ന ഘടകമാണ്. തന്നെ ആരൊക്കെയോ കേൾക്കുന്നുണ്ട്, വായിക്കുന്നുണ്ട്, കാണുന്നുണ്ട് എന്ന തോന്നൽ ഓരോ വ്യക്തിക്കും സ്വയം പ്രത്യക്ഷപ്പെടാനുള്ള ത്വര വളർത്തുന്നതാണല്ലോ. അത്തരത്തിലുള്ള വലിയ ഒരു ലോകത്തേക്ക് കയറിയെന്ന അനുഭൂതിയാണ് ഓരോരുത്തർക്കും ഒരു സാമൂഹ്യ ശൃംഖലയിൽ സ്വന്തം അക്കൗണ്ടുണ്ടാക്കുമ്പോഴുണ്ടാകുന്നത്.

വ്യക്തി അല്ലെങ്കിൽ സംഘടന, തയാറാക്കുന്ന സാമൂഹ്യസൗധമാണ് ഒരു സാമൂഹ്യ ശൃംഖല എന്നു പറയാം. എന്തിനും ഏതിനും ഇന്റർനെറ്റ് ഉപയോഗിച്ച് സുപരിചിതരായവർ ലോകത്തെ 'നെറ്റ്ലോകം' എന്നാണ് പറയുക. നെറ്റ്ലോകത്ത് മേൽപ്പറഞ്ഞ സാമൂഹ്യസൗധം തയാറാക്കുന്ന വ്യക്തിയെ അല്ലെങ്കിൽ സംഘടനയെ 'നോഡ്' എന്നാണ് അറിയപ്പെടുന്നത്. ഒരു പ്രത്യേകതരത്തിലുള്ള പരസ്പരാശ്രിതത്വം ആണ് ഇവരെ ബന്ധപ്പെടുത്തുന്നതും ബന്ധം തുടരുന്നതും. നോഡ്, തന്നെ അല്ലെങ്കിൽ തങ്ങളെ സ്വയം പരിചയപ്പെടുത്തിക്കൊണ്ട് ആശയവും ലക്ഷ്യവും

വ്യക്തമാക്കുന്നു സാമൂഹ്യ ശൃംഖലാ കൂട്ടായ്മയുടെ ആദ്യപേജിൽ. ആ ആശയത്തോട്, ലക്ഷ്യത്തോട്, സമീപനത്തോട് യോജിക്കുന്നവർ ആ കൂട്ടായ്മയിൽ പങ്കുചേരുന്നു. അങ്ങനെ പങ്കുചേരുമ്പോൾ സാമൂഹ്യ ശൃംഖല എന്ന മഹാകൂട്ടായ്മയിൽ തന്നെയുള്ള ചെറുകൂട്ടായ്മയിൽ അംഗമാകുന്നു. ആ കൂട്ടത്തിലുള്ളവരുടെ പരസ്പര കൈമാറ്റങ്ങളും ഈ അംഗത്തിനും ലഭ്യമാകുന്നു. ഈ അംഗത്തിന് അതിൽ അഭിപ്രായം രേഖപ്പെടുത്താനാവുന്നു. അത് മറ്റുള്ളവർ കാണുന്നു. അവർ അഭിപ്രായം അറിയിക്കുന്നു. നിത്യേന നടക്കുന്ന ഈ കൈമാറ്റങ്ങൾ ഏതോ രാജ്യത്ത് അല്ലെങ്കിൽ ദേശത്തുള്ളവർ തമ്മിൽ വൈകാരികമായിപ്പോലും അടുപ്പമുണ്ടാകുന്നു. അതിൽ ചിലർ നേരിട്ട് കാണാനാഗ്രഹിച്ച് കണ്ടുമുട്ടുന്നു. അവരിൽ ചിലർ പ്രണയിക്കുന്നു. മറ്റുചിലർ കലഹിക്കുന്നു. വഞ്ചിക്കപ്പെടുന്നു, അപായപ്പെടുത്തുന്നു......അതെ, മനുഷ്യൻ മുമ്പ് കാണാത്ത ബന്ധങ്ങളും അത് വരുത്തുന്ന നേട്ടങ്ങളും ഒപ്പം വൈകൃതങ്ങളും നാം കണ്ടുകൊണ്ടിരിക്കുകയാണ്.

കേവല സൗഹൃദത്തിനു പുറമെ കൂട്ടായ്മകൾ രൂപപ്പെടുന്നത് വ്യത്യസ്തവും അപൂർവവുമായ മാനദണ്ഡങ്ങളുടെ അടിസ്ഥാനത്തിലാണ്. പ്രത്യേക രാഷ്ട്രീയത്തിൽ വിശ്വസിക്കുന്നവർ, പ്രത്യേക ഭാഷ സംസാരിക്കുന്നവർ, നിശ്ചിത വിഷയത്തിൽ ഒരേ വികാരമുള്ളവർ, കുടുംബക്കാർ, പ്രത്യേക ലൈംഗികതാൽപ്പര്യമുള്ളവർ, വിശ്വാസികൾ, ഒരു പ്രത്യേകകാര്യത്തോട് ഇഷ്ടമില്ലാത്തവർ ഇങ്ങനെ പോകുന്നു അവ. ഒരു സാമൂഹ്യ ശൃംഖലയിൽ ചേരുന്നയാൾക്ക് അതിൽ പൊതുവായി വരുന്ന സന്ദേശങ്ങളിലും ചിത്രങ്ങളിലും സംഭവവിവരണങ്ങളിലും അഭിപ്രായം രേഖപ്പെടുത്താം. തന്റേതായ പുതിയ സംഭാവനകൾ നൽകി അതിലേക്ക് അഭിപ്രായങ്ങൾ ക്ഷണിക്കാം. മറ്റുള്ളവർ കാണണം എന്നാഗ്രഹിക്കുന്ന തന്റെ സൃഷ്ടികൾ, ചിത്രങ്ങൾ ഒക്കെ അപ്‌ലോഡ് ചെയ്യാം.

വ്യക്തിഗതമോ സംഘടനാതലമോ രാഷ്ട്രാന്തര തലമോ ഒക്കെയായി ഈ ബന്ധം നിലനിൽക്കുന്നു. വിവിധ നിലവാരങ്ങളിൽ ഈ ബന്ധം നിലനിൽക്കുന്നു. വ്യക്തികളായാലും കുടുംബങ്ങളായാലും രാഷ്ട്രങ്ങളായാലും അവയുടെ നിലവാരങ്ങൾ വ്യത്യസ്തമാണ്. ഈ ബന്ധം വഴി അവരുടെ പ്രശ്നങ്ങൾ ചർച്ച ചെയ്യുന്നുണ്ട്, പരിഹാര നിർദേശങ്ങളുമുണ്ട്. രാജ്യങ്ങൾ തമ്മിലുള്ള ബന്ധത്തിൽപോലും സോഷ്യൽനെറ്റ്‌വഴിയുള്ള സംവേദനത്തിലൂടെ മാറ്റം വന്ന ചരിത്രമുണ്ട്. പ്രത്യേകതരം ബന്ധങ്ങളുടെ ഒരു ഭൂപടമായി നമുക്ക് സോഷ്യൽനെറ്റുകളെ കാണാനാകും. ഒരു നോഡ് അല്ലെങ്കിൽ വ്യക്തി അയാളുടെ സാമൂഹ്യ ബന്ധമാണ് സാമൂഹ്യ ശൃംഖലയിലൂടെ നിലനിർത്തുന്നത്. അവന്റെ ഇഷ്ടാനിഷ്ടങ്ങൾ, നിലപാട്, അറിവ് ഇവയെല്ലാം പ്രകാശിതമാവുന്നുണ്ട്. ഒരു സാമൂഹ്യ ശൃംഖല വിശകലനം ചെയ്താൽ സമൂഹത്തിലെ ഒരു പ്രത്യേക വിഭാഗത്തിന്റെ അല്ലെങ്കിൽ ഒരു പ്രത്യേക പ്രശ്നത്തിലുള്ള അഭിപ്രായങ്ങളുടെ ശരാശരി അറിയാനാകും. ഇതിന്റെ അടിസ്ഥാനത്തിൽ മറ്റു

പലമേഖലകളിലും ചലനമുണ്ടാക്കാനാകും. പല സർക്കാരുകളും വിവാദ വിഷയങ്ങളിലുള്ള നയപരമായ തീരുമാനം എടുക്കുന്നതിനു മുമ്പ് സാമൂഹ്യ ശൃംഖലാ വിശകലനങ്ങൾ പരിശോധിക്കാറുണ്ട്. പല ഉൽപ്പാദകരും ജനങ്ങളുടെ താൽപ്പര്യവും 'മൂഡും' മനസിലാക്കാനും ഇവയെ ആശ്രയിക്കാറുണ്ട്. അതുകൊണ്ട് സാമൂഹ്യ ശൃംഖലാ വിശകലനം മറ്റൊരു തൊഴിൽമേഖലയായി വളർന്നു കഴിഞ്ഞു. ഒട്ടേറെ ഏജൻസികളാണ് ഈ രംഗത്തുള്ളത്. ആധുനിക സാമൂഹ്യശാസ്ത്ര പഠനത്തിൽ സുപ്രധാന പങ്കാണ് സാങ്കേതികമായിത്തന്നെ ഇവ വഹിക്കുന്നത്.

സുഹൃദ്വലയം സൃഷ്ടിക്കുകയെന്നത് സാമൂഹ്യ ശൃംഖലകളിൽ ചേരുന്നവരുടെ പ്രധാന ലക്ഷ്യമാണ്. അത് ഏതെങ്കിലും പ്രത്യേക താൽപ്പര്യമുള്ളവരുടെ സൗഹൃദമായിരിക്കും. എന്നാൽ ഇതിനുമപ്പുറത്തേക്ക് പോയി നൂറുകണക്കിന് കൂട്ടായ്മകൾ രൂപീകരിച്ച് വൻ ഗ്രൂപ്പുകൾ ഉയർന്നുവന്നിട്ടുണ്ട്. ലോകപ്രശസ്ത നരവംശ ശാസ്ത്രജ്ഞ റോബിൻഡൺബാർ ചോദിക്കുന്നത് ഒരാൾക്ക് എത്ര സുഹൃത്തുക്കൾ വേണമെന്നാണ്. ശരാശരി മനുഷ്യന്റെ ഓർമശക്തിയും സൗഹൃദം നിലനിർത്താനുള്ള മാനസികാവസ്ഥയും വച്ച് പരമാവധി 150 സുഹൃത്തുക്കൾ മതി. ഇതിൽ തന്നെ 50 എണ്ണമേ നിലനിൽക്കാൻ സാധ്യതയുള്ളുവെന്നും റോബിൻഡൺ ബാർ പറയുന്നു. അപ്പോൾ സുഹൃദ്വലയത്തിനുമപ്പുറം ഇതൊരു ലഹരിയായി വളരുന്നു. 'സെർച്ച്', 'ചാറ്റ്' എന്നീ വാക്കുകൾ തന്നെ ചിലർക്ക് ദിവസത്തിലെ ഓരോ നിമിഷവും സിരകളിൽ പടരുന്ന ലഹരിയായി അടിയുന്നു. ഇതിന് ഒരു കാരണമുണ്ട്. അവന്റെ ഏതെങ്കിലും വികാരത്തെ ഉണർത്തും വിധമുള്ള ആശയസംഹിതയുടെ അടിസ്ഥാനത്തിലുള്ള കൂട്ടായ്മകളിലാണ് ഇത്തരം 'അടിമത്തം' കാണപ്പെടുന്നത്. ഉദാഹരണത്തിന്, ജർമനിയിൽ ഫേസ് ബുക് ഒട്ടേറെ അക്കൗണ്ടുകൾ നശിപ്പിക്കാനിടയായ സംഭവം നോക്കാം. ജർമൻ നിയോ-നാസി വികാരമുള്ളവർ വൻതോതിൽ ഫേസ്ബുക്കിലെ ഒരു കൂട്ടായ്മയിലേക്ക് ഇരച്ചു കയറി. ലക്ഷങ്ങളാണ് ഇതിൽ ചേർന്നത് എന്നാണ് ഒരിക്കൽ ഫേസ്ബുക് തലവൻ മാർക് സ്കർബർഗ്തന്നെ വെളിപ്പെടുത്തിയത്. 6000 പേർ ചേർന്ന 2010 ലാണ് ഇത് മൂർധന്യത്തിലെത്തി

റോബിൻഡൺബാർ

യത്. നാസി തീവ്ര വലതുപക്ഷവാദികൾ വൻതോതിൽ ആളെക്കൂട്ടുന്നതിന്, വികാരം കത്തിപ്പടർത്തുന്നതിന് പ്രകോപനപരമായ മുദ്രാവാക്യങ്ങൾ പ്രചരിപ്പിച്ചു. ഇത് ഫലം കാണുകയും ചെയ്തു. അക്കൗണ്ട് തുടങ്ങുന്നവരുടെ ഒഴുക്കായിരുന്നു. രാജ്യദ്രോഹകരവും മാനവികതയുടെ കാതൽ കളയുന്ന ജാതിവികാരവും തീപോലെയാണ് പടർന്നത്. ഒടുവിൽ ഫേസ്ബുക് തന്നെ ഇതിനെതിരായ പ്രചാരണം നടത്തി. ഈ സൈറ്റിൽ ആരും ചേരരുത് എന്ന് സ്കർബർഗ് വാർത്താസമ്മേളനം നടത്തി പറഞ്ഞു. അതീവഗുരുതരമെന്നു തോന്നുന്ന മുദ്രാവാക്യമുയർത്തിയ ആയിരത്തിലധികം അക്കൗണ്ടുകൾ ഫേസ്ബുക് നിർജീവമാക്കി. പ്രചാരണം സജീവമായതോടെ നാസി സൈറ്റിലെ പതിവ് സന്ദർശകരുടെ എണ്ണം 25000 ത്തിൽനിന്ന് 1600 ആയി കുറഞ്ഞുവെന്നാണ് ഒടുവിലത്തെ (2012) കണക്ക്. ബിരുദാനന്തരബിരുദവും ഡോക്ടറേറ്റും മറ്റുമുള്ള ഉന്നതതലത്തിൽ ജോലിനോക്കുന്നവരാണ് നിത്യസന്ദർശകരെന്നും പഠനത്തിൽ തെളിയുകയുണ്ടായി. സൗഹൃദവലയമുണ്ടാക്കുന്നതിനും ആശയകൈമാറ്റങ്ങൾക്കും സാധാരണ ഉപയോഗിക്കുന്ന സോഷ്യൽനെറ്റ്‌വർക്കിനെ എങ്ങനെ സാമൂഹ്യവിരുദ്ധമായ ആവശ്യങ്ങൾക്കുപയോഗിക്കാം എന്നതിന് ഏറ്റവും പുതിയ ഉദാഹരണമായി നാസികൂട്ടായ്മയെ പലരും ചൂണ്ടിക്കാട്ടാറുണ്ട്. ചൈനയിൽ ഗൂഗിൾ ഉണ്ടാക്കിയ പ്രശ്നവും ഉയർന്ന തലത്തിൽ ഇതേഫലം തന്നെയാണുണ്ടാക്കിയത്. അതേക്കുറിച്ച് വിശദമായി പിന്നീട് പ്രതിപാദിക്കുന്നുണ്ട്.

കാട്ടുതീ പോലെ

സാമൂഹ്യ ശൃംഖലകൾ ഉപയോഗിച്ച് ജനങ്ങളെ ന്യായമായ ഒരു പ്രശ്നം മുൻനിർത്തി സംഘടിപ്പിക്കാമെന്ന് ഇന്ത്യയിൽ തെളിയിച്ചിട്ടുണ്ട്. ശക്തമായ ലോക്പാൽ ബില്ലിനു വേണ്ടി ന്യൂഡൽഹിയിൽ 2011 ആഗസ്തിൽ നടന്ന അണ്ണാഹസാരെയുടെ പ്രക്ഷോഭം ലോകശ്രദ്ധയാകർഷിച്ചിരുന്നു. ശക്തമായ അടിത്തറയുള്ള ഒരു സംഘടന ഈ പ്രക്ഷോഭത്തിനു പിന്നിലില്ലായിരുന്നു. വൻജനക്കൂട്ടത്തെ ആകർഷിച്ച് പരിചയിച്ച നേതാവുമില്ല. ഒരു സുപ്രഭാതത്തിൽ അണ്ണാഹസാരെ ഒരു കൂട്ടം ജനങ്ങളുടെ 'ഹീറോ' ആവുകയായിരുന്നു. മറ്റെല്ലാ പ്രചാരണോപാധികൾക്കൊപ്പം സോഷ്യൽനെറ്റുവർക്കുകളാണ് ഹസാരെ സമരത്തിനു പിന്നിലുള്ളവർ കൂടുതലായി ഉപയോഗിച്ചത്. അത് ഏറ്റവും സഫലമാവുകയും ചെയ്തു. ഹസാരെ സമരത്തിൽ അണിനിരന്നവരുടെ നിര, അവരുടെ സംസ്കാരം, പൊതുവിജ്ഞാനം തുടങ്ങിയ വിശേഷങ്ങൾ തെളിയിച്ച ഒരു കാര്യം, ദിവസത്തിൽ നല്ലൊരു സമയം നെറ്റിനുമുന്നിൽ കുത്തിയിരിക്കുന്നവരും സാമൂഹ്യ ശൃംഖലകളിൽ ചാറ്റ് ചെയ്യുന്നവരുമായിരുന്നു ഹസാരെയുടെ ആൾക്കൂട്ടത്തിലേക്ക് ഒഴുകിയെത്തിയത് എന്നതാണ്.

ആഗസ്ത് 16 ന് സമരം തുടങ്ങാൻ പുറപ്പെടവെ രാവിലെ ഏഴരയ്ക്ക് ഹസാരെയെ പൊലീസ് അറസ്റ്റു ചെയ്യുന്നു. തിഹാർ ജയിലിലിടുന്നു. പലഭാഗത്തും ജനങ്ങൾ പ്രതിഷേധിക്കുന്നു. എന്നാൽ ഒരു വൻകൂട്ടം

എങ്ങുമില്ല. സംഘടിതമായ രൂപമില്ല. ചിതറിക്കിടന്ന പ്രതിഷേധത്തെ ഒന്നിപ്പിക്കാൻ സംഘാടകർ തീരുമാനിച്ചു. രാവിലെ 11 മണിക്ക് ഫേസ്ബുക്കിൽ ഹസാരെ സംഘാടകരുടെ ആഹ്വാനം "വൈകിട്ട് അഞ്ചുമണിക്ക്, ഇന്ത്യഗേറ്റിൽ ഒത്തുകൂടുക. ജന്തർമന്തറിലേക്ക് മാർച്ച് ചെയ്യുക." ഒരു മണിക്കൂറിനുള്ളിൽ 3000 പേർ ഫേസ്ബുക്കിലെ സൈറ്റ് സന്ദർശിച്ച് ഐക്യദാർഢ്യം പ്രഖ്യാപിച്ചു. നോക്കൂ, സോഷ്യൽനെറ്റിനെ സമരത്തിനുപയോഗിച്ച മാർഗം. സമരത്തിന്റെ ആദ്യ ഘട്ടത്തിൽ ദൃശ്യമാധ്യമങ്ങൾ കാര്യമായ ശ്രദ്ധകൊടുത്തിരുന്നില്ല. "ആദ്യമൊക്കെ സാധാരണ പോലെ വാർത്ത കൊടുത്തു. പക്ഷേ ഞങ്ങളുടെ ബ്യൂറോകളിൽനിന്ന് വരുന്ന റിപ്പോർട്ടുകൾ കാണിച്ചത് ജനങ്ങൾ വൻതോതിൽ സമരത്തോടൊപ്പം കൂടുന്നുവെന്നാണ്. തുടർന്ന് ഞങ്ങൾ മുഴുവൻസമയ സംപ്രേഷണവുമായി ഇറങ്ങുകയായിരുന്നു'' - ലോക്പാൽ സമരത്തിനുശേഷം നടന്ന ഒരു ചർച്ചയിൽ സി എൻ എൻ - ഐ ബി എൻ എഡിറ്റർ രാജീവ്സർദേശായി പറയുകയുണ്ടായി. വാസ്തവത്തിൽ വാർത്തയെന്നതിലുപരി തങ്ങളുടെ മാർക്കറ്റിങ് തന്ത്രമായി ചാനലുകൾ മാറ്റുകയായിരുന്നു ഹസാരെ സമരം. സമര സംപ്രേഷണം തന്നെ സ്പോൺസർ ചെയ്യാൻ പല ചാനലിലും പരസ്യ ഏജൻസികളും ക്യൂ നിന്നുവെന്നാണ് പിന്നാമ്പുറ സംസാരമുണ്ടായത്. ഒടുവിലൊടുവിൽ സമരം നിർത്തരുതേ എന്നാഗ്രഹിച്ച ചാനലുകൾ വരെയുണ്ടായി. ഇന്ത്യാഗവൺമെന്റിനെതിരായ, പ്രത്യേകിച്ചും അഴിമതിക്കും അതിന്റെ ഭാഗമായി തന്നെ രൂക്ഷമാകുന്ന വിലക്കയറ്റത്തിനും എതിരായ ശക്തമായ പ്രതിഷേധ അലകൾ വ്യാപിച്ചു കിടക്കുന്ന അന്തരീക്ഷത്തിലാണ് ഹസാരെ രംഗത്ത് വന്നത്. ഈ പ്രതിഷേധത്തിന്റെ കൂട്ടായ്മയാണ് ഒരു പരിധിവരെ ഹസാരെ സംഘത്തിന് പിന്നിലെത്തിയത്. എന്നാൽ കൃത്യമായ ഒരു പദ്ധതിയോ നിലപാടോ ഒപ്പംകൂടിയ ജനങ്ങളെ നയിക്കാനുള്ള കെൽപ്പോ ഇല്ലാതെ ആ സമരം തന്നെ തകരുകയായിരുന്നു. പിന്നീട് ആ നേതൃത്വവും പരസ്പരം വേർപിരിഞ്ഞു. നവമാധ്യമങ്ങളെ ഉപയോഗിച്ച് ലോകത്തിന്റെ പലഭാഗത്തും ഉയർന്നുവന്ന പ്രതിഷേധസമരങ്ങൾക്കും പ്രസ്ഥാനങ്ങൾക്കും ഇതേ ഗതി വന്നു. അത് പിന്നാലെ വിശദമായി പ്രതിപാദിക്കുന്നുണ്ട്. അപ്പോൾ, പറഞ്ഞുവന്നത് സോഷ്യൽ നെറ്റ്‌വർക്കുകൾ തുടങ്ങിവച്ച ഒരു സമരത്തിൽനിന്ന് അതിന്റെ തലം എത്ര ഉയരത്തിലെത്തി എന്നു ചൂണ്ടിക്കാണിക്കാനാണ്.

വേഗവും വാർത്തയും

2011 ജൂലൈ 13 ന് ഉണ്ടായ മുംബൈ മാർക്കറ്റ് തുടർ സ്ഫോടനത്തിന് ശേഷമുണ്ടായ 'ട്വിറ്റർ' സ്ഫോടനത്തിലേക്ക് ഇനി നിങ്ങളുടെ ശ്രദ്ധക്ഷണിക്കട്ടെ. അന്നൊരു ബുധനാഴ്ചയായിരുന്നു. തിരക്കേറിയ മുംബൈ മാർക്കറ്റിൽ വൈകിട്ട് 6.55 ന് ആദ്യ സ്ഫോടനം നടന്നു. എന്താണുണ്ടായത്, മരണം എത്ര? ആകെ ഒരു അന്ധാളിപ്പ്. തുടർന്ന് മറ്റു കേന്ദ്രങ്ങളിൽ തുടർ സ്ഫോടനങ്ങൾ. നിമിഷങ്ങൾക്കുള്ളിൽ സോഷ്യൽ നെറ്റ്‌വർക്കായ

ട്വിറ്ററിൽ ഒരു സന്ദേശം പ്രത്യക്ഷപ്പെട്ടു. മുംബൈയിൽ സ്ഫോടനം നടന്നു. സഹായങ്ങൾക്കും വിവരങ്ങൾക്കും ബന്ധപ്പെടുക എന്നായിരുന്നു സന്ദേശത്തിന്റെ ഉള്ളടക്കം. നാല് ഫോൺനമ്പരും മെയിൽ വിലാസവും മറ്റും കൊടുത്തിരുന്നു. ലോകം തന്നെ സ്ഫോടനത്തെക്കുറിച്ച് ആദ്യം അറിയുന്നത് ആ സന്ദേശത്തിലൂടെയാണ്. തങ്ങളാണ് മുമ്പിൽ മുമ്പിൽ എന്ന് പുലമ്പിക്കൊണ്ടിരിക്കുന്ന പല ദേശീയ ദൃശ്യമാധ്യമങ്ങൾ പോലും അറിയുന്നതിനു മുമ്പ്. *'Twitter@nithinsr'* - എന്ന അക്കൗണ്ടിൽ നിന്ന് നിതിൻസാഗറിന്റേതായിരുന്നു സന്ദേശം. വാർത്ത അറിയിക്കുക എന്നതിലുപരിയായി കഴിയുന്ന സഹായം ചെയ്യുക, സഹായിക്കാൻ കഴിയുന്നവർ അറിയിക്കുക തുടങ്ങിയവയായിരുന്നു ആ സന്ദേശത്തിന്റെ ലക്ഷ്യം. തുടർന്ന് നൂറുകണക്കിന് പേരാണ് സഹായം ചോദിച്ചും സഹായ വാഗ്ദാനം നൽകിയും ട്വിറ്ററിലെ ഈ അക്കൗണ്ടിലെത്തിയത്. ഒട്ടേറെ പേർ സന്ദേശത്തിൽ കണ്ട ഫോണിൽ വിളിച്ച് വിവരങ്ങൾ അറിഞ്ഞു, സഹായം തേടി. 17 പേർ മരിക്കുകയും 131 പേർക്ക് പരിക്കേൽക്കുകയും ചെയ്തിരുന്നു സ്ഫോടനത്തിൽ.

സഹായവാഗ്ദാനം നൽകാൻ തയാറായിരുന്നവർ നിരാശരായ കഥയും ട്വിറ്ററിൽ തന്നെ പിന്നീട് പ്രത്യക്ഷപ്പെട്ടു. സ്ഫോടനം നടന്ന ദാദറിൽ തന്നെയുണ്ടായിരുന്ന കപിൽപിപാരിയ തന്റെ ഫോൺനമ്പരും വിലാസവും കൊടുത്ത് കാത്തിരുന്നു. ആശുപത്രിൽ കൊണ്ടുപോകാനോ ബന്ധുക്കളെ വിവരം അറിയിക്കാനോ സ്ഥലം പറഞ്ഞുകൊടുക്കാനോ എന്തിനു വേണമെങ്കിലും തയാറായി ആയിരുന്നു കപിലിന്റെ ഇരിപ്പ്. ഫോണിലേക്ക് ഒരു എസ് എം എസ് മാത്രമാണ് വന്നത്. സഹായം ആവശ്യമുള്ള പലർക്കും ഇതുപോലൊരു മാർഗം അറിയില്ലായിരുന്നു. ട്വിറ്റർ, ഫേസ്ബുക് തുടങ്ങി സാമൂഹ്യ ശൃംഖലകളുടെ അതീവ പ്രാധാന്യമുള്ള ഒരു ഉപയോഗ മേഖലയെ കുറിച്ചുള്ള അറിവ് എല്ലാ വിഭാഗം ജനങ്ങളിലേക്കും എത്തിക്കേണ്ടതിന്റെ ആവശ്യകതയാണ് ഇവിടെ പ്രസക്തമായത്.

എന്നാൽ ആശുപത്രികളിൽനിന്ന് ലഭിച്ച മറ്റൊരു വിവരം പരിക്കേറ്റ് ചികിത്സയിൽ കഴിയുന്നവർക്ക് രക്തം ലഭിക്കുന്നതിന് സോഷ്യൽനെറ്റ് വർക്കുകൾ വലിയ അളവിൽ സഹായിച്ചുവെന്നാണ്. കിട്ടാൻ എളുപ്പമല്ലാത്ത രക്തഗ്രൂപ്പുകൾ പോലും ട്വിറ്ററിലും ഫേസ്ബുക്കിലും കണ്ട നമ്പരുകളിലും വിലാസത്തിലും ബന്ധപ്പെട്ടപ്പോൾ ലഭ്യമായി എന്നാണ്. ആവശ്യം വരുമെന്ന് കരുതി ആദ്യമേ തന്നെ രക്തം ശേഖരിക്കാൻ ഇതു മൂലം കഴിഞ്ഞുവെന്നാണ് ബോംബെ ഹോസ്പിറ്റൽ ബ്ലഡ് ബാങ്ക് അധികൃതർ അറിയിച്ചത്. "മുംബൈ ആശുപത്രികളിൽ രക്തത്തിന് ക്ഷാമം നേരിടുന്നു" എന്ന സന്ദേശമാണ് ട്വിറ്ററിൽ വന്നത്. 20 പേർ ഈ സന്ദേശത്തെ തുടർന്ന് വിളിക്കുകയും രക്തദാനം ചെയ്യുകയും ചെയ്തുവത്രെ.

അപ്പോൾ സാമൂഹ്യമായി സാമൂഹ്യ ശൃംഖലകൾ ഉപയോഗപ്പെടുന്നതെങ്ങനെയെന്നതിന്റെ ഏറ്റവും ചെറിയ ഉദാഹരണമാണ് നാം മേൽ

കണ്ടത്. സൗഹൃദത്തിന്റെ പുതിയ മാർഗങ്ങളായി ഇവ മാറുമ്പോൾ പഴയ കത്തെഴുത്തിനെ സ്മരിപ്പിച്ച് ബന്ധങ്ങൾ നിലനിർത്തുന്നു. അകങ്ങളിലേക്ക് ചുരുങ്ങാൻ തുടങ്ങിയ മനുഷ്യനെ കുറച്ചെങ്കിലും പുറത്തെത്തിക്കാൻ സാമൂഹ്യ ശൃംഖലകൾ ശ്രമിക്കുന്നുണ്ട്. ഒട്ടൊക്കെ വിജയിക്കുന്നുമുണ്ട് എന്നും നാം കണ്ടു. 15 വർഷം പ്രായം മാത്രമുള്ള ഒരു മാധ്യമമാണ് ഇതെന്ന് മനസിലാക്കിമാത്രമേ സാമൂഹ്യ ശൃംഖലകളെ സമീപിക്കാനാവൂ. അതിന്റെ ശൈശവദശയിൽ തന്നെ മനുഷ്യനെ അത്ഭുതപ്പെടുത്തുന്ന വേഗങ്ങളാണ് ഉണ്ടായിക്കൊണ്ടിരിക്കുന്നത്. ഇപ്പോൾ ഒരു സാമൂഹ്യ ശൃംഖലാ ഉപയോക്താവിന് എന്തൊക്കെ സേവനങ്ങൾ അല്ലെങ്കിൽ പ്രയോജനങ്ങളാണ് കിട്ടുന്നത്. അതായത് തന്റെ സൗഹൃദാന്വേഷണത്തിനും അഭിപ്രായപ്രകടനങ്ങൾക്കും ചിത്രമുൾപ്പെടെയുള്ള സ്വപ്രകടനങ്ങൾ സ്വീകരിക്കാനും കൈമാറാനുമുള്ള സൗകര്യങ്ങൾക്കുമപ്പുറം എന്താണ് ഉള്ളത്. എണ്ണിയാലൊടുങ്ങാത്ത സേവനങ്ങളാണ് ഈ സാമൂഹ്യ ശൃംഖലകൾ വഴി ഇപ്പോഴുള്ളത്, ഇനി വരാൻപോകുന്നത്. നമുക്ക് ആവശ്യമുള്ള സേവനദാതാക്കളെ കണ്ടെത്താൻ കഴിയുന്നുവെന്നത് തന്നെ പ്രധാനം. ഒരു ബിസിനസ് തുടങ്ങാൻ ആഗ്രഹിക്കുന്നവർക്ക് അതിനാവശ്യമായ ഉപദേശ-നിർദേശങ്ങൾ സ്വീകരിക്കാം. ബിസിനസ് കമ്യൂണിറ്റിയിൽ ചേർന്ന് പാർട്ണർമാരെ, ആവശ്യമെങ്കിൽ കണ്ടെത്താം. ഒരു ഗവേഷണ വിദ്യാർഥിക്ക് ലോകത്ത് ഏത് ഭാഗത്തും അന്വേഷണം നടത്താം. പുസ്തകങ്ങൾ തേടാം, ഉന്നതസർവകലാശാലകളുടെ കൂട്ടായ്മകളിൽ കയറി ഉന്നതരായ അധ്യാപകരിൽ നിന്നുതന്നെ സംശയങ്ങൾ നിവർത്തിക്കാം, ശാസ്ത്രം, സാങ്കേതികം, ചരിത്രം, രാഷ്ട്രതന്ത്രം....തുടങ്ങി എല്ലാ മേഖലകളെയും സമ്പുഷ്ടമാക്കുന്ന കൂട്ടായ്മകൾ രൂപപ്പെട്ടിട്ടുണ്ട്. പക്ഷേ, സാമൂഹ്യ ശൃംഖലയിലെ അന്വേഷണം ശരിയായ വഴിക്ക് നീങ്ങണം. അതിനെ എങ്ങനെ ഉപയോഗിക്കണം എന്ന് അറിഞ്ഞ് തന്നെ പോകണം. അല്ലെങ്കിൽ മറ്റേതൊരു മേഖലയേയും പോലെ തെറ്റായ വഴികളിലൂടെ സഞ്ചരിക്കാം. തെറ്റായ കൂട്ടായ്മകളിൽ ചെന്നുപെടാം. നേരംകൊല്ലലും ദുർബുദ്ധിയും മാത്രമാകും ഫലം. കണക്കു പഠിക്കുന്നതു പോലെയാണത്. നാമിന്ന് കാണുന്നത് ചിത്രം അപ്ലോഡ്ചെയ്ത്, അതിനൊരു കമന്റുമിട്ട് കാത്തിരിക്കുന്നവരെയാണ്. ആ ഘട്ടങ്ങളൊക്കെ കഴിഞ്ഞ് അതിസമർഥമായി സാമൂഹ്യ ശൃംഖലകളെ ഉപയോഗിക്കുന്ന കാഴ്ചയാണ് ഇന്ന് മറുവശത്ത് കാണുന്നത്. അമേരിക്ക, യൂറോപ്പ് എന്നിവിടങ്ങളിൽ സാമൂഹ്യ ശൃംഖല സർവകലാശാലകളിലെ ഒരു പഠന ശാഖയാണ്. സാമൂഹ്യ ശൃംഖലകളെ കുറിച്ച് മാത്രം ഗവേഷണം നടത്തി ബിരുദം നേടുന്നവർ അനവധിയാണ്. ഇവർ സമർപ്പിക്കുന്ന പ്രബന്ധങ്ങളിലെല്ലാം ഈ രംഗത്തെ നൂതനാശയങ്ങളും വിജയപരാജയങ്ങളും എടുത്തുകാണിക്കുന്നു.

യഥാർഥ ആവശ്യക്കാർ മാത്രം ചേർന്ന് അവർക്ക് വേണ്ടത് എടുക്കാൻ സൗകര്യം ചെയ്യുന്ന കറതീർന്ന സാമൂഹ്യ ശൃംഖലകളുണ്ട്, നാ

മമാത്രമായി ഫീസ് വാങ്ങിച്ചാണ് അവ ഒരു നോഡിനെ അകത്തേക്ക് പ്രവേശിപ്പിക്കുക. തികച്ചും പ്രൊഫഷണലായ സാമൂഹ്യ ശൃംഖലകളാണവ. 'വിർചൽ കറൻസി' ഇതിനകം വ്യാപകമായി കഴിഞ്ഞു. സാമൂഹ്യ ശൃംഖലാ കേന്ദ്രങ്ങളിലോ ഗെയിമുകളിലോ മാത്രം ഉപയോഗിക്കുന്ന ഒരു സാങ്കൽപ്പിക നോട്ടാണ് ഇത്. ചാറ്റ് ചെയ്യുമ്പോഴോ, അന്വേഷണം നടത്തുമ്പോഴോ നിങ്ങളുടെ മുന്നിൽ ഒരു ഉൽപ്പന്നത്തിന്റെ പരസ്യം വന്നു വീഴാം, ഒരു വിർചൽ ഉൽപ്പന്നത്തിന്റെ പരസ്യം. നിങ്ങൾക്ക് അത് ആവശ്യമെന്ന് തോന്നുകയും, സാമാന്യേന മിതമായ വിലയാണെന്ന് തോന്നുകയും ചെയ്താൽ വാങ്ങാം. നിങ്ങൾക്ക് 'വിർചൽ കറൻസി' യുണ്ടെങ്കിൽ അപ്പോൾ തന്നെ കച്ചവടവും നടത്താം. വാസ്തവത്തിൽ ഭൗതികമായി ഇത്തരം നോട്ടിനോ വസ്തുക്കൾക്കോ നിലനിൽപ്പില്ല. അതുകൊണ്ട് ഇത് കേവലമൊരു ഗെയിം മാത്രമാണോ? അതെയെന്നാണ് ഉത്തരം എങ്കിലും ഒരു കച്ചവട പരിശീലനം തന്നെയാണത്. വ്യാപാരങ്ങളുടെ നാളത്തെ മേഖല സാമൂഹ്യ ശൃംഖലകളാണെന്ന തിരിച്ചറിവിനു മുന്നോടിയായുള്ള പരിശീലനം.

ഓൺലൈൻ കമ്യൂണിറ്റിയിലൂടെ വിൽക്കപ്പെടുന്ന വിർചൽ വസ്തുക്കൾ വാങ്ങാനുപയോഗിക്കുന്ന മാധ്യമമാണ് വിർചൽ കറൻസി എന്നു മനസിലായല്ലോ. യഥാർഥത്തിൽ ഉള്ള വസ്തുക്കളല്ല വാങ്ങുന്നത്. കളിക്കുവേണ്ടി നമ്മുടെ പക്കലുള്ള ക്രെഡിറ്റ് കാർഡുപയോഗിച്ച് ആവശ്യമുള്ള വിർചൽ കറൻസി ഓൺലൈനിൽ വാങ്ങാം. തുടർന്ന് ഈ വിർചൽ കറൻസി ഉപയോഗിച്ച് സൈറ്റിൽ കാണുന്നവ വാങ്ങാം. വാങ്ങുന്തോറും നമ്മുടെ ക്രെഡിറ്റ് പോയിന്റ് കൂടുന്നു. വാസ്തവത്തിൽ പണമുള്ളവർ നടത്തുന്ന ഗെയിം മാത്രമാണിത്. പക്ഷേ, ഇതിലേക്ക് എത്തിച്ചേരുന്ന പണം അനേകകോടികളാണെന്ന് കണക്കുകൾ തെളിയിക്കുന്നു. ഫലത്തിൽ ഇതൊരു ചൂതാട്ടം തന്നെയായി മാറി. ചൈന കർശനമായ നിയന്ത്രണമാണ് വിർചൽ കച്ചവടത്തിൽ വരുത്തിയിട്ടുള്ളത്. സാമൂഹ്യ ശൃംഖലകൾ, ഗെയിമുകൾ തുടങ്ങി സൈറ്റുകളിലെല്ലാം വിർചൽ സാധനങ്ങളുടെ പരസ്യങ്ങൾ വരുന്നുണ്ട്. ഫേസ്ബുക് ക്രെഡിറ്റ് വിർചൽ കറൻസിയുപയോഗിച്ചുള്ള കച്ചവടമാണ്. 2011 ൽ മാത്രം തുടങ്ങിയ ഫേസ്ബുക് ക്രെഡിറ്റ് വഴി 300 ദശലക്ഷം സന്ദർശകർ കളിക്കുന്നുവെന്നാണ് അടുത്തകാലത്ത് ഫേസ്ബുക് അധികൃതർ തന്നെ വെളിപ്പെടുത്തിയത്. 2016 ആവുമ്പോഴേക്കും 100 ദശലക്ഷം അക്കൗണ്ടുകൾ തങ്ങളുടെ ക്രെഡിറ്റ് ഉപയോഗിച്ച് സാധനങ്ങൾ വാങ്ങുമെന്നാണ് ഫേസ്ബുക് കണക്കുകൂട്ടുന്നത്. അതായത്, മേൽപ്പറഞ്ഞ സൗഹൃദംപങ്കുവയ്ക്കൽ, ചിത്രം കൈമാറൽ, ആശയങ്ങൾ പ്രചരിപ്പിക്കൽ, സംഘടിപ്പിക്കൽ എന്നീ ഉപയോഗങ്ങളൊക്കെ നിലനിൽക്കുമ്പോൾ തന്നെ സോഷ്യൽനെറ്റ്വർക്കുകൾ മാറാൻപോകുന്നത് കച്ചവടകേന്ദ്രങ്ങളായാണ് എന്നർഥം.

2

തിരിച്ചറിവ്

മലയാള സിനിമയിൽ വലിയൊരു സ്വാധീനതരംഗമായി മാറിയ സിനിമയാണ് 2006 ൽ തീയറ്ററുകളിലെത്തിയ *ക്ലാസ്മേറ്റ്സ്*. കേരളത്തിലെ 80 കളിലെയും 90 കളിലെയും കോളേജ് കാമ്പസ് ജീവിതത്തിന്റെ പശ്ചാത്തലത്തിൽ ഒരു പ്രണയകഥ പറഞ്ഞത് ആസ്വാദകർക്ക് രസിച്ചു. 90 കളുടെ ആദ്യം ഒരു കോളേജിൽ ഒന്നിച്ചുണ്ടായിരുന്നവർ ഒന്നര പതിറ്റാണ്ടിനു ശേഷം ഒത്തുചേരുകയാണ്. വിവിധ ജോലികൾക്കായി വിവിധ രാജ്യങ്ങളിലും ഇന്ത്യയുടെ വിവിധ പ്രദേശങ്ങളിലായും വസിക്കുന്നവരാണവർ. അവർ ഒത്തുചേരുന്നു, പഴയ അനുഭവങ്ങൾ പങ്കുവയ്ക്കുന്നു, അന്നുണ്ടായിരുന്ന തെറ്റിദ്ധാരണകൾ മാറുന്നു, കാമ്പസിൽ വച്ച് ഉടഞ്ഞുപോയ പ്രണയം വീണ്ടും തളിർക്കുന്നു, ഇങ്ങനെ പോകുന്നു സിനിമയുടെ കഥ. നമുക്ക് കഥയുടെ വിശദാംശങ്ങളല്ല ഇവിടെ ആവശ്യം. ആ സിനിമ ഇറങ്ങിയ ശേഷം കേരളത്തിലാകെ ഉണ്ടാക്കിയ ചലനമാണ്. അനവധി സ്കൂളുകളിലും കോളേജുകളിലും ഇത്തരം ഒത്തുചേരലുകൾ യാഥാർഥ്യമായി. ക്ലാസ്മേറ്റ് യോഗങ്ങളുടെ വാർത്തകൾ ഒരുവേള പത്രങ്ങളിലെ നിത്യവിരുന്നായി. ഇത്തരമൊരു കഥ രൂപപ്പെടുന്നതിനും സിനിമ ഇറങ്ങിയ ശേഷം സംഭവിച്ച ധാരാളം കൂട്ടായ്മകളുടെയും പ്രേരണ 2000 ത്തിന്റെ ആദ്യ നാളുകളിൽ സജീവമായി തുടങ്ങിയ സാമൂഹ്യ ശൃംഖലാ കൂട്ടായ്മകളാണ്. പഴയ കൂട്ടുകാരെ അന്വേഷിച്ച് "orkut'- ലൂടെ ദീർഘനേരം യാത്ര ചെയ്യുകയെന്നത് ഈ ആധുനിക മാധ്യമത്തെ കൈപ്പിടിയിലാക്കിയ കാലത്തെ പതിവ് നേരംപോക്കായിരുന്നു. അന്വേഷിച്ചവർ നിരാശരായില്ല. എവിടെയൊക്കെയോ കുടുംബവും കുട്ടികളുമായി കഴിഞ്ഞ സുഹൃത്തുക്കൾ തങ്ങളുടെ കളർചിത്രത്തിൽ കുശലാന്വേഷണവുമായി സ്ക്രീനിൽ പ്രത്യക്ഷപ്പെട്ടു. ഇതൊരു സംസ്കാരമായി വളർന്നു. ആ

കൂട്ടായ്മകളിലെ ആശയവിനിമയങ്ങൾ വീണ്ടും ഒത്തുചേരലുകൾ യാഥാർഥ്യമാക്കി.

ഇന്ത്യയിൽ അത്ര സ്വാധീനം ചെലുത്തിയിരുന്നില്ലെങ്കിലും അമേരിക്കയിലും യൂറോപ്പിലും 'classmates.com [http://www.classmates.com]'- എന്ന സാമൂഹ്യ ശൃംഖലാ വിദ്യാർഥി കൂട്ടായ്മകളിൽ വൻ ചലനമാണുണ്ടാക്കിയത്. ആദ്യത്തെ അംഗീകൃത സാമൂഹ്യ ശൃംഖലയായ 'sixdegrees.-com'-നു മുമ്പേ തന്നെ classmates.com രംഗം കീഴടക്കിയിരുന്നു.

അമേരിക്കക്കാരനായ റാൻഡി കോൺറാഡ് 1995 ൽ ആണ് classmates.com സ്ഥാപിച്ചത്. കിന്റർഗാർട്ടൻ, പ്രൈമറി സ്കൂൾ, സ്കൂൾ, കോളേജ് എന്നിവിടങ്ങളിൽ ഒപ്പമുണ്ടായിരുന്ന സുഹൃത്തുക്കളെ കണ്ടെത്തുന്നതിനു വേണ്ടി മാത്രമായിരുന്നു ഈ സാമൂഹ്യ ശൃംഖല. വൻ അംഗീകാരമാണ് അതിന് ലഭിച്ചത്. പഴയകാല സുഹൃത്തുക്കളുടെ ഒത്തുചേരലും ആശയങ്ങൾ കൈമാറലും മാത്രമായി മുഖ്യം. 'nostalgic content'- അഥവാ പഴയകാല വിവരങ്ങളുടെയും സുഹൃത്തുക്കളുടെയും ഉള്ളടക്കം അത്രമാത്രം സ്വാധീനം ചെലുത്തുകയും 95 ൽതുടങ്ങിയ കാലത്തുള്ളവരുടെ പ്രിയ സാമൂഹ്യ ശൃംഖലയായി നിലനിൽക്കുകയും ചെയ്തതോടെ സ്ഥാപകർ അതിനെ കൂടുതൽ കേന്ദ്രീകൃതമാക്കി. 2010 ൽ നെറ്റിന്റെ പേരുമാറ്റി 'memory online'- എന്നാക്കി. ഹൈസ്കൂൾ ഇയർബുക്കുകളുടെയും സിനിമാ ട്രെയിലറുകളുടെയും സംഗീത ട്രാക്കുകളുടെയും ഫോട്ടോഇമേജുകളുടെയും കൂടാരമാക്കി അതുമാറ്റി. ഒരേസമയം കൂട്ടായ്മയുടെ സല്ലാപവും ആവശ്യത്തിന് ഉപയോഗിക്കലുമായിരുന്നു ലക്ഷ്യം. കൂടുതൽപ്പേരെ ആകർഷിക്കാനാവുമെന്ന് കണ്ടായിരുന്നിരിക്കണം ഈ പരിഷ്കാരം. സാമൂഹ്യ ശൃംഖലാ രംഗത്ത് കടുത്ത മത്സരത്തെ നേരിടുന്ന കാലം കൂടിയായിരുന്നു അത്. വാസ്തവത്തിൽ classmates.com പേരു മാറ്റി വന്നപ്പോൾ പഴയ ജനകീയതയിൽനിന്ന് പിന്നോട്ടു പോവുകയാണുണ്ടായത്.

ഇത്തരത്തിൽ പരിഷ്കാരംകൊണ്ട് പരാജയമടഞ്ഞവയും തുടക്കം

തന്നെ പിഴച്ച് ആരാലും ശ്രദ്ധിക്കപ്പെടാതെ മാഞ്ഞുപോവുകയും ചെയ്ത സാമൂഹ്യ ശൃംഖലകൾ ധാരാളമാണ്. സാമൂഹ്യ ശൃംഖലകളെ എങ്ങനെ മാർക്കറ്റ് ചെയ്യപ്പെടണം അല്ലെങ്കിൽ വിൽക്കണം എന്നറിയാതെ പരാജയപ്പെട്ട് മൺമറഞ്ഞവയാണ് അധികവും. അവയുടെ ചരമക്കുറിപ്പുകൾ കൊണ്ടുമാത്രം ശ്രദ്ധേയമായേക്കാവുന്ന മറ്റൊരു സാമൂഹ്യ ശൃംഖല പ്രതീക്ഷിക്കാവുന്നതാണ്. അതിൽ നിങ്ങൾ പണ്ട് നടത്തിയ അന്വേഷണങ്ങളുടെ, കണ്ടെത്തിയ മുത്തുകളുടെ, കൈമാറിയ സന്ദേശങ്ങളുടെ, ചിത്രങ്ങളുടെ.. പ്രണയ സല്ലാപങ്ങളുടെ.. ഒക്കെ പതിപ്പുകൾ ദൃശ്യമായെന്നും വരാം. അത് മറ്റൊരു കൂട്ടായ്മക്കാകും വഴിവയ്ക്കുക. പണ്ട് സാമൂഹ്യ ശൃംഖലകളിൽ നിറഞ്ഞാടിയ ഓർമകളെ തേടുന്നവരുടെ കൂട്ടായ്മ. നവമാധ്യമങ്ങളുടെ സാധ്യതകൾ അന്വേഷിച്ചുള്ള യാത്രയിൽ എന്തെല്ലാമായിരിക്കും ഇനി വരാനിരിക്കുക! പ്രവചിക്കുക വയ്യ. ഏതായാലും നമുക്ക് സാമൂഹ്യ ശൃംഖലകളുടെ ആരംഭകാലത്തേക്ക് തന്നെ കടക്കാം.

ആദ്യത്തെ അംഗീകൃത സാമൂഹ്യ ശൃംഖല 'sixdegrees.com'-ആണെന്നു പറഞ്ഞു. ഇത് അംഗീകൃതമായത് കൃത്യമായ നിബന്ധനകളോടെ ഏവർക്കും ചേരാവുന്നതായതുകൊണ്ടാണ്. അന്ന് ലഭ്യമായ ആധുനിക സാങ്കേതിക വിദ്യ ഉപയോഗിച്ചതുമായിരുന്നു. ഒരു account holder ക്ക് സ്വന്തമായി പ്രൊഫൈൽ തയാറാക്കാൻ ആദ്യം അനുവദിച്ചത് ഈ സാമൂഹ്യ ശൃംഖലകളാണ്. അത് സാമൂഹ്യ ശൃംഖലയിലെ വിപ്ലവമായിരുന്നു. ഒരാൾക്ക് ആരുടെയും അനുവാദമില്ലാതെ സ്വയം അവതരിക്കാനുള്ള അവസരം. അത് തിരിച്ചറിയപ്പെട്ട് സുഹൃത്ത് ഒപ്പം ചേരാൻ സന്ദേശമയക്കുമ്പോഴുണ്ടായ സന്തോഷത്തെ കുറിച്ച് sixdegrees ൽ തന്നെ അതിന്റെ ആദ്യപഥികർ കുറിക്കുകയുണ്ടായി. പ്രൊഫൈലിനു പുറമെ കൂട്ടുകാരുടെ പട്ടിക തയാറാക്കാനും സൂക്ഷിക്കാനും ആ പട്ടികയിൽ ക്ലിക് ചെയ്ത് സന്ദേശമയക്കാനുമായി. സന്ദേശമയക്കാൻ തുടങ്ങിയത് അന്നാണ്, sixdegrees ലൂടെ. ദശലക്ഷങ്ങളാണ് വെള്ളം പൊ

ങ്ങിയ പാടത്തേക്ക് മത്സ്യങ്ങൾ വഴിതെറ്റി (ഊത്ത) കയറുന്നതുപോലെ അംഗങ്ങളായത്. ഇത്രയൊക്കെയായപ്പോൾ വച്ചടി കയറുമെന്നാണ് സ്ഥാപകരും നോഡുകളും, കമ്യൂണിറ്റികളും കരുതിയത്. പക്ഷേ, ആദ്യ കാല സോഷ്യൽ നെറ്റ്‌വർക്കുകൾക്കെല്ലാമുണ്ടായ പരിമിതിപോലെ അംഗങ്ങളെ ഒരു പരിധിയിൽ കൂടുതൽ ഉൾക്കൊള്ളാനായില്ല. അതുകൊണ്ടുതന്നെ കാലത്തിനനുസരിച്ച് മാറാനുമായില്ല, sixdegrees നും. കടുത്ത മത്സരമായതോടെ മികച്ച സാമൂഹ്യ ശൃംഖലകളിലേക്ക് അക്കൗണ്ടുകൾ ചേക്കേറി. 2000 ൽ sixdegrees.com അന്ത്യശ്വാസം വലിച്ചു. profile, friends help എന്നിവയുള്ള നിരവധി നെറ്റുകൾ കൂണുകൾ പോലെ പൊങ്ങിവന്നു. അമേരിക്കൻനാടുകളിൽ ഇവർ തമ്മിൽ കടുത്തമത്സരം നടക്കുമ്പോൾ നമ്മൾ ഇവിടെ പിച്ചവച്ചു തുടങ്ങിയിരുന്നു. സോഷ്യൽ നെറ്റുകളിലെ ഉപകരണങ്ങളുടെ എണ്ണം കൂടി, സാധ്യതകൾ വർധിച്ചു. Asian Avenue (or Asian Avenue), BlackPlanet (blackplanet.com),- Mi Gente (Mi Gente.com) തുടങ്ങിയവ അക്കാലത്ത് ശ്രദ്ധേയമായവയാണ്. ഒരു പ്രൊഫൈൽ എന്നതിനു പകരം രണ്ടായി. ഔദ്യോഗികവും വ്യക്തിപരവും. ഇത് അന്വേഷകരുടെ താൽപ്പര്യങ്ങളെ ഇരട്ടിയാക്കി. പലരും profile ചിത്രം പ്രസിദ്ധീകരിക്കാൻ മടിച്ചിരുന്നു അക്കാലത്ത്. ചിത്രം കൊടുക്കാത്തവരെ തിരിച്ചറിയാൻ ബുദ്ധിമുട്ടുമായി. ഒരേ പേരുകാരും ഒരേ സ്ഥാപനത്തിൽ ജോലി ചെയ്യുന്നവരും കാണാമെന്നതിനാൽ താൻ അന്വേഷിക്കുന്നയാളും തന്നെയാണോ ഇത് എന്ന സംശയം. മാത്രമല്ല ഫ്രണ്ട്ഷിപ്പ് ആയശേഷമേ വിശദാംശങ്ങൾ അറിയാനും കഴിഞ്ഞിരുന്നുള്ളൂ. ഈ പ്രശ്നങ്ങൾ മാറിയത് വ്യക്തി KX profile- വന്നതും സൗഹൃദങ്ങളില്ലെങ്കിലും profile- പരതാൻ അവസരം ലഭിച്ചതുമാണ്. 1997 മുതൽ 2001 വരെയാണ് ഈ മാറ്റങ്ങളെ ഉൾക്കൊണ്ട സോഷ്യൽ നെറ്റ്‌വർക്കുകളുടെ വരവ്. കൊറിയയിലെ Si world,- സ്വീഡനിലെ lunar storm (*lunar storm.se*) ഈ സൗകര്യങ്ങൾ ലഭ്യമാക്കി ഉയർന്നുവന്ന നെറ്റുകളാണ്.

പിന്നീട് ഒരു തരംഗഭംഗിയോടെ ഉദിച്ചുയർന്നത് rise.com ആണ്, 2001 ൽ. സാൻഫ്രാൻസിസ്കോയിലെ jio-a-scott തന്റെ ബിസിനസ് സംരംഭകർക്ക് വേണ്ടി തുടങ്ങിയ ഈ ചെറിയ കൂട്ടായ്മ സ്ഥാപകന്റെയും ആദ്യ ചങ്ങാതിമാരുടെയും പ്രതീക്ഷകളെ തകിടംമറിച്ചു. മുമ്പുള്ള സോഷ്യൽനെറ്റുകളിൽനിന്ന് വ്യത്യസ്തമായ രൂപഭംഗിയും കൂടുതൽ സൗകര്യങ്ങൾ നോഡുകൾക്ക് തുറന്നുകൊടുത്തതും ബിസിനസ് വൃത്തങ്ങൾക്കപ്പുറമുള്ള കൂട്ടായ്മകളിലേക്ക് അതിനെ വളർത്തി. ആദ്യ ഘട്ടത്തിൽ നേടിയ ഈ മുന്നേറ്റം വൻഗൂഢാലോചനയിലൂടെയാണ് മറ്റു സോഷ്യൽനെറ്റ്‌വർക്കുകൾ തകർത്തത്. കൃത്യമായ ഒരു പദ്ധതി തയാറാക്കി നടപ്പാക്കുകയായിരുന്നു. റൈസിന്റെ വളർച്ചയ്ക്കിടെ പ്രത്യക്ഷപ്പെട്ട ട്രൈബ്നെറ്റ്, ലിങ്ക്ഡ്ഇൻ, ഫ്രണ്ട്സ്റ്റർ എന്നീ നെറ്റുകളുടെ നേതൃത്വത്തിൽ ഒരു തീരുമാനമെടുത്തു - പരസ്പരം മത്സരിക്കരുത് എന്ന്. മാ

ത്രമല്ല എല്ലാ അർഥത്തിലും സഹകരിക്കുകയും ചെയ്തു. ട്രൈബ്നെറ്റ് വൻജനകീയ സൈറ്റായി. വൈകാരികതല കൂട്ടായ്മകളുടെ കേദാരമെന്നാണ് പിന്നീട് അറിയപ്പെട്ടത്. പേരുപോലെതന്നെ അത് പ്രത്യേക വികാരമുള്ളവരുടെ കൂട്ടായ്മയൊരുക്കി വിജയം കണ്ടു. വൻകിട ബിസിനസ് സർവീസായി ലിങ്ക്ഡ്ഇൻ മാറി. ഏത് തൊഴിൽമാർക്കറ്റിനും ആവശ്യമുള്ളവരുടെ, യോഗ്യതയുള്ളവരുടെ പട തന്നെ ലിങ്ക്ഡ്ഇന്നിന്റെ മുൻനിരയിൽ നിലയുറപ്പിച്ചു. അത് ലാഭകരമായി. ഫ്രണ്ട്സ്റ്ററാകട്ടെ ഗൗരവമുള്ള ആളുകൾ ഗൗരവമുള്ള വിഷയങ്ങൾ ചർച്ച ചെയ്യുന്ന മുതിർന്നവരുടെ സോഷ്യൽനെറ്റ്‌വർക്കായി മാറി. ഈ കൂട്ടായ നീക്കത്തിന്റെ ഫലമായി റൈസ്.കോമിന് പിടിച്ചു നിൽകാനായില്ല. മലകുലുക്കിവന്ന് എലി പോലെയായ കഥ, റൈസ്.കോമിനും ചേരും. ഇതിൽ 2002 ൽ സ്ഥാപിതമായ ഫ്രണ്ട്സ്റ്റർ ആണ് ശരിക്കും റൈസ്.കോമിന് ബദലായത്. അക്കാലത്ത് തന്നെ പ്രചാരം നേടിയ വാച്ച്.കോമിനെയും ഫ്രണ്ട്സ്റ്റർ മുക്കി. ഫ്രണ്ട്സ്റ്റർ-സൗഹൃദകൂട്ടായ്മയുടെ കൂട്ടുകാരൻ എന്ന പ്രചാരണം കാര്യമായ ഫലമുണ്ടാക്കി. സുഹൃത്തിന്റെ സുഹൃത്തിനെ ഫ്രണ്ട്സ്റ്റർ പുതിയ കൂട്ടുകാരനായി നെറ്റവർക് തന്നെ സ്വയം നിർദേശിക്കുന്ന രീതി ഫ്രണ്ട്സ്റ്റർ ആണ് കൊണ്ടുവന്നത്. അപരിചിതനെ സുഹൃദ് സംഘത്തിൽ ചേർക്കുന്നതിനേക്കാൾ ഇഷ്ടപ്പെടുക സുഹൃത്തിന്റെ സുഹൃത്തിനെ ചേർക്കാനാകുമല്ലോ. ഫ്രണ്ട്സ്റ്ററിന്റെ തന്ത്രം ഫലിച്ചു. മൂന്നു ലക്ഷം പേർ ഒറ്റയടിക്ക് ഈ സോഷ്യൽനെറ്റിൽ അംഗങ്ങളായി ചേർന്നു. അക്കാലത്ത് അത്രയധികം പേർ ചേരുന്നത് സ്ഥാപിച്ചവരെ കൂടി ഞെട്ടിച്ചു. തങ്ങളുടെ സെർവറിന്റെയും മറ്റും പരിധിക്കും ശേഷിക്കും അപ്പുറത്തേക്കുള്ള അന്വേഷണങ്ങൾ ഫ്രണ്ട്സ്റ്ററിനെ കുഴപ്പത്തിലാക്കി. അതായത് നിരവധിപേർ ചേരാനായി എത്തിയപ്പോൾ അവരെ ഉൾക്കൊള്ളാനുള്ള ശേഷി ഇല്ലായിരുന്നു. സ്ഥാപിത ശേഷി തന്നെ കുറഞ്ഞതായിരുന്നു. നാല് ഡിഗ്രിയിൽ കൂടുതൽ ഉയരാൻ കഴിഞ്ഞില്ല. അതായത് കൂട്ടുകാരന്റെ കൂട്ടുകാരന്റെ കൂട്ടുകാരന്റെ കൂട്ടുകാരൻ വരെയെത്താം, അല്ലെങ്കിൽ അവരെ വരെ സുഹൃത്താക്കാം. പക്ഷേ അവസാനം കണ്ട കൂട്ടുകാരന്റെ ഒരു സുഹൃത്ത് പ്രസ്തുത ആദ്യം പറഞ്ഞയാളിന് വേണ്ടപ്പെട്ടയാളാണെങ്കിൽ നിർബന്ധമായും ചേർക്കാൻ ശ്രമിക്കും. പക്ഷേ അതിലേക്ക് കടക്കാൻ കഴിഞ്ഞില്ല. അതിനപ്പുറത്തേക്ക് പോകില്ല. ഇത് പരാതിക്കിടയാക്കി, സമ്പാദിച്ച പേരും നഷ്ടപ്പെടുത്തി. അക്കൗണ്ടുകൾ മടങ്ങാൻ തുടങ്ങി. അങ്ങനെ സാമൂഹ്യ ശൃംഖലാ ലോകത്ത് പുതിയ പ്രതീക്ഷയോടെ ഉദിച്ചുയർന്ന friendster (friendster,inc.) ന്റെ അധഃപതനം ആരംഭിച്ചു.

3

വേറിട്ട ലോകം

സാമൂഹ്യ ശൃംഖലകൾ തീർക്കുന്നത് വേറിട്ടൊരു ലോകമാണ്. അയഥാർഥ സങ്കൽപ്പങ്ങളിലിരുന്ന് പടച്ചുവിടുന്ന ആശയങ്ങളുടെയും സന്ദേശങ്ങളുടെയും ഒഴുക്കിന്റെയും ലോകം കൂടിയാണത്. സൗഹൃദങ്ങൾ പങ്കിടലിനുമപ്പുറം, വസ്തുതാവിശകലനങ്ങളിലൂടെ നടത്തുന്ന ശക്തമായ നിലപാടുകളുടെ മിന്നലാട്ടങ്ങൾ മാത്രമാണ് വല്ലപ്പോഴും ആശ്വാസം നൽകുന്നത്. സാമൂഹ്യശൃംഖലകളുടെ വരവോടെ സംവേദന രംഗത്തുണ്ടായ വേഗങ്ങളുടെയും അതിലൂടെ സമൂഹത്തിലുണ്ടായ മാറ്റങ്ങളുടെയും ചിത്രം നാം കണ്ടു. ഇതോടൊപ്പം ചർച്ച ചെയ്യേണ്ട കാര്യമാണ് സാമൂഹ്യശൃംഖലകൾ വഴി കടന്നുവരുന്ന അരാഷ്ട്രീയപരവും അസ്വീകാര്യവുമായ പ്രവണതകൾ.

സ്വയം സുരക്ഷിതരെന്ന് കരുതുന്നവരുടെ സന്ദേശങ്ങൾ ഇത്തരം ശൃംഖലകളിൽ ധാരാളമാണ്. തങ്ങളുടെ വിശ്വാസങ്ങളും ധാരണകളും പൂർണമായും ശരിയാണെന്ന് സ്ഥാപിക്കാനുള്ള ശ്രമത്തിന്റെ ഭാഗമായി നടത്തുന്ന പ്രസ്താവനകളും തീർപ്പുകളും അടക്കി വാഴുന്നു. അവയിൽ പലതിലും ഒരു ഇന്ത്യ വിരോധമോ കേരളവിരോധമോ ഒളിച്ചു വയ്ക്കുന്നതും ഒരു ശീലമായിരുന്നു ആദ്യസമയങ്ങളിൽ. സാമൂഹ്യ ജീവിയെന്ന സങ്കൽപ്പത്തെ തന്നെ അട്ടിമറിക്കുന്ന ആശയ പ്രചാരണവും ബഹുവിധം. പ്രത്യേകിച്ചും അമേരിക്ക, യൂറോപ്യൻ രാജ്യങ്ങൾ എന്നിവിടങ്ങളിലുള്ള ഇന്ത്യക്കാരുടെ (മലയാളികളുടെ) സന്ദേശങ്ങളിൽ. സാമൂഹ്യ ശൃംഖലകൾ സജീവമായി കടന്നുവന്ന കാലത്ത് അതൊരു ഫാഷനുമായിരുന്നു. എന്തെങ്കിലും കേരള വിരോധം പറഞ്ഞില്ലെങ്കിൽ മോശക്കാരനാകുമെന്ന ധാരണയിൽ നിന്നാണ് അതുണ്ടാകുന്നത്. വിദേശമലയാളികൾ ദശാബ്ദങ്ങളായി പറത്തിവിടുന്ന കറൻസികളിലാണ് കേരളത്തിന്റെ ജീവിതമെന്ന വസ്തുത ഓർമിപ്പിച്ചുകൊണ്ടു തന്നെ പറയട്ടെ, വളരെ ചുരുക്കം

വരുന്ന വിദേശ മലയാളികൾ നടത്തുന്ന മലയാളിവിരുദ്ധ പ്രചാരണം സാമൂഹ്യ ശൃംഖലകളുടെ തുടക്ക വികാരമാക്കാനും കഴിഞ്ഞിരുന്നു. വിദേശമലയാളികളുടെ സാഹചര്യങ്ങളുടെ സ്വാധീനം ഇതിന് ഒരു ഘടകമായിരിക്കാം. എന്നാൽ സാമൂഹ്യ ശൃംഖലകളിലേക്ക് പുതുതായി കടന്നുവരുന്നവരെ ഇത്തരക്കാരായിരുന്നു സ്വീകരിച്ചത്, സ്വാധീനിച്ചത്. മലയാളി പതിവായി തലയിടുന്ന സാമൂഹ്യ ശൃംഖലകൾ ഇത് തെളിയിക്കുന്നുണ്ട്.

അരാഷ്ട്രീയ-അരാജകത്വ പ്രവണതകളുടെ സംയോജനമാണ് സജീവമായ ബഹുഭൂരിപക്ഷം സാമൂഹ്യ ശൃംഖലകളിലെയും കൈമാറ്റങ്ങളുടെ അന്തർധാര. എന്നാൽ ഇവയെ അവഗണിച്ചുകൊണ്ട് ലോകത്തിന് മുന്നോട്ടു പോകാനും കഴിയില്ല. നവമാധ്യമലോകത്ത് ഏറ്റവും സജീവമാകുന്ന സാമൂഹ്യ ശൃംഖലകളെ യാഥാർഥ്യവുമായി അടുത്തുനിൽക്കുന്ന സങ്കൽപ്പനങ്ങളുമായി കൂട്ടിയിണക്കേണ്ടതുണ്ട്. ഇതിന് ഏറ്റുമുട്ടലുകൾ തന്നെയാണ് ആവശ്യം.

കഥകളും കാമനകളും

സാമൂഹ്യ ശൃംഖലകൾ സജീവമായി വന്ന കാലത്ത് വിവിധ ശൃംഖലാകേന്ദ്രങ്ങളിലും ഇ-മെയിലുകൾ വഴിയും പ്രചരിച്ച ഒരു കഥ പറയട്ടെ: ഒരു ഉറുമ്പ് കടുത്ത വേനലിൽ കഷ്ടപ്പെട്ട് പണിയെടുത്ത് തണുപ്പുകാലത്തേക്ക് ആവശ്യമായ സുരക്ഷിതമായ വീടുണ്ടാക്കുകയും ഭക്ഷണം കരുതിവയ്ക്കുകയും ചെയ്യുന്നു. ഈ സമയത്താകട്ടെ ഒരു പച്ചക്കുതിര പണിയൊന്നും ചെയ്യാതെ പാറിപ്പറന്ന് ഉല്ലസിച്ച് നടക്കുന്നു. തണുപ്പുകാലം വന്നപ്പോൾ ഉറുമ്പ് സുരക്ഷിതനായി ഭക്ഷണം കഴിച്ച് ആരോഗ്യത്തോടെയിരിക്കുകയും പച്ചക്കുതിര തണുപ്പേറ്റ് ഭക്ഷണം കഴിക്കാതെ ചത്തുപോവുകയും ചെയ്യുന്നു. പ്രചാരത്തിലുള്ള ഒരു സന്ദേശകഥയാണിത്.

ഈ കഥയോടൊപ്പം അതിന്റെ ഇന്ത്യൻ വ്യാഖ്യാനം കൊടുത്താണ് ഇവിടെ പ്രചരിപ്പിച്ചത്. അത് ഇങ്ങനെ: തണുപ്പുകാലം വന്നപ്പോൾ പച്ചക്കുതിര പത്രസമ്മേളനം വിളിച്ചു. ഉറുമ്പ് തനിച്ച് സുഖിച്ച് ജീവിക്കുന്നതിനെയും കരുതിവച്ച ഭക്ഷണത്തിൽനിന്ന് തനിക്ക് തരാത്തതിനെയും ചോദ്യം ചെയ്യുന്നു. മാധ്യമങ്ങൾ ഏറ്റുപിടിക്കുന്നു. രാഷ്ട്രീയ പാർട്ടികൾ പ്രസ്താവനകൾ നടത്തുന്നു. ബംഗാളിൽ ബന്ദ്, കേരളത്തിൽ പാർട്ടി സെക്രട്ടറി വാർത്താസമ്മേളനം നടത്തി ഉറുമ്പിന്റെ ചെയ്തിയെ ചോദ്യം ചെയ്യുന്നു. ഇങ്ങനെ പച്ചക്കുതിരയ്ക്ക് പിന്തുണ കൂടുന്നു, അവിടെയാണ് ന്യായമെന്ന് പറയുന്നു. ഒടുവിൽ നിരാശനായ ഉറുമ്പ് അമേരിക്കയിൽ പോയി വ്യവസായം നടത്തി രക്ഷപ്പെടുന്നു.

എത്രയോ മാനങ്ങളാണ് നിസ്സാരമെന്നു തോന്നുന്ന ഈ കഥയ്ക്കുള്ളത്. പൂർണമായും സാമൂഹ്യ വിരുദ്ധം. രാഷ്ട്രീയ വിരോധം ഇത്തരം സന്ദേശങ്ങളിലെ മുഖമുദ്രയാണ്. ഞങ്ങൾ കുറേപ്പേർ ജോലി ചെയ്യുന്നു കുറേപ്പേർ പണിയെടുക്കാതെ സുഖിക്കുന്നു, രാഷ്ട്രീയ പാർട്ടികളും മാധ്യമങ്ങളും അനീതിയോടൊപ്പം നിൽക്കുന്നു, ഒന്നിനെയും ചോദ്യം ചെയ്യുന്ന പ്രവണത ശരിയല്ല, നാളത്തേക്ക് സമ്പാദിച്ച് വയ്ക്കുന്നവൻ മാത്രമാണ് ബുദ്ധിമാൻ,

തങ്ങൾ ആർത്തിയോടെയും ആവശ്യത്തിലധികവും സമ്പാദിക്കുന്നതിലൊന്നും മറ്റുള്ളവർക്ക് അവകാശമില്ല, ഇന്ത്യയിൽ രക്ഷയില്ലാത്തവന് അമേരിക്കയാണ് രക്ഷ....... ഇങ്ങനെ വായിച്ചെടുക്കാവുന്ന മാനങ്ങൾ അനവധിയാണ്. മറ്റൊരു ഉറുമ്പ് തന്നെയാണ് ഈ കോലാഹലങ്ങളുണ്ടാക്കിയത് എങ്കിൽപ്പോലും അതിനെ എതിർക്കുന്നത് എല്ലാ വശവും പരിശോധിച്ചും നീതിയുടെയും തുല്യവിതരണത്തിന്റെയും പശ്ചാത്തലത്തിൽ വേണം കാണാൻ.

ഇങ്ങനെ ഒരു കഥയോ തമാശയോ അല്ല ഒരായിരം സന്ദേശങ്ങളാണ് നിമിഷം പ്രതി പ്രചരിക്കുന്നത്. ഇവിടെ കഥയും വിധിയും എല്ലാം ഒരു വശത്തുനിന്നാണ്. ഈ കഥ ഏതെങ്കിലും സാമൂഹ്യ ശൃംഖലയിൽ കൊടുത്തയാൾ ഒരുപക്ഷേ, ഈ മാനങ്ങളെയൊന്നും സ്വപ്നം കണ്ടിട്ടുണ്ടാവില്ല. ഇത് ആവേശത്തോടെ വായിക്കുന്നവരും മറ്റുള്ളവർക്ക് കൈമാറുന്നവരും അങ്ങനെ തന്നെ. പക്ഷേ ഇത് രൂപപ്പെടുത്തി നെറ്റ്ലോകത്തേക്കിട്ടവരും വായിച്ച് ആവേശം കൊള്ളുന്നതുമായ മനസുകൾ ഏകദേശം ഒരേ ദിശയിൽ സഞ്ചരിക്കുന്നതാണ് എന്ന് കാണാം. അത് ഏകധ്രുവലോക വക്താക്കളുടെ താൽപ്പര്യങ്ങളിൽ രമിക്കുന്നുണ്ട്. തുല്യതയ്ക്കുവേണ്ടിയുള്ള, പുരോഗമനത്തിനായുള്ള പോരാട്ടങ്ങളെ ഇകഴ്ത്തുന്നുണ്ട്. അതും ഈ മനസുകൾ തിരിച്ചറിയുന്നുമില്ലെന്നതാണ് കഷ്ടം. അറിയാതെ തന്നെ ഇത്തരം ആശയങ്ങൾക്ക് കീഴ്പ്പെടുന്നവരുടെ നിര സാമൂഹ്യ ശൃംഖലകളുടെ ഉൽപ്പന്നങ്ങളാകും. അറിഞ്ഞുകൊണ്ട് ആക്ഷേപകരമായ ആശയ-സന്ദേശങ്ങൾ പ്രചരിപ്പിക്കുന്നവരുടെ കേളീരംഗമായും ഇത് ചിലപ്പോൾ മാറുന്നുണ്ട്.

പക്ഷേ, എന്തൊക്കെയായാലും ഇന്റർനെറ്റ്-സാമൂഹ്യ ശൃംഖലാലോകം ഉറപ്പാക്കുന്നത് ജനാധിപത്യത്തെയാണ് എന്ന് ഇതൊക്കെ തെളിയിക്കുന്നുണ്ട്. അരാഷ്ട്രീയം എന്ന് വിശേഷിപ്പിക്കപ്പെടുന്ന, പിന്തിരിപ്പൻ എന്ന് വിവക്ഷിക്കപ്പെടുന്ന അഭിപ്രായങ്ങളും ആശയങ്ങളും ഒരേ പ്രതലത്തിൽ വിളമ്പുകയാണല്ലോ. തനിക്ക് പറയാനുള്ളത് രാഷ്ട്രീയസ്വഭാവമുള്ളതാകാം അല്ലാത്തതാകാം, പക്ഷേ അത് പ്രകടിപ്പിക്കാൻ ഇടം കിട്ടുന്നുവെന്നതിൽ ഒരു രാഷട്രീയമുണ്ടല്ലോ, അതിനെ മാനിച്ചേ മതിയാകൂ.

കേരളത്തിൽ ചർച്ചയായ പല വിഷയങ്ങളുടെയും ഉത്ഭവം ഈ നെറ്റ് ലോകത്തുനിന്നായിരുന്നു. അത് ഗുണകരമായവയും ദോഷകരമായവയുമുണ്ട്. കോടതികളെപ്പോലും സ്വാധീനിക്കുമാറ് വളർന്ന ലൗജിഹാദ് വിവാദം അതിലൊന്നാണ്. ഈ ചർച്ച ദൃശ്യ-പത്രമാധ്യമങ്ങളിലേക്ക് പകർന്നത് നെറ്റ്ലോകമാണ്. സംഘപരിവാർ ബുദ്ധികേന്ദ്രങ്ങൾ സാമൂഹ്യ ശൃംഖലകളിലും ഇ-മെയിലുകളിലും പ്രോത്സാഹിപ്പിച്ച ഏകധ്രുവമായ ഈ ചർച്ചയിൽ നിരവധി പ്രവാസികളും രാഷ്ട്രീയധാരണകളില്ലാത്ത അനേകം യുവാക്കളും കക്ഷിചേർന്നു, കാര്യമറിയാതെ. വിവാദത്തിൽ യാതൊരു കഴമ്പുമില്ലെന്ന് വൈകിയാണെങ്കിലും കോടതി തീർപ്പുകൽപ്പിച്ചെങ്കിലും അത് കാര്യമായ അവശേഷിപ്പുകളുണ്ടാക്കി. നിരുപമ പ്രണയപർവങ്ങളാൽ അലംകൃതമായിരുന്ന പല ഹരിത ശാഖകളിലും ആഴത്തിൽ മുറിവുണ്ടാക്കി. സൗഹാർദങ്ങളിൽ പോലും മതചിഹ്നങ്ങൾ നോ

എം എഫ് ഹുസൈന്റെ സരസ്വതി ചിത്രം

ക്കണം എന്ന ചിന്ത ചിലരിലെങ്കിലും ഉയർത്താൻ ഇത് കാരണമാവുകയും ചെയ്തു.

എം എഫ് ഹുസൈനെതിരായ ഉറഞ്ഞുതുള്ളൽ സാമൂഹ്യ ശൃംഖലകളിൽ ഏറെക്കാലം കൊടുമ്പിരികൊണ്ടു. മുസ്ലിം ദൈവത്തെയോ അവരുടെ ആരാധ്യപാത്രങ്ങളെയോ അശ്ലീലചരായയിൽ വരച്ചാൽ ആ മതത്തിലുള്ളവർ സമ്മതിക്കുമോ? സിഖ് കൃപാണിനെ മോശമായി ചിത്രീകരിച്ചാൽ ആ മതക്കാർ ആരെയും വെറുതെ വിടില്ല. എന്തുകൊണ്ടാണ് ഹിന്ദുദൈവങ്ങളെ അധിക്ഷേപിച്ചാൽ പ്രതിഷേധിക്കാനും അധിക്ഷേപിക്കുന്നവരുടെ തലവെട്ടാനും ആളില്ലാത്തത്?....ഈ വിധമാണ് നെറ്റ്ലോകത്തെ ചർച്ചയും പോസ്റ്റ് പ്രവാഹങ്ങളും. ഒറ്റനോട്ടത്തിൽ ശുദ്ധാത്മാക്കൾ വിശ്വസിക്കാവുന്ന വാദം. ഹുസൈൻ വരച്ച നഗ്നമെന്നു തോന്നുന്ന ചിത്രങ്ങളും അദ്ദേഹം തന്നെ വരച്ച വസ്ത്രമുള്ള ചിത്രങ്ങളും താരമതമ്യം ചെയ്താണ് പ്രചാരണം. വസ്ത്രമില്ലാത്തവ ഹിന്ദുദൈവങ്ങളെന്നും ഹുസൈന് പ്രിയപ്പെട്ടവർ വസ്ത്രമുടുത്ത് മറുവശത്തുണ്ടെന്നും ഇവർ പ്രചരിപ്പിക്കുന്നു. വാസ്തവത്തിൽ ഉത്തമ കലാസൃഷ്ടികളായി കാണേണ്ട പെയിന്റിങ്ങുകളെ ഈവിധത്തിൽ വ്യാഖ്യാനിക്കുന്നതുതന്നെ പ്രാകൃതമനസുള്ളവരാണ്. ഇനി വാദത്തിനുവേണ്ടി ഹുസൈനെ പ്രതിക്കൂട്ടിൽ നിർത്തിയാൽ തന്നെ ഇവർ പറയുന്ന ഭാരതീയസംസ്കാരം ഹുസൈനെ വെട്ടാനോ കുത്താനോ ആവശ്യപ്പെടുന്നില്ല. ജീവനുള്ള വസ്തുവിനെയായാലും ചിത്രത്തെ ആയാലും ബിംബങ്ങളെയാണെങ്കിലും അവയെ നോക്കുന്നയാളുടെ മനസിൽനിന്നാണ് അവയുടെ ചേതനാചേതന സ്ഥിതികളുണ്ടാകുന്നതും ശ്ലീലാശ്ലീലമാകുന്നതും എന്ന നിർവചനം ഭാരതത്തിലെ ഏത് പുരാണവും ഉപനിഷത്തും നോക്കിയാലും കണ്ടെത്താവുന്നതേയുള്ളൂ. രസകരമായി തോന്നിയത്, ഗൾഫ് രാജ്യങ്ങളിലുള്ള പ്രവാസികളിൽ ഒട്ടേറെ പേർ ഇത്തരം സന്ദേശങ്ങൾ വൈകാരികമായിത്തന്നെ പ്രചരിപ്പിക്കാൻ മുന്നിലുണ്ടായിരുന്നു എന്നതാണ്. അതിൽ നല്ലൊരു ശതമാനമാകട്ടെ ഇസ്ലാംവിരുദ്ധവും. അറബിരാജ്യത്ത് സുഖ

സൗകര്യങ്ങളോടെയും വീട്ടിലേക്ക് പണമയച്ചും കഴിയുന്നവരാണ് ഇട വേളകളിൽ ഇത്തരം ചെയ്തികൾ ചെയ്യുന്നതെന്നോർക്കണം. എന്നിട്ടും ഇന്ത്യക്കാരന്റെ തല കണ്ടാൽ അടിച്ചോടിച്ച ആസ്ട്രേലിയക്കാരന്റെ സമീപനമല്ലല്ലോ അറബികൾക്ക് എന്നാശ്വസിക്കാം.

25 വയസിൽ താഴെയുള്ള ലക്ഷങ്ങൾ കടന്നുവരുന്ന മേഖലയാണ് സാമൂഹ്യ ശൃംഖലകൾ എന്നാണ് ഇന്റർനെറ്റ് ഉപയോഗിക്കുന്നവരുടെ പ്രായനിര സംബന്ധിച്ച് ഐ ഐ ടി മദ്രാസ് നടത്തിയ പഠനത്തിൽ പറയു ന്നത്. അപ്പോൾ ഈ മേഖലയിൽ അവരെ നയിക്കുന്ന ചർച്ചകൾ ഏതെ ല്ലാമാണെന്ന് മേൽപ്പറഞ്ഞ ഉദാഹരണങ്ങൾ വഴി മനസിലാക്കാം. ഇങ്ങനെ പുതുതായി വരുന്ന നിരയെ മറ്റൊരു വിഭാഗവും കാത്തിരിപ്പുണ്ട്, വ്യാപാര സമൂഹം. ഇവരെ തങ്ങളുടെ ഉപഭോക്താക്കളാക്കാൻ സാമൂഹ്യ ശൃം ഖലകൾ വഴി കച്ചവട സ്ഥാപനങ്ങൾ തമ്മിലുള്ള മത്സരങ്ങളാണ് ഇനി അരങ്ങേറാൻ പോകുന്നത്. സുപ്രധാനമായ മറ്റ് പല സാമൂഹ്യദൗത്യങ്ങളും സാമൂഹ്യശൃംഖലകൾ വഴി നിറവേറ്റപ്പെടേണ്ടതുണ്ട്. മുത്തശ്ശിക്കഥകളി ലൂടെയും നാട്ടുവർത്തമാനങ്ങളിലൂടെയും പകർന്നുപോന്ന പല മൂല്യ ങ്ങളും പുതിയ തലമുറയ്ക്ക് പകരാൻ ഇത്തരം സാമൂഹ്യശൃംഖലകൾ ക്കാകും. അഥവാ അങ്ങനെയൊരു കാലമാണ് വരുന്നത്. ഇന്നത്തെ മാ തൃകയിൽ കച്ചവടവും അപക്വമതികളുടെ ജൽപ്പനങ്ങളുമാണ് സാമൂഹ്യ ശൃംഖലകളുടെ മുഖമുദ്രയായി മാറുന്നതെങ്കിൽ ഒരു സംശയവും വേണ്ട, ഈ ചിലന്തിവലകളിൽ സംഹാരതാണ്ഡവങ്ങൾ തന്നെയാവുമുണ്ടാവുക.

കുടുംബങ്ങൾ മുതൽ രാഷ്ട്രങ്ങൾ വരെ

സ്വതന്ത്രമായി സംവദിക്കാനാഗ്രഹിക്കുന്ന വ്യക്തികൾ ഒരു പ്രത്യേക സംഘമായിനിന്ന് പരസ്പരം ആശയങ്ങൾ കൈമാറുന്നതാണ് അടിസ്ഥാ നപരമായി 'സോഷ്യൽ നെറ്റ്‌വർക്കിങ്'. '-Grouping of Individuals in to specific groups'- എന്നാണ് സായിപ്പ് നിർവചിച്ചത്. വലിയൊരു സൗഹൃ ദനിരയുണ്ടാക്കാൻ സാമൂഹ്യ ശൃംഖലകൾ സഹായിക്കുന്നു. ലോകത്ത് ഏത് കോണിലുള്ളയാളുമായും സംവദിക്കാൻ, സംസാരിക്കാൻ ഭൂമിശാ സ്ത്രം ഒരു തടസമല്ലാതാവുന്നു. മറ്റൊരു സംസ്കാരത്തെക്കുറിച്ച്, ഭാഷയെക്കുറിച്ച്, ജീവിത ശൈലിയെക്കുറിച്ച്......... എല്ലാമെല്ലാം ഈ നെറ്റ് വർക്കുകൾ നമ്മുടെ മുന്നിലെത്തിക്കുന്നു. ഇങ്ങനെ പല കാര്യങ്ങൾ സ്വീ കരിക്കുന്നയാൾ തന്നെത്തന്നെ പൊതുവൽക്കരിക്കുന്നുണ്ട്, അഥവാ സാ മൂഹ്യവൽക്കരിക്കുന്നുണ്ട്. തന്റെ വ്യക്തിവിശേഷങ്ങൾ, അഭിപ്രായങ്ങൾ, ചിത്രങ്ങൾ.. ഒക്കെ ലോകത്ത് ആർക്കും കാണാവുന്ന ഒരിടത്തിലേക്ക് സമർപ്പിക്കുകയാണ്. അതിന് ഒരു സാമൂഹ്യ തലമുണ്ട്. സ്വകാര്യതയു ടെയും സ്വാർഥതയുടെയും ഒരുതരത്തിലുള്ള നിരാകരണവും ഇതിലുണ്ട്.

സാമൂഹ്യ ശൃംഖലകൾകൊണ്ട് എന്തെങ്കിലും പ്രയോജനമുണ്ടോ എന്ന് ലോകത്ത് ഇവ സജീവമായ ഈ ദശകത്തിന്റെ ആദ്യപാദത്തിൽ തന്നെ പഠനങ്ങൾ നടത്തിയിരുന്നു. അന്ന് കാണാനാവാത്തത്ര വിപുല

മായ രീതിയിലേക്കായിരുന്നു പിന്നീട് സാമൂഹ്യ ശൃംഖലാലോകത്തിന്റെ വളർച്ച. സാമൂഹ്യപഠന രംഗത്തെ ഏറ്റവും പ്രയോജനകരമായ ഉപകരണമാണ് ഇന്ന് സാമൂഹ്യ ശൃംഖലകൾ. ഇവ അപഗ്രഥനം ചെയ്യുക വഴി സ്വയം വികസിക്കുന്ന ശാസ്ത്രശാഖകൾ നിരവധിയാണ്. ജീവശാസ്ത്രം, നരവംശശാസ്ത്രം, സംവേദനപഠനം, സാമ്പത്തികശാസ്ത്രം, വിവരവിനിമയ മേഖല... തുടങ്ങിയവയൊക്കെ ഈ ഗണത്തിൽ വരുന്നു.

സ്ഥാന-സ്ഥല വ്യത്യാസങ്ങളില്ലാതെ ഏതൊരാളും തുല്യതലത്തിൽ വരുന്ന മേഖലയാണല്ലോ സാമൂഹ്യ ശൃംഖലകൾ. അവരുടെ കൂട്ടായ്മയാണ് അതിന്റെ പ്രത്യേകത. ഉന്നത സ്ഥാനത്തുള്ള ഒരാളെ നേരിട്ട് കണ്ട് സംസാരിക്കാൻ ഏറെ പ്രയാസമാണ്. കാരണം തിരക്കുള്ള വ്യക്തിയാണ്. പക്ഷേ, സാമൂഹ്യ ശൃംഖലയിൽ നിങ്ങളെപ്പോലെ തന്നെയാണ് ആ വ്യക്തിയും. നിങ്ങൾക്ക് എന്തും ചോദിക്കാം, അവർക്ക് എന്തും പറയാം. ഉന്നത വ്യക്തികൾ സാമൂഹ്യ ശൃംഖലകൾ വഴി വെളിപ്പെടുത്തുന്ന പല അഭിപ്രായങ്ങളും വാർത്തയാകാറുണ്ട്, വിവാദമാകാറുണ്ട്. കുടുംബങ്ങൾ മുതൽ രാഷ്ട്രങ്ങൾ തമ്മിലുള്ള പ്രശ്നങ്ങൾ വരെ പറഞ്ഞുതീർത്ത് പരിഹരിക്കാൻ സഹായകമായി എന്ന് ഇവയെക്കുറിച്ച് നടന്ന പഠനങ്ങളിലൊക്കെ കാണുന്നുമുണ്ട്.

ഉദയാസ്തമനങ്ങൾ

പ്രത്യേകവിഷയത്തിന്റെ അടിസ്ഥാനത്തിൽ അതിൽ താൽപ്പര്യമുള്ളവരുടെ മാത്രം ശൃംഖലകൾ മുതൽ ലാഭംമാത്രം ലക്ഷ്യമിട്ട് നടത്തുന്ന പൊതുശൃംഖലകൾ വരെ സജീവമാണ്. ബേബിസെന്റർ എന്ന ശൃംഖല ഗർഭിണികൾക്കും അമ്മമാർക്കും മാത്രമാണ് പ്രവേശനം. ലോകത്തുള്ള നോർവെക്കാർക്കുമാത്രമായി ഒരു ശൃംഖലയുണ്ട്: ബി ഐ ഐ പി. 13000 പേർമാത്രമാണ് അംഗങ്ങൾ (2012 ഡിസംബർ വരെ) 'കെയ്മഫമോം' - ഒന്നേകാൽ ലക്ഷം അമ്മമാർ മാത്രമാണതിലുള്ളത്. ഡിജിറ്റൽവേഴ്സ്. ഓർഗ് കവികൾക്കു മാത്രമുള്ളതാണ്. ഇന്ന് ഏറെ പ്രചാരത്തിലുള്ള ട്വിറ്ററും (പത്ത് കോടിയംഗങ്ങൾ) ഫേസ്ബുക്കും (നൂറ് കോടി) പൊതുശൃംഖലകളാണ്. ഈ ഗണത്തിൽ വരുന്നതാണ് ഇന്ത്യയിലെ 'ബിഗ് അഡ' (30 ലക്ഷം). ചൈനയിൽ വൻ പ്രചാരമുള്ള രണ്ടു സോഷ്യൽ നെറ്റ്വർക്കുകളാണ് ക്യുസോണും സിംഗും. ക്യുസോണിൽ 20 കോടി (2013 ജനുവരി) അംഗങ്ങളാണുള്ളത്.

ലോകത്ത് ഏറ്റവും സജീവമായി നിൽക്കുന്ന മുന്നൂറ് സാമൂഹ്യ ശൃംഖലകളെങ്കിലുമുണ്ട്. ഇതിൽ 100 എണ്ണത്തിന് ഒരു കോടിക്കും പത്ത് കോടിക്കും ഇടയ്ക്ക് അംഗങ്ങളുണ്ട്. എല്ലാ പൊതുനെറ്റുകളും എല്ലാരാജ്യത്തും ഒരുപോലെ സ്വാധീനമുള്ളവയല്ല. കാലങ്ങൾ മാറിവരുമ്പോൾ സമൂഹത്തിൽ സ്വാധീനമുള്ള സാമൂഹ്യ ശൃംഖലകളും മാറിവരുന്നുണ്ട്. ഓർക്കുട്ടിന് തുടക്കക്കാലത്തുള്ള സ്വാധീനമോ പങ്കാളിത്തമോ ഇന്നില്ല. ഫേസ്ബുക്കിന്റെ സർവാധിപത്യമാണ് ഈ രംഗത്തുള്ളത്. ഒരു സംശയവും വേണ്ട, മറ്റൊരു മുഖവുമായി ഒരു സാമൂഹ്യ ശൃംഖല ഉദിച്ചുവരും വരെ മാത്രമേ ഈ ആധിപത്യം നിലനിൽക്കൂ. ഇവയുടെ ചരിത്രം തന്നെ ഈ ഉദയത്തിന്റെ

യും കൊഴിയലുകളുടെയും വൈകാരികതകളാൽ നിർമിക്കപ്പെട്ടതാണ്. കാരണം 'ഒരു കൗമാര-യുവ അന്വേഷകർക്ക് (ടീനേജ് വെബ്സൈറ്റ്) പരമാവധി ആയുസ്സ് അഞ്ചുവർഷമാണ്. ഒരു നെറ്റിലേക്ക് വെട്ടുകിളികളെപ്പോലെ കൂട്ടത്തോടെ കടന്നുവരുന്നതും കൂട്ടത്തോടെ തന്നെ ഒഴിഞ്ഞുപോകുന്നതും ഇവരാണ്. 2005 മുതലിങ്ങോട്ട് നോക്കിയാലറിയാം. എത്രയോ ജനപ്രിയമായിരുന്ന- www.**msn**.com/ ഒന്നുമല്ലാതായി. പിന്നീട് Myspace (www.Myspace.-com)_വന്നെങ്കിലും വഴിയൊഴിഞ്ഞു. രാജാവിനെപ്പോലെ വാണ ഫേസ്ബുക്കിനും ഈ കൗണ്ട്ഡൗൺ സ്ഥിതി വന്നുചേരും. ഇക്കാര്യം പിന്നാലെ പറയുന്നുണ്ട്. 18-24 പ്രായക്കാർ ഫേസ്ബുക്കിൽനിന്ന് '- farmville (www.farmville.com)-' പോലുള്ളവയിലേക്ക് ചാടുന്ന പ്രവണതയുണ്ടായി 2010-11 കാലത്ത്. ഇക്കാലത്ത് പൂജ്യത്തിൽനിന്ന് 15.5 ദശലക്ഷം അംഗങ്ങളിലേക്കാണ് '-farmville'- ചാടിക്കുതിച്ചത്. ഇതു തടയാനുള്ള ശ്രമം വിവിധ പരിഷ്കാരങ്ങളുടെ ആകർഷണം തീർത്ത് ഫേസ്ബുക് പരിക്കേൽക്കാതെ പിടിച്ചുനിന്നു. ചാറ്റിങ്ങിനൊപ്പം കളിയും എന്നതായിരുന്നു ഇതിനെ ആകർഷകമാക്കിയത്. ഫാംവില്ലെയുടെ സ്ഥിതിയും പിന്നീട് പരുങ്ങലിലായി.

മൈ സ്പേസിലെ സംഗീതം

ഒരു സംഗീതകാരൻ എന്ത് ചെയ്താലും അതിലൊരു സംഗീതാത്മകതയുണ്ടാകുമല്ലോ. Myspace (www.My space.com) സംഗീതപ്രധാനമായ ഒരു സാമൂഹ്യ ശൃംഖലയാണ്. കാരണം, പോപ് സംഗീതകാരനും അഭിനേതാവുമായ ജസ്റ്റിൻ ടിമ്പർലേക് ആണ് അതിന്റെ ഉപജ്ഞാതാവ്. ഇന്ത്യയിൽ വലിയ നിരക്കിൽ തന്നെ സൗഹൃദങ്ങൾ വളർന്നുവന്ന സാമൂഹ്യ ശൃംഖലയാണ് അമേരിക്കയിലെ കാലിഫോർണിയയിൽ പിറന്ന Myspace. മികച്ച പോപ്, റോക്, ക്ലാസിക്കൽ സംഗീത ആൽബങ്ങളുടെ നിരയോടൊപ്പം വളർന്ന അനവധി സൗഹൃദങ്ങൾ സാധാരണ സൗഹൃദങ്ങൾക്കപ്പുറമുള്ള കൂട്ടായ്മയായിരുന്നു. ഓർകുട്ടിനു ശേഷം ഒരു സാമൂഹ്യ ശൃംഖലയുടെ പുതിയമുഖം 2003 ആഗസ്തിൽ തുടങ്ങിയ Myspace ൽ ആണ് കണ്ടത്. ലോകത്താകമാനം പടർന്നു കയറാനുള്ള ത്രാണി അതിനുണ്ടായിരുന്നു. 2005 ൽ ഈ സാമൂഹ്യ ശൃംഖലയെ മാധ്യമരംഗത്തെ ഏറ്റവും വലിയ കമ്പനിയായ റുപർട്ട് മർഡോകിന്റെ ന്യൂസ് കോർപ്പറേഷൻ വാങ്ങി. ലോകത്തെ ഏതാണ്ടെല്ലാ ഭാഷയിലുമുള്ള പ്രാദേശിക വാർത്താചാനലുകൾ വാങ്ങിക്കൂട്ടി മാധ്യമ സാമ്രാജ്യം വലുതാക്കുന്ന മർഡോക് കമ്പനി സ്വന്തമാക്കുന്നതിനെയെല്ലാം കൂടുതൽ വളർത്താറുണ്ട്. സാമൂഹ്യമാധ്യമ മേഖലയിൽ മുന്നേറാൻ വലിയ പ്രതീക്ഷയോടെ വാങ്ങിയ Myspace ആകട്ടെ അത് നിലനിർത്തിയില്ല. 58 കോടി ഡോളറിന് ന്യൂസ് കോർപ്പറേഷൻ വാങ്ങിയതു മുതൽ ഈ സാമൂഹ്യ ശൃംഖലയുടെ സുവർണകാലമായിരുന്നുവെന്നത് വസ്തുത. 2008 വരെ ഈ മുന്നേറ്റം തുടർന്നു. 58 ദശലക്ഷം പേർ അംഗങ്ങളായി ഭേദപ്പെട്ട സാമൂഹ്യ ശൃംഖലയാവുകയും ചെയ്തു. മുൻകാല നെറ്റുകളെപ്പോലെ

ഏതെങ്കിലും ഒന്നോ രണ്ടോ രാജ്യങ്ങളിൽ മാത്രം സ്വാധീനമുള്ളതായിരുന്നില്ല Myspace. ദേശ-പ്രദേശ-മേഖലാ വ്യത്യാസമില്ലാതെ വളരാൻ ഒട്ടൊക്കെ Myspaceന് കഴിഞ്ഞു. എങ്കിലും അമേരിക്കയിലാണ് കൂടുതലും അക്കൗണ്ടുകൾ തുറക്കപ്പെട്ടത്. ഇത്തരത്തിൽ കൂടുതൽ പടവുകൾ കയറാനൊരുങ്ങവെയാണ് ലൈംഗികമായ സന്ദേശങ്ങളും ചിത്രങ്ങളും മറ്റും കൂടുതൽ പ്രത്യക്ഷപ്പെട്ട് Myspace ന്റെ പേര് മോശമാകാൻ തുടങ്ങിയത്. ഇത് തടയാനുള്ള ശ്രമം അധികൃതർ നടത്തിയെങ്കിലും കൂടുതൽ വഷളാവുകയാണ് ചെയ്തത്. മുതിർന്ന പുരുഷന്മാരും പ്രായപൂർത്തിയാകാത്ത പെൺകുട്ടികളും തമ്മിലുള്ള ബന്ധങ്ങൾ കൂടുതലാവുകയും ഇവർ തമ്മിൽ ലൈംഗിക സന്ദേശങ്ങൾ കൈമാറുന്നത് പതിവാകുകയും ചെയ്തു. അമേരിക്കയിലാണ് ഇത് ഏറെ വ്യാപകമായത്. സ്കൂളുകളിലും മറ്റും ഇതൊരു ചർച്ചയായി. രക്ഷകർത്താക്കൾ പരാതിയുമായി രംഗത്തെത്തി. താമസിയാതെ ഇതൊരു നിയമപ്രശ്നമായി ഉയർന്നു. മാത്രമല്ല, ഈ കാലഘട്ടത്തിൽ (2008) ഫേസ്ബുക്കുമായി മത്സരിച്ച് പുറന്തള്ളപ്പെടുകയായിരുന്നു Myspace. മത്സരത്തിന്റെ തീവ്രഘട്ടത്തിൽ New Myspace എന്ന ആയുധം പുറത്തിറക്കിയെങ്കിലും പടക്കളത്തിൽ മുന്നേറാനായില്ല. ഇതോടെ മർഡോക് തന്നെ ഈ സംരംഭത്തിൽനിന്ന് പിന്മാറാൻ ശ്രമം തുടങ്ങിയിരുന്നു. 2011 ൽ ജസ്റ്റിൻ ടിമ്പർ തന്നെ മാധ്യമ സ്ഥാപനം രൂപീകരിച്ച് വീണ്ടും തന്റെ സ്വന്തം സാമൂഹ്യ ശൃംഖലയുടെ ഉടമയാവുകയായിരുന്നു. എങ്കിലും സാമൂഹ്യ ശൃംഖലാ

വേദിയിൽ Myspace ന്റെ ഇടം കുറഞ്ഞുവരികയാണ്. 2012 ജൂണിൽ 25 ദശലക്ഷം അംഗങ്ങൾ ആണ് സജീവമായിട്ടുള്ളത്. എങ്കിലും ആദ്യം മുതലേ സംഗീത സ്നേഹത്താൽ ലോഗിൻ ചെയ്ത ബഹുഭൂരിപക്ഷവും തങ്ങളോടൊപ്പമുണ്ട് എന്നാണ് Myspace അവകാശപ്പെടുന്നത്.

വർത്തമാനകാലത്തിന്റെ വാഹനം

വർത്തമാനകാലത്തിന്റെ വാഹനമാണ് ഈ സാമൂഹ്യ ശൃംഖലകളെന്നതിനാൽ പരസ്യലോകവും ഒപ്പം സഞ്ചരിക്കുന്നു. ഇന്നത്തേതിന്റെ പതിന്മടങ്ങായിരിക്കും ഇവയിൽ കയറുന്നവരുടെ എണ്ണമെന്ന് കോർപ്പറേറ്റുകളും മനസിലാക്കിയിട്ടുണ്ട്. 2009-10 ൽ പരസ്യവരുമാനത്തിൽ 35 ശതമാനത്തിന്റെ വർധന തങ്ങൾക്കുണ്ടായതായി യാഹു.കോം അവകാശപ്പെട്ടിരുന്നു: ''7000 കോടി രൂപയാണ് ഇന്ത്യയിൽ പരസ്യം ചെയ്യുന്നതിന് കോർപ്പറേറ്റുകൾ ചെലവഴിച്ചത്. ഇതിൽ 600 കോടി രൂപ മാത്രമാണ് നെറ്റ്‌വർക്ക് പരസ്യത്തിനുപയോഗിച്ചതെങ്കിലും സമീപഭാവിയിൽ തന്നെ ഇതിൽ കുതിച്ചുചാട്ടമാണ് പ്രതീക്ഷിക്കുന്നത്. ഇരുപത്തിഅഞ്ചുകാരായ 2.2 കോടിപ്പേർ ഇവിടെയുണ്ട്. നെറ്റിൽ സജീവമാകുന്ന ഇവർ പുതുയുഗ ഉപഭോക്താക്കൾ എന്നാണ് അറിയപ്പെടുന്നത്.'' -യാഹു വ്യക്തമാക്കുന്നു. എന്നാൽ ഇംഗ്ലണ്ടിൽ മറ്റുമാധ്യമങ്ങളേക്കാൾ മുന്നിലാണ് നെറ്റ്‌വഴിയുള്ള പരസ്യം. 2010 ൽ അമേരിക്കയിലെ സ്ഥിതിയും അതായിരുന്നു. ഓൺലൈൻ വഴിയുള്ള വ്യാപാരം വർധിക്കുന്നത് ഈ രംഗത്തുണ്ടാക്കുന്ന അസന്തുലിതാവസ്ഥ കേരളത്തിൽ വലിയ ചർച്ചയായി. യാതൊരുവിധ അക്കൗണ്ടബിലിറ്റിയുമില്ല, നികുതി വെട്ടിപ്പും നടക്കുന്നു. നികുതിയൊടുക്കാതെയുള്ള വസ്തുക്കൾ ഓൺലൈൻ വഴി കുറഞ്ഞ വിലയ്ക്ക് വിൽക്കുന്നുവെന്ന പരാതിയാണ് വ്യാപകമായത്. ഒരേ സാധനം തന്നെ ഓൺലൈൻവഴിയും നേരിട്ട് കടയിൽനിന്നും എടുക്കുമ്പോഴുണ്ടാകുന്ന വിലവ്യത്യാസമാണ് ഉപഭോക്താക്കൾ ചൂണ്ടിക്കാട്ടിയത്.

നെറ്റ് വഴിയുള്ള പരസ്യങ്ങളുടെയും വിൽപ്പനയുടെയും വേഗത എത്രയെന്ന് തെളിയിക്കുന്നതായിരുന്നു 2009-11 കാലത്തെ ക്രിസ്മസ് സീസണുകളിൽ ലോകപ്രശസ്ത ഓൺലൈൻ വ്യാപാരസ്ഥാപനമായ 'ആമസോണി'ന്റെ അനുഭവം. സിയാറ്റിൻ കേന്ദ്രമായി പ്രവർത്തിക്കുന്ന 'ആമസോണി'ന് ലോകത്ത് പല സ്ഥലത്തും വൻകിട തുറന്ന വ്യാപാര സ്ഥാപനങ്ങളുണ്ട്. അവിടങ്ങളിലെ നേരിട്ടുള്ള വിൽപ്പനയെ കടത്തിവെട്ടി ഓൺലൈൻ വിൽപ്പന. പുസ്തകങ്ങൾ, സി ഡികൾ, സമ്മാനങ്ങൾ എന്നിവയായിരുന്നു വിറ്റ വസ്തുക്കളിൽ മുന്നിൽ. 2009 ഡിസംബർ 14 നായിരുന്നു ഏറ്റവും ഉയർന്ന വിൽപ്പന. അന്ന് പത്ത് ദശലക്ഷത്തോളം ഇനങ്ങൾക്കായിരുന്നു ലോകത്തിന്റെ നാനാഭാഗങ്ങളിൽനിന്ന് ഓർഡർ. അതായത് ഒരു സെക്കന്റിൽ 110 ഇനങ്ങളുടെ ഓർഡറുണ്ടായി ആ ദിവസം. ഒറ്റദിന ഓൺലൈൻ വ്യാപാരത്തിൽ ലോകറെക്കോഡാണിത്. ഇതിന്റെ 30-40 ശതമാനം വർധനയുണ്ടായി 2010 ൽ. അതേസമയം 2011 ൽ ഈ ക്രിസ്മസ് കച്ചവടം ഇരട്ടിച്ചു. ഇന്ത്യയിലെ ഓൺലൈൻ വ്യാപാര സ്ഥാപ

naaptol
shop right • shop more

നമായ Flipkart (flipkart.com) നടത്തിയ കുതിപ്പും എടുത്തു പറയാവുന്നതാണ്. 12 ബില്യൺ രൂപയുടെ ഓൺലൈൻ വ്യാപാരമാണ് 2011-12 വർഷത്തിൽ നടത്തിയത്. മുംബൈ ആസ്ഥാനമായ Naaptol (Naaptol.com) എന്ന ഓൺലൈൻ വ്യാപാരസ്ഥാപനം ദിവസേന ഒന്നരക്കോടി രൂപയുടെ വ്യാപാരം (2012) നടത്തുന്നു.

നെറ്റ് ലോകത്തോട് ലോകം പ്രതികരിക്കുന്നത് എങ്ങനെയെന്ന് കാണാൻ കൂടുതൽ ഉദാഹരണങ്ങൾ വേണ്ട. ഈ സാഹചര്യത്തിൽ സാമൂഹ്യ ശൃംഖലകളിലേക്ക് കടന്നുവരുന്ന യുവനിരയുടെ എണ്ണവും പതിന്മടങ്ങ് വർധിച്ചുകൊണ്ടിരിക്കും. അവരെ കാത്തിരിക്കുന്നത് നേരത്തെ പറഞ്ഞ ഉറുമ്പ് കഥകളും. നെറ്റ് കമ്പനികളാകട്ടെ ഇവരെ കാണുന്നത് പ്രത്യേകതരം ഉപഭോക്താക്കളായിട്ടാണ്. അതേസമയത്തു തന്നെ കാര്യങ്ങളുടെ ഗതിവിഗതികൾ തിരിച്ചറിയുന്നവരും ശരിയായ അഭിപ്രായം പറയാൻ കെൽപ്പുള്ളവരുമായ നല്ലൊരു സംഘം ഇതിൽ തലയിടുന്നില്ല, നിത്യേന ഇവ ഉപയോഗിക്കാൻ കഴിയുന്നവർ പോലും. കാലഘട്ടത്തിന്റെ ഏറ്റവും സജീവമായ മാധ്യമ മേഖലയെ ഇക്കൂട്ടർ അവഗണിക്കുന്നു.

ജുറാസിക് യുഗം

സാമൂഹ്യ ശൃംഖലകളുടെ 'ജുറാസിക് യുഗം' എന്നാണ് ഈ കാലഘട്ടത്തെ വിശേഷിപ്പിക്കപ്പെടുന്നത്. ലോകത്ത് ഏറ്റവും സജീവമായി നിൽക്കുന്ന സാമൂഹ്യ ശൃംഖലകളിലൊന്നാണ് 'ഫേസ്ബുക്' എന്ന് നേരത്തെ ചൂണ്ടിക്കാണിച്ചല്ലോ. ഹാർവാഡിൽ 2004 ൽ മാത്രം പിറന്ന ഫേസ്ബുക്കിനെ നൂറുകോടിയിലധികം പേർ ഉപയോഗിക്കുന്നു. ഒരാഴ്ചയിൽ കൈമാറ്റം ചെയ്യപ്പെടുന്ന ലൈക്കുകളുടെയും കമന്റുകളുടെയും എണ്ണം 2000 കോടിയോളമാണ്. ഒരു ശരാശരി 'ഫേസ്ബുക്കറിന്' 130 സുഹൃത്തുക്കളും 12 ഗ്രൂപ്പുകളുമുണ്ടെന്നാണ് കണക്ക്. ഈ നെറ്റ്വർക്കിന്റെ വലിപ്പമെ

ത്രയാണെന്ന് ഇതിലൂടെ മനസിലാക്കാം.

ഇതെഴുതുന്ന നിമിഷത്തിലും നിങ്ങൾ വായിക്കുന്ന ഞൊടിയിടയിലും സാമൂഹ്യ ശൃംഖലകളിൽ കയറുന്നവരുടെയും ഇറങ്ങുന്നവരുടെയും കണക്കുകൾ മാറിമറിയുന്നുണ്ട്. വാർത്തകളുടെയും വിവരങ്ങളുടെയും ആശയങ്ങളുടെയും അനന്തമായ ഈ ഒഴുക്ക് കാണുന്നത് ശൃംഖലകളുടെ ജുറാസിക് യുഗത്തിലാണെന്നോർക്കണം. അപ്പോൾ വരാൻ പോകുന്ന കാലത്തെ സ്ഥിതിയെന്താകും. ഒരാൾക്കും ഇതിൽനിന്ന് ഒഴിഞ്ഞ് നിൽക്കാൻ കഴിയാത്ത നിലയെത്തും. അത്ഭുതവസ്തുവായിരുന്ന മൊബൈൽഫോൺ ഇന്ന് ദരിദ്രരാജ്യങ്ങളിലുള്ള മധ്യവർഗകുടുംബങ്ങളുടെ പോലും, വികസ്വര രാജ്യങ്ങളിലെ തൊഴിലാളികളുടെ പോലും അവശ്യ വസ്തുവായിക്കഴിഞ്ഞതു പോലെ. ജീവിതത്തിലെ ആവശ്യങ്ങളുമായി ബന്ധപ്പെടുത്തിയാണ് ആധുനിക മാധ്യമ-സംവേദന ഉപകരണങ്ങളുടെ ഉപയോഗവും വളർച്ചയും. അപ്പോൾ സമൂഹത്തിൽ പല മേഖലകളിലായി ഇടപെടുകയും അതിന്റെ മുന്നോട്ടുള്ള പ്രയാണത്തിൽ ഉത്തരവാദിത്വത്തോടെയുള്ള പങ്ക് നിർവഹിക്കുകയും ചെയ്യുന്നവർ നിശ്ചയമായും ഇവയുടെ ഭാഗമായേ മതിയാകൂ. അറച്ചുനിൽക്കലല്ല അടുത്ത് പിടിക്കലാണ് ആവശ്യം.

സ്വകാര്യ മേഖലയിലെ വികസനത്തെക്കുറിച്ച് ലോകബാങ്ക് ഉദ്യോഗസ്ഥനും അതിനുശേഷം എൻ ജി ഒകളുടെ മാർഗനിർദേശകനുമായ ജോൺക്ലാർക്ക് നടത്തിയ ചില നിരീക്ഷണങ്ങൾ ഇവിടെ പരാമർശിക്കുന്നത് നന്നായിരിക്കും. വ്യവസായ വിപ്ലവത്തിനു ശേഷം വികസന രംഗത്തുണ്ടായ യുഗങ്ങളും അവയിൽ വിവരസാങ്കേതികവിദ്യയുടെ കാലത്തെ പ്രത്യേകതയുമാണ് അദ്ദേഹം എടുത്തു പറയുന്നത്. ഏറ്റവും ആധുനികകാലഘട്ടത്തെ അദ്ദേഹം വിശേഷിപ്പിക്കുന്നത് എൻ-ഫോം എന്ന പേരിലാണ്. ഇവിടെ ഏറ്റവും ശക്തമായ ഉപകരണമാണ് 'വിവരസാങ്കേതികവിദ്യ.' വ്യവസായ സ്ഥാപനങ്ങളുടെ ഇടതടവില്ലാത്ത പ്രവർത്തനത്തെയും ജീവനക്കാരുടെ പ്രകടനം നോക്കി അപ്പപ്പോൾ മാറ്റുന്നതിനും ഒഴിവാക്കുന്നതിനും ചുമതലകൾ മാറ്റി നിശ്ചയിക്കുന്നതിനും കഴിയുന്നു. ഇലാസ്തികതയുടെ വ്യാപനവും യൂണിറ്റ് തല സ്വാതന്ത്ര്യവും പ്രശ്നപരിഹാരത്തിനുള്ള എളുപ്പവും മറ്റും ഇതിന്റെ ഗുണങ്ങളായി കാണുന്നു. ഇതിന്റെ ദോഷ

ജോൺക്ലാർക്ക്

മാകട്ടെ പാരമ്പര്യ നിഷേധവും പ്രവചിക്കാനാവാത്ത സ്ഥിതിയും സ്ഥിരതയില്ലായ്മയുമാണ്. തൊഴിൽരംഗത്തെ അസ്ഥിരതയാണ് പ്രധാന പ്രശ്നം.

റുവാണ്ട ആവർത്തിക്കില്ല

ലോകത്ത് സാമൂഹ്യശൃംഖലയെ ഭംഗിയായി-അതായത് സമൂഹത്തിനാകെ ഗുണമാകുന്ന രീതിയിൽ-ഉപയോഗിച്ച സംഭവങ്ങൾ ഏറെ ഉണ്ടായിട്ടുണ്ട്. 2000 ത്തിൽ മാൽകം ഗ്ലാഡ്‌വെല്ലിന്റെ *The tipping points: how little things make a big difference* എന്ന ഗ്രന്ഥത്തിൽനിന്നാണ് വൈറസിനെ പോലെ ആശയശകലങ്ങളെയും ഉൽപ്പന്നങ്ങളെയും വ്യക്തികളിൽനിന്ന് വ്യക്തികളിലേക്ക് കൈമാറാമെന്ന ചിന്ത പടരുന്നത്. ഇത് വളർന്നാണ് "Freedom of the crowds" എന്ന ആശയം ഉദയം ചെയ്യുന്നത്. സ്വതന്ത്രാഭിപ്രായങ്ങളും ഊഹാപോഹങ്ങളും തീരുമാനങ്ങളും നെറ്റ് വഴി ലോകത്തേക്കെറിയാൻ തുടങ്ങിയത്. ഇത് ആദ്യം ചെന്നുടക്കിയത് വൻകിട വ്യവസായികളെയാണ്. കമ്പനിയധികൃതരുടെ മോശം ചെയ്തികളെ ജീവനക്കാർ നെറ്റ് വഴി ചർച്ച ചെയ്തതും സമാനചിന്താഗതിക്കാർ കൂടിയതും അവർ പരസ്പരം ബന്ധപ്പെട്ടതും മറ്റും കോർപ്പറേറ്റ് മുതലാളിമാരെപ്പോലും വിറളിപിടിപ്പിക്കുകയുണ്ടായി. ബ്രിട്ടനിൽ പുത്തൻ രാഷ്ട്രീയം തന്നെ രൂപപ്പെടുത്താൻ സാമൂഹ്യശൃംഖലകൾക്കായി. "New kind of politics'- എന്നാണിത് അറിയപ്പെടുന്നത്. പൊതുകാര്യങ്ങളെല്ലാം സാമൂഹ്യശൃംഖലകൾ വഴി ചർച്ചനടത്തി അഭിപ്രായസമന്വയമുണ്ടാക്കി. പ്രതിഷേധങ്ങൾക്ക് മൂർച്ചയും ശക്തിയും കൂടി. ഇറാൻ മുതൽ മാൽഡോവ വരെയുള്ള പ്രദേശത്ത് ടിറ്റർ, ഫേസ്ബുക് എന്നിവ വഴി വൻ ചലനങ്ങളുണ്ടായതായി തെളിഞ്ഞിട്ടുണ്ട്. മറ്റു രാജ്യങ്ങളിൽ നടക്കുന്നതെന്തെന്ന് ഇവർ ചർച്ച ചെയ്തു. നിരവധി ആക്ടിവിസ്റ്റുകളെ വാർത്തെടുത്തു. എല്ലാത്തരത്തിലുമുള്ള അടിച്ചമർത്തലുകൾക്കെതിരായ പ്രതിഷേധം ഇറാൻ മുതൽ മാൽഡോവ വരെ കൈമാറി കൈമാറി പോന്നത് സാമൂഹ്യ ശൃംഖലകളിലൂടെയാണ്.

മാൽകം ഗ്ലാഡ്‌വെൽ

ഇറാൻ ജനത സാമൂഹ്യ ശൃംഖലയെ ഉപയോഗപ്പെടുത്തുന്നത് കണ്ട് നോബൽ ജേതാവ് ഗോർദോൺ ബ്രൗൺ പറഞ്ഞത് ഇതാണ്:

"1994 ൽ റുവാണ്ടയിലുണ്ടായതുപോലെ ഒരു വംശീയകലാപം ഇറാനിലുണ്ടാവില്ല." എന്താണ് നടക്കുന്നതെന്നു പോലും അറിയാതെ എട്ടു ലക്ഷം പേരാണ് റുവാണ്ടയിൽ അന്ന് മരിച്ചതെന്നോർക്കണം. ആശയങ്ങൾ വേഗത്തിൽ കൈമാറാനോ സംഭവഗതികളുടെ അടിയൊഴുക്കുകൾ തിരിച്ചറിയാനോ അന്ന് കഴിഞ്ഞിരുന്നില്ല. ഇന്നത്തെ ഇറാനിലാകട്ടെ വാഷിങ്ടണിൽ നടക്കുന്ന ഓരോ നീക്കവും എങ്ങോട്ടാണെന്ന് തിരിച്ചറിഞ്ഞ് അതിനനുസരിച്ച് സന്ദേശങ്ങൾ കൈമാറി ജനത സ്വയം ബോധ്യപ്പെടുന്നുണ്ട്, വസ്തുതകളെ.

സോഷ്യൽ നെറ്റ് രാഷ്ട്രീയം

അമേരിക്കയിലെ കാലിഫോർണിയയിൽ തിരുട്ട്ഗ്രാമത്തിന് സമാനമായ കേന്ദ്രമുണ്ടെന്ന് കൂടുതൽ പേരറിഞ്ഞത് അത്ര പ്രചാരമില്ലാത്ത ഒരു സാമൂഹ്യ ശൃംഖലയിൽനിന്നാണ്. കറുത്തവർഗക്കാർമാത്രമാണ് ഈ കൊള്ളസംഘത്തിലുള്ളതെന്ന വെളുത്തഭരണാധികാരികളുടെ വാദവും സൈറ്റുകൾ പൊളിച്ചു. പട്ടിണിക്കാർക്ക് ഭക്ഷണം കൊടുക്കാൻ അമേരിക്കയിൽ പല കേന്ദ്രങ്ങളിലും രഹസ്യ 'ഹോ'മുകൾ തുടങ്ങിയത് പരസ്യമായതും ഇതുവഴിയാണ്. എന്നാൽ, വമ്പൻ സാമൂഹ്യശൃംഖലകളിൽ ഇത്തരം ചർച്ച ഉണ്ടായിട്ടില്ല എന്നതാണ് സത്യം. അവയുടെ നിയന്ത്രണം തൽപ്പരകക്ഷികളുടെ കയ്യിൽ തന്നെയാണ്. Facebook, Twitter, My Space, Classmates, linked.in, clubpenguin, AOL home town, Flixter തുടങ്ങി പ്രശസ്തമായ സാമൂഹ്യ ശൃംഖലകളെല്ലാം അമേരിക്കൻ കേന്ദ്രീകൃതമാണ്. അമേരിക്കയുടെ രാഷ്ട്രീയ താൽപ്പര്യങ്ങൾക്ക് ചൂട്ടുപിടിക്കുന്നതിന് ഇത്തരം സാമൂഹ്യ ശൃംഖലകളെ പല നിർണായക ഘട്ടങ്ങളിലും ഉപയോഗിച്ചിട്ടുണ്ടെന്ന് കാലിഫോർണിയയിലെ മാർക്കറ്റിങ് സർവെ സ്ഥാപനമായ എം സി മാർക്കറ്റിങ് (*mcmarketing.com*) 2012 ൽ നടത്തിയ സർവെയിൽ വെളിപ്പെടുത്തിയിട്ടുണ്ട്.

സാമൂഹ്യ ശൃംഖലകൾ സ്വമേധയാ എന്തെങ്കിലും താൽപ്പര്യങ്ങൾ പടയ്ക്കുന്നുണ്ടോ എന്നതിനേക്കാൾ പ്രധാനമാണ് ഈ നെറ്റ്വർക്കുകളുടെ ഉടമസ്ഥരുടെ താൽപ്പര്യങ്ങൾ. 2009-2010 കാലത്ത് ഗൂഗിൾ ചൈനക്കെതിരെ നടത്തിയ പ്രചാരണമാണ് ഇതിന്റെ രാഷ്ട്രീയം കൂടുതൽ വെളിവാക്കിയത്. ചൈനയുമായി രാഷ്ട്രീയമായി വിയോജിപ്പുള്ളവർ പോലും ഗൂഗിൾ-ചൈന തർക്കത്തിൽ ചൈനയോടൊപ്പമാണ് നിന്നത്. മറ്റെന്തിന്റെയും കുത്തകവൽക്കരണത്തേക്കാൾ അപകടകരമാണ് വിവരസാങ്കേതിക രംഗത്തുള്ള കുത്തകവൽക്കരണം. ലോകത്ത് എല്ലാവിധ ആശയവിനിമയങ്ങളും നടക്കുന്നത് ആധുനിക വിവര സാങ്കേതിക സങ്കേതങ്ങൾ വഴിയായ സാഹചര്യത്തിൽ പ്രത്യേകിച്ചും. അതിന്റെ അപകടം തിരിച്ചറിഞ്ഞുകൊണ്ടാണ് സ്വതന്ത്ര സോഫ്ട്വെയറിനും മറ്റും വേണ്ടിയുള്ള മുറവിളി ഈ കാലഘട്ടത്തിൽ രൂക്ഷമായത്.

ചൈനയ്ക്കുമേൽ ഗൂഗിൾ നടത്താൻ ശ്രമിച്ച ആക്രമണത്തിലേക്ക്

തന്നെ വരാം. ഗൂഗിൾ ചൈനയിൽനിന്ന് പിന്മാറുന്നുവെന്നറിയിച്ച ഉടൻ സാമൂഹ്യ ശൃംഖലകളിലും ബ്ലോഗുകളിലും പ്രചരിച്ച ഒരു വാചകം ഇതാണ്: ''ഇപ്പോൾ ഗൂഗിൾ ചൈനയിൽനിന്ന് പിന്മാറുകയല്ല ഉണ്ടായത്, ചൈന ലോകത്തുനിന്ന് പിന്മാറുകയാണ് ചെയ്യുന്നത്.'' ഗൂഗിൾ ഇല്ലാത്ത ചൈന ലോകപൊതുധാരയിൽനിന്ന് പിൻവലിയപ്പെടും എന്നായിരുന്നു സൂചന. അത്തരം അനവധി സന്ദേശങ്ങളെ ഗൂഗിൾ തന്നെ തൊടുത്തു വിടുകയുണ്ടായി. എന്നാൽ ഗൂഗിൾ വരുന്നതിനു മുമ്പും പിമ്പും ചൈന ഇക്കാര്യത്തിൽ വ്യക്തമായ ധാരണയോടെയാണ് നീങ്ങിയിരുന്നത്. തങ്ങളുടെ സർച്ച് എഞ്ചിൻ ചൈനയിൽ തുറക്കുന്നതിന് അവകാശം ചോദിച്ച് ഗൂഗിളാണ് ചൈനീസ് സർക്കാരിനെ സമീപിച്ചത്. അപ്പോൾ ചൈന മുന്നോട്ട് വച്ച രണ്ട് കാര്യങ്ങൾ ഇവയാണ്: ഞങ്ങൾക്ക് ബിസിനസ് താൽപ്പര്യങ്ങൾ മാത്രമാണ് ഇതിലുള്ളത്, ഗൂഗിളിനും അതേ ഉണ്ടാകാവൂ. ലോകത്തിന്റെ പലഭാഗത്തുനിന്നും ആശയപരമായും അല്ലാതെയും ആക്രമണങ്ങൾ നേരിടുന്ന രാജ്യമായതിനാൽ ചില നിബന്ധനകൾ പാലിച്ചേ ഇവിടെ പ്രവർത്തിക്കാവൂ. ചൈന വച്ച നിബന്ധനകൾ അംഗീകരിച്ചാണ് ഗൂഗിൾ പ്രവേശിച്ചത്. ഏതാനും മാസങ്ങൾ കഴിയും മുമ്പേ ഗൂഗിൾ തങ്ങളുടെ രഹസ്യ അജണ്ട പുറത്തെടുത്തു. പലപ്രാവശ്യം ചൈനീസ് സർക്കാർ മുന്നറിയിപ്പും നൽകി. പിന്നീട് സർക്കാർ വക്താക്കൾ തന്നെ ഗൂഗിളിന്റെ അജണ്ട വ്യക്തമാക്കുകയും ചെയ്തു: ''ബിസിനസ് താൽപ്പര്യങ്ങൾ വിട്ട് അമേരിക്കൻ ഭരണകൂടത്തിനു വേണ്ടി ചാരപ്രവൃത്തി ചെയ്യാനാണ് ഗൂഗിൾ ശ്രമിച്ചത്, അത് തടയുകമാത്രമാണ് തങ്ങൾ ചെയ്തത്." ലോകത്ത് ഏറ്റവും കൂടുതൽ ഇന്റർനെറ്റ് ഉപഭോക്താക്കളുള്ള ചൈനയുടെ മാർക്കറ്റിൽ ഗൂഗിളിന് കാര്യമായ സ്വാധീനം ചെലുത്താനാവാതെ വന്നതോടെയാണ് ഗൂഗിൾ പ്രവർത്തന സ്വാതന്ത്ര്യത്തിന്റെ പേരു പറഞ്ഞ് ചൈനക്കെതിരായ ആക്രമണത്തിന് തുടക്കമിട്ടതെന്ന് വ്യക്തം. ഗൂഗിൾ വന്നിട്ടും ചൈനയുടെ സ്വന്തം സർച്ച് എഞ്ചിനായ 'ബിഗ് അഡ'വിൽ നിന്ന് പിന്മാറാൻ ചൈനീസ് ഉപഭോക്താക്കൾ തയാറായിരുന്നില്ല. ഇവരുമായി മത്സരിക്കാൻ കഴിയില്ലെന്നു വന്നതോടെയാണ് ചൈനാവിരുദ്ധരെ ആകർഷിക്കാൻ ഗൂഗിൾ ശ്രമിച്ചത്. ഒരു വെടിക്ക് രണ്ടു പക്ഷിയായിരുന്നു ലക്ഷ്യം; അമേരിക്ക ആഗ്രഹിക്കുന്നതുപോലെ ചൈനാവിരുദ്ധവികാരം വളർത്തുക, ഉപഭോക്താക്കളുടെ ശ്രദ്ധയാകർഷിക്കുക. എന്നാൽ ഇത് സഹിച്ചിരിക്കാൻ ചൈനീസ് സർക്കാരെന്നല്ല, അവിടത്തെ പൗരസമൂഹവും തയാറായിരുന്നില്ല. ചൈനയിൽ അനവധി ബ്ലോഗുകളിൽ ഈ വികാരം പ്രകടമാക്കുന്ന സന്ദേശങ്ങളുണ്ടായി. ചൈനയിൽ ഏറ്റവും വായിക്കപ്പെടുന്ന വെബുകളിലൊന്നായ 'ടെക് ക്രഞ്ച്' എഴുതി: ''ഗൂഗിളിന് ബിസിനസ് താൽപ്പര്യത്തേക്കാൾ തുരപ്പൻ പണിക്കാണ് താൽപ്പര്യം" എന്ന്.

തർക്കത്തിൽ ഗുണം കാണാതെ ഒടുവിൽ ഗൂഗിളിന്റെ പിന്മാറ്റ പ്രഖ്യാപനത്തിൽനിന്ന് തന്നെ വസ്തുതകൾ പുറത്തുവന്നു. തങ്ങളുടെ അക്കൗണ്ടുകളിൽ ചൈനയിൽനിന്നും ചിലർ അതിക്രമിച്ച് കയറുന്നുവെന്നും

സൈറ്റുകൾ തന്നെ തകർക്കുന്നുവെന്നുമായിരുന്നു ഗൂഗിളിന്റെ പരാതി. ആരാണ് പരാതിക്കാർ എന്ന് വ്യക്തമാക്കേണ്ടി വന്നപ്പോൾ ഗൂഗിൾ ചീഫ് ലീഗൽ ഓഫീസർ ഡേവിഡ് ഡ്രമോൺഡ് പറഞ്ഞു: ''യൂറോപ്പ്, അമേരിക്ക, ചൈന എന്നീ രാജ്യങ്ങളിലെ മനുഷ്യാവകാശ സംഘടനകളും, വക്കീലന്മാരുമാണ് പ്രധാന പരാതിക്കാർ'' എന്നായിരുന്നു. എന്താണ് ഈ മനുഷ്യാവകാശ സംഘടനകളും വക്കീലന്മാരും ചൈനയിൽ പ്രചരിപ്പിച്ചത് എന്ന ചോദ്യത്തിന് ഗൂഗിളിന് ഉത്തരമുണ്ടായില്ല.

ടിയാനൻമെൻ സ്ക്വയർ സംഭവത്തിന്റെ വീഡിയോ ദൃശ്യങ്ങൾ യൂ ട്യൂബ്‌വഴി വ്യാപകമായി പ്രചരിപ്പിച്ചതും, ടിറ്റർ, ഫേസ്ബുക് എന്നിവയിൽ ചൈനാവിരുദ്ധ ചർച്ചകൾ സജീവമാക്കിയതും (ഇവയിൽ ഭൂരിപക്ഷം ആശയങ്ങളും ചൈനക്കാരുടേതായിരുന്നില്ലെന്നും ഗൂഗിൾ തന്നെ അറിയിച്ചിരുന്നു), *ഗാർഡിയ*നിലും, *ന്യൂയോർക് ടൈംസി*ൽ വരുന്ന ചൈനാവിരുദ്ധ ലേഖനങ്ങൾ ചൈനീസ് ഭാഷയിൽ വിവർത്തനം ചെയ്ത് ഗൂഗിളിന്റെ yee yan (yee yan.org)- എന്ന വെബ്സൈറ്റ് വഴി പ്രചരിപ്പിച്ചതും ചൈനീസ് സർക്കാർ കൃത്യമായി ശ്രദ്ധിച്ചിരുന്നു. ഇവയോരോന്നിനെയും ഓരോ അവസരത്തിലായി നിരോധിക്കുകയും ചെയ്തു. ഇത്തരം കാര്യങ്ങളിൽ ബിസിനസ് താൽപ്പര്യമെവിടെയെന്ന് ചൈനാസർക്കാരിന്റെ ചോദ്യത്തിന് ഗൂഗിളിന് മറുപടിയുണ്ടായില്ല. നിയന്ത്രണം സംബന്ധിച്ച് ഗൂഗിളിന്റെ വാദങ്ങൾക്കൊന്നും അടിസ്ഥാനമുണ്ടായിരുന്നില്ല. ടിയാനൻമെൻ സ്ക്വയർ സംഭവത്തെക്കുറിച്ച് ചൈനയിലുള്ളവർക്കുതന്നെയും, പല മനുഷ്യാവകാശ സംഘടനകൾക്കും വ്യത്യസ്ത അഭിപ്രായമുണ്ടാകാം, അത് വേറെ കാര്യം. ഗൂഗിൾ എന്തിന് അവരുടെ വക്താക്കളാകുന്നുവെന്ന ചൈനക്കാരുടെ ചോദ്യത്തിനും അവർക്ക് മറുപടിയില്ലായിരുന്നു.

ഒളിമ്പിക്സ് സമയത്ത് ലോകത്തെ എല്ലാ ശൃംഖലകളെയും ചൈനയിലേക്ക് സ്വാഗതം ചെയ്യുകയുണ്ടായി. അന്നാണ് കയം കണ്ട കണ്ണുകളെപ്പോലെ സർച്ച്എഞ്ചിൻ ഭീകരന്മാർ 400 ദശലക്ഷത്തിലധികം ഇന്റർനെറ്റ് ഉപഭോക്താക്കളുള്ള ചൈന എന്ന മഹാരാജ്യത്തെ തിരിച്ചറിയുന്നത്. സമുദ്രം പോലെ കിടക്കുന്ന അവിടത്തെ മാർക്കറ്റ് കണ്ടത്. അത് കീഴടക്കാമെന്ന മോഹത്തിന് അടികിട്ടിയപ്പോഴാണ് ഇവരുടെ വിധം മാറിയത്. തങ്ങൾ പിന്മാറിയാൽ ചൈന ലോകത്തുനിന്ന് ഒറ്റപ്പെടുമെന്നും അവർ പറയുന്നപോലെ പ്രവർത്തിക്കാൻ ആർക്കും കഴിയില്ലെന്നും ഗൂഗിൾ അധികൃതർ ഗീർവാണം വിടുകയുണ്ടായി. എന്നാൽ ഗൂഗിൾ പിന്മാറുന്നുവെന്ന് കേട്ടമാത്രയിൽ ലോകത്തെ പ്രമുഖ സർച്ച് എഞ്ചിനുകളുൾപ്പെടുന്ന 25 സ്ഥാപനങ്ങളാണ് ചൈനയിൽ പ്രവർത്തിക്കാൻ അനുവാദം

ചോദിച്ച് സർക്കാരിന് അപേക്ഷ നൽകിയത്. എന്നാൽ അതിനൊന്നും പെട്ടെന്ന് മറുപടി നൽകാൻ ചൈന തയാറായില്ല. പിന്മാറുന്നവർക്ക് പിന്മാറാം എന്ന് യാതൊരു കൂസലുമില്ലാതെ ചൈന സർക്കാർ നിലപാട് അറിയിച്ചതോടെ ഗൂഗിൾ നയം മാറ്റുകയാണുണ്ടായത്. തൽക്കാലം ചൈനയിൽ നിന്ന് പോകുന്നില്ല എന്ന് അവർ വ്യക്തമാക്കി. അത് ചൈനയോടുള്ള സ്നേഹമല്ലയെന്ന് ആർക്കും മനസിലാക്കാമല്ലോ. ഗൂഗിൾ മാപിനും ചൈനീസ്മാപ് സൈറ്റുകളോട് മത്സരിക്കാനാവാതെ തറയിലേക്ക് താണ വിവരം ഗൂഗിൾ തന്നെയാണ് 2012 ഒക്ടോബറിൽ പുറത്തു വിട്ടത്. ആൻഡ്രോയിഡ് ഓപറേറ്റിങ് സംവിധാനമുള്ള മൊബൈൽ ഫോണുകളിലും ഐഫോണുകളിലും മറ്റും അനായാസം ചൈനയുടെ ഏത് മുക്കും മൂലയും തെളിയുന്ന ചൈനീസ് സൈറ്റുകൾക്ക് മുന്നിലാണ് ഗൂഗിൾമാപ് അടിയറവ് പറഞ്ഞത്.

അവസരം കിട്ടിയാൽ തങ്ങളുടെ രഹസ്യ അജണ്ടയായ തുരപ്പൻ പണി നടത്താമെന്ന ലക്ഷ്യം തന്നെയാണ് ഗൂഗിളിന് ചൈനയിലുള്ളതെന്ന് അവിടത്തെ സർക്കാരിനും നേതൃത്വം നൽകുന്ന കമ്യൂണിസ്റ്റ്പാർട്ടിക്കും ഉത്തമബോധ്യവുമുണ്ട്. അതുകൊണ്ട് ചൈനയുടെ സ്വന്തമായ സാമൂഹ്യ ശൃംഖലകളെ ഉൾപ്പെടെ കടുത്ത ജാഗ്രതയോടെ വീക്ഷിക്കാൻ ചൈന സർക്കാർ സംവിധാനമൊരുക്കിയിരിക്കുന്നു. രാജ്യത്തെ പുരോഗതിയിലേക്ക് നയിക്കാൻ ആഗ്രഹിക്കുന്ന ഏതൊരു സമൂഹവും ഇത്തരം സമീപനമാണ് എടുക്കേണ്ടതും. സർവതന്ത്ര സ്വതന്ത്രരാകാമെന്നും മതിലിനപ്പുറമുള്ള മുതലാളിത്ത ജർമനിയിൽ സ്വർഗമാണെന്നും കമ്യൂണിസ്റ്റ് ജർമനിയിൽ പ്രചരിപ്പിച്ചത് ഒരു തന്ത്രമായിരുന്നു. മതിൽപൊളിച്ച് ജർമനി ഒന്നാക്കിയതിനു ശേഷമുള്ള അവിടത്തെ ചരിത്രം, പ്രത്യേകിച്ചും മുൻകമ്യൂണിസ്റ്റ് ജർമനിയുടെ, തിരിച്ചുപോക്കിന്റേതായിരുന്നു. പട്ടിണിയുടെയും വേശ്യാവൃത്തിയുടെയും അക്രമത്തിന്റെയും നാളുകളിലേക്ക്. അന്നും പ്രചരണത്തിനുപയോഗിച്ചത് എൻ ജി ഒ സംഘടനകളുടെ നേതൃത്വത്തിൽ നിലവിൽവന്ന ചെറു കൂട്ടായ്മകളിലൂടെയായിരുന്നു. അവയെയും സോഷ്യൽ നെറ്റ്വർക്കുകൾ എന്ന് വിളിച്ചിരുന്നു. അതിന്റെ പതിനായിരക്കണക്കിന് ശേഷിയും വേഗതയുമുള്ള ഇന്നത്തെ നെറ്റ്വഴിയുള്ള കൂട്ടായ്മകളുടെ ഗുണവും ദോഷവും ചൈന മനസിലാക്കിയെന്നു വേണം കരുതാൻ. ഗൂഗിളിന്റെ ചൈനീസ് ആക്രമണത്തെ കുറിച്ച് ഇന്ത്യയടക്കമുള്ള രാജ്യങ്ങളിൽ പൂർണമായും പ്രചരിച്ചതും ഇവിടത്തെ ജനങ്ങളെ വിശ്വസിപ്പിച്ചതും ഗൂഗിളിന്റെ ഭാഗം മാത്രമാണ്. അതിന് ഗൂഗിളിന്റെ തന്നെ സാമൂഹ്യശൃംഖലകളാണ് സ്വാഭാവികമായും നേതൃത്വം കൊടുത്തത്. അതിന്റെ ചുവടുപിടിച്ചാണ് ഇന്ത്യൻ മാധ്യമങ്ങൾ 'ഗൂഗിൾ-ചൈന യുദ്ധം' എന്ന തലക്കെട്ട് വ്യാപകമായി ഉപയോഗിച്ചത്. യഥാർഥത്തിൽ ഗൂഗിളിന്റെ ചൈനീസ് ആക്രമണം എന്നതായിരുന്നു വാസ്തവം.

'സാമൂഹ്യ' മെന്ന് പേരുചാർത്തി പല സാമൂഹ്യശൃംഖലകളും സാമൂഹ്യവിരുദ്ധ ജോലികൾ നിർവഹിക്കുന്നു, പൊതുകാര്യത്തിലടക്കം എന്നാണ് ചുരുങ്ങിയകാലത്തെ ഇന്ത്യൻ അനുഭവം. അതിനെ അതിന്റെ വഴിക്ക് വിടുന്നത് മൗഢ്യം മാത്രമായിരിക്കും എന്ന് ദിനംപ്രതിയുള്ള സന്ദേശ പ്രവാഹങ്ങൾ ഓർമിപ്പിച്ചുകൊണ്ടേയിരിക്കുന്നു.

4

സൈബറിൽ തൊടുത്ത അറബ് 'സ്പ്രിങ്'

അക്ഷരാർഥത്തിൽ അതൊരു 'സ്പ്രിങ്' തന്നെയായിരുന്നു. ഒന്നു തള്ളിവിട്ടാൽ ഇരട്ടിശക്തിയോടെ പുറത്തേക്ക് വരുന്ന ചുരുൾ. ഇരുളടഞ്ഞ മാളങ്ങളിൽ അസ്വാതന്ത്ര്യത്തിന്റെ ദുഷിച്ച കാറ്റിൽ സഹിച്ച കാലത്തെ തൂത്തെറിഞ്ഞെത്തിയ സുഗന്ധത്തിന്റെ വസന്തം. അതിനെ മുല്ലപ്പൂവെന്നൊക്കെ ദൂരെയിരുന്ന് വിപ്ലവം കണ്ടാസ്വദിക്കുന്ന മാധ്യമ ഭീമന്മാർ വിളിപ്പേരിട്ടെങ്കിലും വസന്തത്തിന്റെ പിന്നാമ്പുറത്ത് ചോരവാർന്നവർ ആ പേര് സ്വീകരിച്ചില്ല. കരയ്ക്കിരുന്ന് മീൻപിടിക്കുന്നവർക്ക് മീനിന്റെ പേരും നിറവും മറ്റും ഭാവനയിൽ ചാർത്താം, കടലിൽ ജീവൻ പണയംവച്ച് വലവീശുന്നവർക്ക് 'ഓമനപ്പേരിടാൻ' അധികം നേരമില്ല, വലിയ ലക്ഷ്യങ്ങൾ മുന്നിലുള്ളപ്പോൾ.

അറബ് ലോകത്തിന്റെ അന്തഃകരണങ്ങളിൽ നീറിപ്പുകഞ്ഞ ജനരോഷത്തിന്റെ അനുരണനങ്ങൾ തന്നെയാണ് ഒരു കൊടുങ്കാറ്റുപോലെ 2010 ഡിസംബർ മുതൽ ആഞ്ഞടിച്ചത്. ടുണീഷ്യയുടെ കമ്പ്യൂട്ടർ-മൊബൈൽ സ്ക്രീനുകളിൽ ഇടതടവില്ലാതെ പരന്ന സന്ദേശങ്ങൾ പരത്തിയ ആത്മാഭിമാനബോധം ആരും പ്രതീക്ഷിക്കാത്ത തീപ്പടർപ്പുകളാവുകയായിരുന്നു. ഫേസ്ബുക്കും ടിറ്ററും ഓർക്കുട്ടും വഴി അവ ജനമനസുകളിലേക്കിറങ്ങി സ്ഫോടനങ്ങൾ സൃഷ്ടിച്ചു. അക്ഷരവിരോധികൾ, അജ്ഞർ, ആധുനിക വിജ്ഞാനീയങ്ങളെ പരിചയമില്ലാത്തവർ എന്നൊക്കെ പാശ്ചാത്യർ പണ്ടു മുതലേ ആക്ഷേപിക്കാറുള്ള മുസ്ലിങ്ങൾ തന്നെയാണ് സൈബർലോകത്തിന്റെ സാധ്യതകളെ തിരിച്ചറിഞ്ഞ് സാമൂഹ്യമാറ്റത്തിനുള്ള പ്രചാരണോപാധികളിലൊന്നാക്കി ഫലപ്രദമായി ഉപയോഗിച്ചത്. അതൊരു വിരോധാഭാസമായി തോന്നാമെങ്കിലും 2010-11 ലെ വസന്തക്കൊടിയേറ്റത്തിൽ സാമൂഹ്യ മാധ്യമങ്ങളുടെ മുഖ്യസംഭാവനയെ തള്ളിക്കളയാനാകില്ല.

അറബിരാജ്യങ്ങളിൽ അടിമുടി മാറ്റം ആവശ്യപ്പെട്ട് എന്തിനും തയാറായി ജനക്കൂട്ടങ്ങൾ തെരുവിലേക്കിറങ്ങിയ കാഴ്ചയാണ് 2010–11 കാലത്ത് ലോകം അത്ഭുതംകൂറിക്കൊണ്ട് വീക്ഷിച്ചത്. 18 രാജ്യങ്ങളിലാണ് അറബ്വസന്തം എന്ന് അറിയപ്പെട്ട സമരപരമ്പരകളിലൂടെ മാറ്റം കുറിച്ചത്. ചില രാജ്യങ്ങളിൽ ദുഷിച്ചു ദുഷിച്ച് നാറിയ ഭരണകർത്താക്കളെ തെരുവിൽ കൈകാര്യം ചെയ്തപ്പോൾ മറ്റിടങ്ങളിൽ ഭരണാധികാരികൾക്ക് ജനങ്ങളുടെ ആവശ്യങ്ങൾക്ക് ചെവികൊടുക്കേണ്ടി വന്നു. ആ പ്രക്ഷോഭ പരമ്പരകൾ ഇന്നും അവസാനിച്ചിട്ടില്ല.

തങ്ങളുടെ അവകാശത്തെ കുറിച്ച് ബോധവാന്മാരായ ജനങ്ങൾ നീതിക്കുവേണ്ടി തെരുവിലിറങ്ങിയതുപോലെ തന്നെ സാമ്രാജ്യത്വത്തിന്റെ ഏജന്റുമാരുടെ കൈകളിലെ പാവകളായി മാറിയതായും അനുഭവങ്ങളുണ്ട്. ലക്ഷ്യബോധമില്ലാത്ത സമരത്തിന്റെ എല്ലാ ദൗർബല്യങ്ങളും അറബ്വസന്തകാലത്തെ മുന്നേറ്റത്തിൽ കാണാനായി. എന്നാൽ, അവർ നടത്തിയ ശ്രമങ്ങളെ ചെറുതായി കാണാനാവില്ല. കിരാത രാജവാഴ്ചകൾ നടന്ന പല രാജ്യങ്ങളിലെയും ജീവിതസ്ഥിതി തന്നെ പുറത്തുവന്നത്, ലോകശ്രദ്ധയാകർഷിച്ചത് ഈ കലാപങ്ങളെ തുടർന്നാണ്. ഒരുപക്ഷേ വളരെ പെട്ടെന്ന് ഇത്തരം നീക്കങ്ങൾ ശക്തിയാർജിക്കുകയും ഒരു പരിധിവരെ ജനങ്ങളെ അവരുടെ അസ്വാതന്ത്ര്യത്തെ കുറിച്ച് ബോധവൽക്കരിച്ച് തെരുവിലിറക്കാൻ സാധിച്ചതും സാമൂഹ്യ ശൃംഖലകൾ വഴി നടത്തിയ കഠിന ശ്രമങ്ങളാണ്. അറബ്വസന്തത്തിനു പിന്നിൽ സാമൂഹ്യ മാധ്യമങ്ങൾ മാത്രമാണെന്ന പ്രചാരണത്തെ തള്ളിക്കളഞ്ഞ *അൾജസീറ*യിലെ ഒരു ലേഖകൻ ഈ രാജ്യങ്ങളിലെ സാമൂഹ്യ സാഹചര്യങ്ങളാണ് കലാപത്തിലേക്കെത്തിച്ചത് എന്ന് വിശദീകരിക്കുകയുണ്ടായി. അറബ് ലോകത്ത് ഏറെ സ്വാധീനമുള്ള പത്രവും ചാനലുമൊക്കെയാണ് *അൽ ജസീറ*. എന്നാൽ അവരുടെ ഈ അഭിപ്രായത്തോട് പൂർണമായും യോജിക്കാനാവില്ല. അതേസമയം സാമൂഹ്യ സാഹചര്യം മുഖ്യകാരണവുമാണ്. അതായത്, സാമൂഹ്യ മാധ്യമങ്ങളുടെ ഇടപെടലിലൂടെ ഇളകാൻ പാകത്തിന് ഗുരുതരമായ പ്രശ്നങ്ങളുണ്ടായിരുന്നു ആ സമൂഹങ്ങളിൽ.

കനക്കുന്ന പ്രതിഷേധവും രോഷവും ആക്ടിവിസത്തിലേക്ക് എത്തിച്ചത് അതിവേഗമുള്ള സാമൂഹ്യ ശൃംഖലാ പ്രചാരണത്തിലൂടെയാണ്. സുപ്രധാനമായൊരു മുന്നേറ്റം ഈ മേഖലയിൽ കുറിക്കാനായി എന്നത് കാണാതെ വയ്യ. അതേസമയം, അപ്രകാരമുള്ളൊരു തള്ളിക്കയറ്റത്തിൽ ആശയപരമായ കാതലില്ലാത്തതിന്റെ ദുരന്തം പിന്നീട് ലോകം കാണുകയും ചെയ്തു. സുസംഘടിതമല്ലാത്തതിന്റെയും ലക്ഷ്യബോധമുള്ള ഒരു പ്രസ്ഥാനം നയിക്കാനില്ലാത്തതിന്റെയുമെല്ലാം കുഴപ്പം അറബ് വസന്തത്തിന്റെ മുഖമുദ്രയാണ്. നമ്മൾ അതിന്റെ രാഷ്ട്രീയ വശങ്ങളെ തൽക്കാലം ഉപേക്ഷിക്കുന്നു. അനുദിനം വഷളാകുന്ന ലോകമനുഷ്യന്റെ ജീവിത സാഹചര്യത്തിന്റെ പ്രതികരണം എന്ന നിലയിൽ 18 രാജ്യങ്ങളിലും നടന്ന ശ്രമങ്ങളെ പ്രകീർത്തിച്ചേ മതിയാകൂ എന്ന് മനസിലാക്കുക. ആ

ശ്രമങ്ങൾക്ക് പിന്നിൽ നവമാധ്യമങ്ങളുടെ കരങ്ങളായിരുന്നുവെന്നതും ഓർക്കുക. തീപ്പൊരിപോലെയുള്ള മുദ്രാവാക്യങ്ങൾ മിന്നൽവേഗത്തിൽ പ്രചരിപ്പിച്ച് നാടുകളെയും നഗരങ്ങളെയും ഇളക്കിയ സാമൂഹ്യ ശൃംഖലകൾ ഈ 18 രാജ്യങ്ങളിലും വഹിച്ച റോൾ ചെറുതായിരുന്നില്ല. അതിന്റെയെല്ലാം ഗുണഫലങ്ങൾ ഭാവിയിൽ ഈ സമൂഹങ്ങൾക്ക് ലഭിക്കുക തന്നെ ചെയ്യും.

സാമൂഹ്യ ശൃംഖലകളെ വാണിജ്യാടിസ്ഥാനത്തിൽ പ്രോത്സാഹിപ്പിച്ച മുതലാളിത്തം അതിനുള്ളിൽ ഒളിഞ്ഞിരുന്ന ഇത്തരമൊരു 'അപകട'ത്തെ ഒരുപക്ഷേ, മുന്നിൽ കണ്ടിട്ടുണ്ടാവില്ല. ഇന്ന് കുടം തുറന്നുവിട്ട ഭൂതത്തെപ്പോലെ അത് വിലസുമ്പോൾ തിരിച്ച് കുടത്തിൽ തന്നെ കയറ്റാനാകുമോയെന്ന വൃഥാശ്രമവും നടക്കുന്നുണ്ട്.

ഫേസ്ബുക്കിൽ കയറുന്നതിൽനിന്ന് അമേരിക്കൻ പ്രസിഡന്റ് ബറാക് ഒബാമ തന്റെ കുട്ടികളെ ഇടക്കാലത്ത് വിലക്കുകയുണ്ടായി. ഒബാമയുടെ രണ്ടു വിജയത്തിനും ചുക്കാൻപിടിച്ചതും ഏറ്റവും കൂടുതൽ ജനങ്ങൾ പിന്തുണയറിയിച്ചതും സാമൂഹ്യ ശൃംഖലകളിലൂടെയാണെന്നത് ചരിത്രം. സാമ്പത്തിക തകർച്ചയും തൊഴിലില്ലായ്മയും ആരോഗ്യസുരക്ഷയില്ലായ്മയുമടക്കമുള്ള നിരവധി പ്രശ്നങ്ങൾ അമേരിക്കൻ പൗരന്മാർ ഉയർത്തിയത് സാമൂഹ്യ മാധ്യമങ്ങൾ വഴിയാണ്. അവയെ വിലക്കുന്നതിനു മുന്നോടിയായിരുന്നു 2010 ൽ ഒബാമയുടെ നീക്കം. എന്നാൽ, അമേരിക്കയുടെ എറ്റവും വലിയ വ്യവസായ മേഖലയായി വളരുന്ന കമ്പ്യൂട്ടർ സോഫ്ട്വെയർ മേഖലയെ നിരോധനങ്ങൾ ദോഷകരമായി ബാധിക്കുമെന്ന് കണ്ട് പിന്മാറുകയായിരുന്നു. ജനകീയ പ്രതിഷേധങ്ങൾ കനക്കുമെന്നും അമേരിക്കൻ ഭരണകൂടം തിരിച്ചറിഞ്ഞു. 2012 ൽ ഒബാമ തന്നെ തന്റെ ക്യാമ്പെയിന് സാമൂഹ്യ ശൃംഖലാ സൈറ്റുകളെയാണ് ആശ്രയിച്ചത്. തിരഞ്ഞെടുക്കപ്പെട്ട ആദ്യനിമിഷം പ്രതികരിച്ചതും ട്വിറ്ററിലൂടെയായിരുന്നു.

അതേസമയം, രാജ്യരക്ഷയ്ക്ക് അപകടം എന്ന വിശാലപരിധിയുടെ ഏതെങ്കിലും മൂലയിൽ കൊള്ളിക്കാവുന്ന സന്ദേശങ്ങളും ചിത്രങ്ങളും കൈമാറിയാൽ അകത്തിടാനുള്ള സംവിധാനം ഇപ്പോൾത്തന്നെ അമേരിക്കയിലുണ്ട്. വലിയേട്ടനായ അമേരിക്കയുടെ അതേ പാതയിലാണ് ദരിദ്രനെങ്കിലും കൊച്ചനുജനായ ഇന്ത്യയും എന്നതാണ് നാണക്കേട്. സോണിയാ ഗാന്ധിക്കും മൻമോഹൻസിങ്ങിനും രാഷ്ട്രീയമായി ആക്ഷേപകരമായ കാർട്ടൂണുകളും ചിത്രങ്ങളും പ്രത്യക്ഷപ്പെട്ടതോടെ കേന്ദ്രസർക്കാരിന് ഇരിപ്പുറയ്ക്കാതായ കഥ നാം കേട്ടതാണ്. ഇതോടെ ടെലകോം മന്ത്രിയായിരുന്ന കപിൽസിബൽ വാളെടുത്ത് വെളിച്ചപ്പാടായി സാമൂഹ്യ മാധ്യമങ്ങളെ നിയന്ത്രിക്കാൻ പുറപ്പെട്ടു. എന്നാൽ, ശക്തമായ എതിർപ്പാണ് ഇന്ത്യയിൽ ഉയർന്നത്. അടിച്ചൊതുക്കി മൂലയ്ക്കിരുത്തേണ്ട ഒന്നാണ് സാമൂഹ്യ മാധ്യമങ്ങൾ എന്ന് ഭരണകൂടങ്ങൾക്കും ഭരണസംവിധാനങ്ങൾക്കും തോന്നിത്തുടങ്ങിയിരിക്കുന്നു. ഇതു തന്നെയാണ് അവ

യുടെ സ്വതന്ത്രമായ നിലനിൽപ്പ് തുടർന്നും ആവശ്യമായി വരുന്നതും അവയുടെ തൽസ്ഥിതി കൂടുതൽ പ്രസക്തമാകുന്നതും. ബാൽതാക്കറെ മരിച്ചതിനെ തുടർന്ന് മുംബൈയിലുണ്ടായ അറസ്റ്റ് രാജ്യത്തിന് നാണക്കേടുണ്ടാക്കി. താക്കറെ മരിച്ചതിനെത്തുടർന്നുള്ള ദിവസങ്ങളിൽ മുംബൈയിലും പരിസരങ്ങളിലും നടത്തിയ നിർബന്ധിത ബന്ദുകളും ദുഃഖാചരണങ്ങളും ഉണ്ടാക്കിയ വീർപ്പുമുട്ടൽ ചെറുതായിരുന്നില്ല. ഇതിനെ ചോദ്യം ചെയ്ത് ഷാനിയ ദാദ എന്നൊരു പെൺകുട്ടി ഫേസ്ബുക്കിൽ ഒരു കമന്റ് പോസ്റ്റ് ചെയ്തു. ഇതിനെ മലയാളികൂടിയായ റിനി ശ്രീനിവാസൻ ലൈക്ക് ചെയ്തു. രാജ്യത്തെ ഞെട്ടിച്ചുകൊണ്ട് മുംബൈ പൊലീസ് ഇവരെ അറസ്റ്റു ചെയ്യുകയായിരുന്നു. സമൂഹം ഒന്നടങ്കം ഇതിനെ ചോദ്യം ചെയ്തതിനാൽ വിട്ടയച്ചു. പക്ഷേ, അപ്പോഴും അടിസ്ഥാന പ്രശ്നങ്ങൾ നിലനിൽക്കുകയാണ്. ഏറെ സാധ്യതയുള്ള ഒരു മാധ്യമത്തെ കൂച്ചുവിലങ്ങിടുന്ന കരിനിയമങ്ങൾ പൊളിച്ചെഴുതാൻ ഭരണാധികാരികൾ തയാറായിട്ടില്ല.

നമ്മൾ അറബ് വസന്തത്തെ കുറിച്ചാണല്ലോ ചർച്ച ചെയ്തുവന്നത്. അതേ വിഷയത്തിൽ തന്നെയുള്ള ഒരു കാര്യം കൂടി പറഞ്ഞ് ഈ അധ്യായം അവസാനിപ്പിക്കാം. സാമൂഹ്യ മാധ്യമം ഉപയോഗിച്ച് അറബ് ജനത ലോകത്തെ കാണിച്ചുകൊടുത്ത വഴി എപ്പോഴും തുറന്നു കിടക്കുന്നതാണ്. അറബ് വസന്തമെന്നും അറബ് ഉണർവെന്നും മറ്റും വിളിക്കുന്ന പ്രസ്ഥാനങ്ങളുടെ ചരിത്രം തിളക്കത്തോടെ ഉയർത്തിക്കാട്ടുന്നത് വെള്ളിയാഴ്ചകളുടെ ഉയിർപ്പുകളാണ്. വെള്ളിയാഴ്ചകളിൽ ഉച്ച പ്രാർഥനയ്ക്കു മുമ്പ് ഫേസ്ബുക്കിലും ടിറ്ററിലും മറ്റും നടത്തുന്ന കൊടുമ്പിരിക്കൊണ്ട പ്രചാരണത്തിന്റെ പ്രതിഫലനം പ്രാർഥനയ്ക്കു ശേഷം ഉണ്ടായിക്കൊണ്ടിരുന്നു. മുസ്ലിങ്ങൾ മറ്റു ദിവസങ്ങളിൽ മുടങ്ങിയാലും വെള്ളിയാഴ്ച ഉച്ചയ്ക്കുള്ള പ്രാർഥന മുടക്കാറില്ല. അന്ന് ഏവരും അവിടെയെത്തും. സാമൂഹ്യമാധ്യമങ്ങൾ നൽകിയ വർധിതാവേശത്തോടെയെത്തുന്നവർ നടത്തുന്ന ഇടപെടലിൽ അവിടെ കൂടിയവർ മുഴുവനും ഒറ്റമനസായി പ്രതികരിക്കാൻ തുടങ്ങി. അറബ് ലോകത്തെ മാറ്റങ്ങളുടെ തുടക്കം കുറിച്ച് നടന്ന കൂറ്റൻ റാലികളും പിടിച്ചെടുക്കലുകളും വെള്ളിയാഴ്ചകളിലായിരുന്നു. സാമൂഹ്യ ശൃംഖലകളിൽ ഇടതടവില്ലാതെ സന്ദേശങ്ങളും ആശയങ്ങളും കൈമാറിയതും വെള്ളിയാഴ്ചകളിലായിരുന്നു. കമ്പ്യൂട്ടറിനുവേണ്ടി വഴക്കടിച്ച ഒരു ട്രക്ക് ഡ്രൈവറുടെ മകളുടെ കഥ അക്കാലത്ത് ടുണീഷ്യൻ മാധ്യമങ്ങളിൽ നിറഞ്ഞുനിന്നിരുന്നു. വെള്ളിയാഴ്ചകളിലെ ആഹ്വാനങ്ങൾ അറിയാൻ വേണ്ടിയായിരുന്നു ആ വെപ്രാളം.

ഈജിപ്ത്, ടുണീഷ്യ, ലെബനൻ, യമൻ എന്നീ രാജ്യങ്ങളിൽ സാമൂഹ്യ ശൃംഖലാ വിപ്ലവം വഴി ഭരണകൂടങ്ങളെ കടപുഴക്കിയ പ്രതിഷേധത്തിനൊടുവിൽ പുതിയ സർക്കാരുകൾ രൂപംകൊണ്ടു. രണ്ട് വർഷത്തിനു ശേഷം 2013 ഫെബ്രുവരി, മാർച്ച് കാലത്ത് -*ദി ന്യൂയോർക്കർ*- നടത്തിയ പഠനത്തിൽ കണ്ടത് അറബ് വസന്തകാല സ്വപ്നങ്ങൾ വിഫലമായി

എന്നാണ്. ഈ രാജ്യങ്ങളിലെല്ലാം തീവ്രവാദശക്തികൾ യഥേഷ്ടം കലാപങ്ങളുണ്ടാക്കുന്നു, സാധാരണക്കാരുടെ ജീവിത നിലവാരത്തിൽ കാര്യമായ മാറ്റമില്ലാതെ തുടരുന്നു, എന്ത് ലക്ഷ്യത്തോടെയാണോ പഴയ സ്വേഛാധിപതികളെ കടപുഴക്കിയത് ആ ലക്ഷ്യം മറക്കുന്നുവെന്നുമാണ് കണ്ടത്. മാത്രമല്ല, അമേരിക്ക ആഗ്രഹിക്കും വിധം ഇവിടത്തെ ഭരണകൂടങ്ങൾ പ്രവർത്തിക്കുന്നതിന് ആവശ്യമായ വിധം സർക്കാരുകളിൽ തങ്ങളുടെ ആളുകളെ തിരുകിക്കയറ്റുകയും ചെയ്യുന്നു. സ്വാഭാവികമായും ഒരു ഇസ്ലാം രാഷ്ട്രം വളരുന്നതിനെ തടയിടാനാവശ്യമായ എല്ലാ നീക്കങ്ങളും നടക്കുന്നുമുണ്ട്. രസകരമായ വസ്തുത, ഇക്കാര്യങ്ങളെല്ലാം തന്നെ സാമൂഹ്യ ശൃംഖലകൾ വഴിയാണ് പ്രചരിക്കുന്നത് എന്നാണ്. അതുകൊണ്ട്, *ന്യൂയോർക്കർ* കണ്ടെത്തിയ ചില കാര്യങ്ങളെ മാത്രം അടിസ്ഥാനമാക്കി ഈ രാജ്യങ്ങളുടെ ഭാവി പ്രവചിക്കാനാവില്ല. 2010 ൽ തുടങ്ങിയ വസന്തത്തിന്റെ ചൂടും കുളിരും അസ്തമിച്ചിട്ടില്ല. അത് തുടർന്നുകൊണ്ടേയിരിക്കുന്നു. 72 ശതമാനം സാക്ഷരത നേടിയിട്ടുള്ള ഈജിപ്തിലെ ജനതയാണ് ഇന്നും ലോകത്തെ സാമൂഹ്യ ശൃംഖലാ ഉപയോഗത്തിൽ മുന്നിൽ നിൽക്കുന്നത്. ഈജിപ്തിൽ ഒരാൾ പ്രതിമാസം 380 പോസ്റ്റുകൾ ഫേസ്ബുക്കിൽ ഇടുന്നു എന്നാണ് കണക്ക് (2013 മാർച്ച്). ദിവസേന ശരാശരി 12 പോസ്റ്റ്. ഹോസ്നി മുബാരക്കിനെ അധികാരക്കസേരയിൽ നിന്ന് തെറിപ്പിച്ചത് ഈ പോസ്റ്റ് പ്രവാഹമായിരുന്നു. വസന്താനന്തരം വന്ന ഭരണകൂടവും തൃപ്തികരമായി പ്രവർത്തിച്ചില്ലെങ്കിൽ സാമൂഹ്യ ശൃംഖലകൾ അടങ്ങിയിരിക്കില്ലെന്നതാണ് ചരിത്രപാഠം.

5

സൈബർ പുഴുക്കളും പൂമ്പാറ്റകളും

സാമൂഹ്യ ശൃംഖലകളിൽ മലയാളിയുടെ നിലത്തെഴുത്താശാൻ കളരിയായ ഓർക്കുട്ട് ഇന്ത്യയിൽ ഏതാണ്ട് ഊർധ്വൻ വലിക്കുന്ന സ്ഥിതിയായി കഴിഞ്ഞു. പേരിനു മാത്രം ചിലർ ഇപ്പോഴും കടക്കാറുണ്ടെന്നു മാത്രം. ഡോക്ടറുടെ 'വിധി' മാത്രമാണ് ഇനി വരാൻ. ലോകത്ത് പലരാജ്യങ്ങളിലും ഓർക്കുട്ട് ഇപ്പോഴും സാമൂഹ്യശൃംഖലാ കേന്ദ്രങ്ങളുടെ മുൻനിരയിൽ നിൽക്കുന്നുണ്ട്. എന്നാൽ ഇന്ത്യയിലും അമേരിക്കയിലുമടക്കം ഫേസ്ബുക് അടിച്ച സുനാമിത്തിരകളിൽ ഉലഞ്ഞത് ഓർക്കുട്ടാണ്. സാങ്കേതിക വളർച്ചയുടെ സൗകര്യമുപയോഗപ്പെടുത്തി സ്വയം നവീകരിക്കാനുള്ള ഓർക്കുട്ടിന്റെ ശ്രമം വൈകിയപ്പോൾ സാങ്കേതികതയിൽ അനുനിമിഷം നവീകരിക്കപ്പെടുന്ന ഫേസ്ബുക് ഓടിക്കയറുകയായിരുന്നു.

ഫേസ്ബുക്കിന്റെ സുവർണകാലഘട്ടത്തിലൂടെയാണ് ഇപ്പോൾ ലോകം കടന്നുപൊയ്ക്കൊണ്ടിരിക്കുന്നത്. കാലത്തിന്റെ കൂറ്റൻ വാളിൽ ഒരുനാൾ ഫേസ്ബുക്കും ഇടിച്ചുവീണേക്കാം. പക്ഷേ, ഓർക്കുട്ടിൽ നിന്ന് ഫേസ്ബുക്കിലേക്കെത്തിയ സാമൂഹ്യ ശൃംഖലാ സമൂഹത്തിന്റെ പ്രയാണം മനുഷ്യചരിത്രത്തിൽ തന്നെ പുതുപുത്തൻ അധ്യായങ്ങൾ എഴുതിച്ചേർത്തുകൊണ്ടാണ് എന്ന കാര്യം ആർക്കും വിസ്മരിക്കാനാകില്ല. സംവേദനത്തിന്റെ അകലം കൈവിരൽത്തുമ്പായി ചുരുങ്ങിയതും ലോകമുതലാളിത്തം അതിന്റെ പ്രതിസന്ധിയെ മറികടക്കാൻ നവമാധ്യമങ്ങളെ സമർഥമായി ഉപയോഗിച്ചുവെന്നതുമാണ് ആ പ്രയാണത്തിലെ സവിശേഷത.

ഓർക്കുട്ട് എങ്ങനെയാണ് വളരെ പെട്ടെന്ന് നമ്മുടെ സ്ക്രീനിൽനിന്ന് അപ്രത്യക്ഷമായത്. ബിസിനസ് സാമ്രാജ്യം കൈവിടും വിധം ഉപയോക്താക്കളിൽനിന്ന് അകന്നു പോവുകയായിരുന്നു. ഇന്ന് (2013) 33 ദശലക്ഷം പേരുടെ മാത്രം അംഗത്വമുള്ള സാമൂഹ്യ ശൃംഖലയാണ് ഓർക്കുട്ട്. നൂറ് കോടി അംഗത്വമുള്ള ഫേസ്ബുക്കുമായി മത്സരമേയില്ല അതിന്.

43 ഭാഷകളിൽ ഓർക്കുട്ട് നിലനിൽക്കുന്നുണ്ടെങ്കിലും റാങ്കിങ് എത്രയോ പിന്നിലാണ്. വെബ്സൈറ്റുകളുടെ റാങ്കിങ് നിശ്ചയിക്കുന്ന, ആമസോണിന്റെ ഉപവിഭാഗം അലക്സാ ഇന്റർനെറ്റ് 2012 ൽ നടത്തിയ സർവെ പ്രകാരം ഓർക്കുട്ടിന്റെ റാങ്കിങ് 377 ആണ്. ഒന്നാം സ്ഥാനത്ത് സ്വാഭാവികമായും ഫേസ്ബുക് തന്നെ. കമ്പ്യൂട്ടറിന് മുന്നിലിരിക്കുന്ന അംഗത്തെ മുഷിപ്പിക്കുന്ന വിധം സെർച്ച് ചെയ്യാൻ താമസം വന്നതോടെയാണ് ഓരോരുത്തരായി ഓർക്കുട്ടിൽനിന്ന് കൊഴിയാൻ തുടങ്ങിയത്. അതൊരു കാലതാമസമാണെന്ന് തോന്നലുണ്ടായതിനു കാരണമാകട്ടെ ഫേസ്ബുക്കിന്റെ ശരവേഗമായിരുന്നു. ഈ വ്യത്യാസം തിരിച്ചറിയുന്ന ഘട്ടം വരെയുള്ള ഓർക്കുട്ടിന്റെ വളർച്ച വേഗത്തിലുള്ളതായിരുന്നുവെന്നതും സമ്മതിക്കേണ്ടതാണ്.

സീമന്ത സാമൂഹ്യ ശൃംഖല

സ്വകാര്യ തലങ്ങളിൽ അല്ലെങ്കിൽ ചുരുങ്ങിയ വൃത്തങ്ങളിൽ സാമൂഹ്യ ശൃംഖലകളുടെ സംവേദനവും പൊതുകാര്യങ്ങളിലുള്ള അഭിപ്രായപ്രകടനങ്ങളും മുമ്പ് നടന്നിരുന്നു. എന്നാൽ, ഓർക്കുട്ട് ആണ് അവയുടെ ഉപയോഗവ്യാപ്തി ആദ്യം തിരിച്ചറിഞ്ഞത്. പേരുകൊണ്ടും രൂപകൽപ്പനകൊണ്ടും ഇന്ത്യക്കാരെയും ബ്രസീലുകാരെയും ആകർഷിച്ച ഈ സാമൂഹ്യ ശൃംഖല പൂർണാർഥത്തിൽ സൗഹൃദത്തിന്റെ കൂട്ടായ്മയായിരുന്നു. കാമ്പസുകളുടെ വികാരങ്ങൾ അതത് സമയത്ത് ഒപ്പിയെടുത്ത ഓർക്കുട്ട് പ്രണയസന്ദേശങ്ങളുടെ നൂറാവർത്തി പേറിയ ഒരു നെറ്റ് ഹംസം കൂടിയായിരുന്നു. എഴുത്തുകാർക്ക് ആദ്യത്തെ പുസ്തകത്തോട് തോന്നുന്ന ഇഷ്ടം പോലെ, അച്ഛനമ്മമാർക്ക് ആദ്യത്തെ കുട്ടിയോട് തോന്നുന്ന സ്നേഹം പോലെ, ഇന്ത്യക്കാർ പ്രത്യേകിച്ചും മലയാളികൾ തങ്ങളുടെ സീമന്ത സാമൂഹ്യ ശൃംഖലയെ ആത്മാർഥമായി സ്നേഹിച്ചു.

അന്വേഷണത്തിനിടെ വർഷങ്ങൾക്ക് മുമ്പ് പഠിച്ച സ്കൂളിന്റെ ചിത്രം കണ്ട് ആകർഷിതനായി ഓർക്കുട്ടിന്റെ വാതായനങ്ങൾ തുറന്നവർ കണ്ടത് നെഞ്ചിടിപ്പിച്ച കാഴ്ചകളായിരുന്നു. സ്വന്തം ബെഞ്ചിലിരുന്ന് പഠിച്ചവരുടെ, കളിക്കൂട്ടുകാരുടെ, എന്നെന്നേക്കുമായി ബന്ധം നഷ്ടപ്പെട്ടുവെന്ന് കരുതിയ ഉറ്റവരുടെ ചിത്രങ്ങളും ജീവിതവുമായിരുന്നു ആ കാഴ്ചകൾ. ജനിച്ചു വളർന്ന നാടിന്റെ സ്പന്ദനങ്ങൾ ഓർമയിലെ കൂട്ടുകളാക്കുന്ന തറവാടിന്റെ, ക്ഷേത്രത്തിന്റെ അല്ലെങ്കിൽ പള്ളിയുടെ, പണ്ട് കൂട്ടുകൾക്കൊപ്പം നടത്തിയ നാടകത്തിന്റെ ബ്ലാക് ആന്റ് വൈറ്റ് ഓർമച്ചിത്രം... ഇങ്ങനെ ഓർക്കുട്ട് ഗൃഹാതുരതകളുടെ തോഴനായി.

ഓർക്കുട്ടിന് തുടക്കമിട്ട് ഗൂഗിൾ ആമുഖമായി പറഞ്ഞത് നിങ്ങളുടെ പഴയ കൂട്ടുകാരെ തെരയാൻ, മറന്നുപോയ ആ നാളുകളുടെ ഓർമയെ കൂട്ടിക്കൊണ്ടുവരാൻ, ഓർമയുണ്ടെങ്കിലും എവിടെയുണ്ടെന്നറിയാത്ത സുഹൃത്തുക്കളെ വീണ്ടെടുക്കാൻ ഇതാ ഒരു ഹംസമാർഗം എന്നാണ്. പതിറ്റാണ്ടുമുമ്പ് കമ്പ്യൂട്ടറും ഇന്റർനെറ്റും നിത്യജീവിതത്തിന്റെ ഭാഗമായ

അമേരിക്കയുൾപ്പെടെയുള്ള വികസിത രാജ്യങ്ങളിലാണ് ഇത്തരത്തിൽ പ്രചാരം നൽകിയത്. ഗൂഗിൾ എവിടെയാണോ ഇതിന്റെ വ്യാപനവും വളർച്ചയും പ്രതീക്ഷിച്ചത് അവിടങ്ങളിലൊന്നും പക്ഷേ, വേരുപിടിച്ചില്ല. ലോകം കാൽക്കീഴിലെന്ന് അഹങ്കരിച്ചു നടക്കുന്ന അമേരിക്ക, എല്ലാ ആധുനികതയുടെയും ഉറവിടം തങ്ങളിലൂടെയെന്ന് മേനിനടിക്കുന്ന യൂറോപ്പ് എന്നിവിടങ്ങളിലെ പുല്ലു കണ്ടാണ് ഓർക്കുട്ട് പശുവിനെ ഗൂഗിൾ അഴിച്ചു വിട്ടത്. ഇടയ്ക്കിടെ കടപിഴുത് ഗൂഗിൾ പരിശോധിച്ചുകൊണ്ടിരുന്നുവെങ്കിലും നിശ്ചിത പ്രദേശങ്ങളിലൊന്നും ഓർക്കുട്ടിന് വേരുപിടിക്കാനുള്ള സാധ്യത കണ്ടില്ല. ആദ്യം ലഭിച്ച പ്രവേശനങ്ങളിൽ കുറേക്കാലം മുരടിച്ചുനിന്നു അമേരിക്കയിൽ. പിന്നീട് അതും നഷ്ടമായി. അപ്പോഴാണ് അപ്രതീക്ഷിതമായി ചില പ്രദേശങ്ങളിൽ അവ തഴച്ചുവളരുന്നത് ശ്രദ്ധയിൽപ്പെട്ടത്. ഫുട്ബോളിനെ പ്രണയിക്കുന്ന, ലോകത്തെ ഏതൊരു ചലനങ്ങൾക്കും വൈകാരികമായി പ്രതികരിക്കുന്ന, പ്രണയസങ്കൽപ്പങ്ങളുടെ മൃദുവള്ളികൾ പൊട്ടാതെ കൊണ്ടുനടക്കാൻ ഇഷ്ടപ്പെടുന്ന രണ്ട് പ്രദേശങ്ങൾ. ഭാവനയുടെ പെരുംകടലുകൾക്ക് ഇടംകൊടുക്കുമ്പോഴും പച്ചയാഥാർഥ്യങ്ങളുടെ വേദനകൾ പങ്കുവച്ച എഴുത്തുകാരുടെ പ്രദേശം. വിപ്ലവപാഠങ്ങൾ ഉരുവിട്ടു പഠിക്കാൻ എക്കാലവും മിനക്കെട്ടിട്ടുള്ള ലാറ്റിൻ അമേരിക്കൻ രാജ്യങ്ങളിലെ തലയെടുപ്പുള്ള ബ്രസീലും, ഇന്ത്യയിലെ കേരളമെന്ന ചെറിയ സംസ്ഥാനവും. ലാറ്റിൻ അമേരിക്കൻ രാജ്യങ്ങളിലാകെ ഉപയോഗിക്കപ്പെടുമ്പോഴും ബ്രസീലിൽ കൂടുതൽ പേരുണ്ടായി. ഇന്ത്യയിലാകെ പടർന്നെങ്കിലും കേരളം അതിൽ മേൽക്കൈ നേടി. ഓർക്കുട്ട് ഉപയോക്താക്കളിൽ 58 ശതമാനവും ബ്രസീലിൽനിന്നാണെങ്കിൽ 32 ശതമാനം ഇന്ത്യയിൽനിന്നായിരുന്നു. രണ്ടു ശതമാനം ഉപയോഗിക്കുന്ന ജപ്പാനാണ് മൂന്നാമത് എന്നറിഞ്ഞാൽ മതി ഓർക്കുട്ടിന്റെ വ്യാപനം എങ്ങനെയായിരുന്നുവെന്ന് മനസിലാക്കാൻ. ബ്രസീലിലും ഇന്ത്യയിലും ലഭിച്ച സ്വീകരണം ഗൂഗിളിനെ ഞെട്ടിച്ചു. 2004 ൽ കാലിഫോർണിയയിലാണ് ഓർക്കുട്ട് തുടങ്ങിയതെങ്കിലും ആസ്ഥാനം ബ്രസീലിലേക്ക് മാറ്റി. ഓർക്കുട്ടിന്റെ നിയന്ത്രണം പൂർണമായും ബെലോ ഹൊകറിസോൺടെ നഗരം കേന്ദ്രീകരിച്ച് പ്രവർത്തിക്കുന്ന 'ഗൂഗിൾ ബ്രസീലി'നെ ഏൽപ്പിച്ചു. ഇന്ത്യയിൽ ഓഫീസ് തുറന്ന് കൂടുതൽ വിപുലമാക്കി. ഈ രാജ്യങ്ങളിലായി സജീവമായ 660 ലക്ഷം ഉപയോക്താക്കളായിരുന്നു ഓർക്കുട്ടിന്റെ ബലം. ആരംഭകാലത്ത് അമേരിക്കയിലുൾപ്പെടെയുണ്ടായിരുന്ന ശക്തിപോലും ക്ഷയിച്ചത് മറ്റ് സോഷ്യൽനെറ്റ്‌വർക്കുകളുടെ വ്യാപനംകൊണ്ടാണ്.

ഗൂഗിൾ കമ്പനിയിലെ ഒരു സോഫ്ട്‌വെയർ എഞ്ചിനീയർ ആണ് ഈ സാമൂഹ്യ ശൃംഖലയുടെ ഉപജ്ഞാതാവ്. അദ്ദേഹത്തിന്റെ പേര് തന്നെ നൽകുകയായിരുന്നു ഈ നെറ്റിന്. ടർക്കിയിലെ കൊന്യ സ്വദേശി ഓർക്കുട്ട് ബുയുകോക്ടെൻ എന്ന യുവാവ് തന്റെ കമ്പനിയിലെ സുഹൃത്തുക്കൾക്കും പിന്നീട് കോളേജ് കൂട്ടുകാർക്കും തമ്മിൽ ബന്ധപ്പെടുവാനുള്ള ഒരു മാർഗമായാണ് ഒരു സാമൂഹ്യ ശൃംഖല എന്ന ആശയത്തിന്

ഓർക്കുട്ട് ബുയുകോക്ടെൻ

മൂർത്തരൂപം നൽകിയത്. എന്നാൽ ഈ ചുരുക്കം വൃത്തത്തിൽ ഒതുങ്ങുകയായിരുന്നില്ല ലക്ഷ്യം. തന്റെ ഒരു ദിവസത്തെ 20 ശതമാനം സമയം ഈ സാമൂഹ്യ ശൃംഖലയ്ക്കായി ചെലവഴിച്ചു. അദ്ദേഹം തന്നെ ഒരിക്കൽ ഇങ്ങനെ കുറിക്കുകയുണ്ടായി: "എന്റെ സ്വപ്നം ലോകത്തെ ഇന്റർനെറ്റ് ഉപയോക്താക്കളെല്ലാം പരസ്പരം ബന്ധപ്പെടുന്ന ഒരു കാലമുണ്ടാകണം എന്നാണ്. ആ ബന്ധം അവരിൽ അടിസ്ഥാനപരമായ ചില മാറ്റങ്ങൾ ഉണ്ടാക്കും എന്നാണ് എന്റെ വിശ്വാസം." 12 വർഷം മുമ്പ് ഇത്തരത്തിലൊരു സ്വപ്നം കണ്ട ഓർക്കുട്ടിനെ ഗൂഗിൾ തിരിച്ചറിഞ്ഞു. അവിടെ വികസിപ്പിച്ചെടുത്ത സോഷ്യൽ നെറ്റ്വർക്കിന് ആ സോഫ്റ്റ്വെയർ എഞ്ചിനീയറുടെ പേരും നൽകി. ആദ്യം അയാൾ വിസമ്മതിച്ചെങ്കിലും ഗൂഗിൾ അയാളെ ബോധ്യപ്പെടുത്തി, ഓർക്കുട്ട് എന്നതിനേക്കാൾ നല്ലൊരു പേര് ഈ സോഷ്യൽ നെറ്റ്വർക്കിനില്ലെന്ന്. 2004 ജൂലൈ 22 നാണ് ഗൂഗിൾ ഔദ്യോഗികമായി ഓർക്കുട്ട് എന്ന പേരിൽ സാമൂഹ്യ ശൃംഖല സ്ഥാപിച്ചത്, അതിനു മുമ്പുതന്നെ അത് നെറ്റ്ലോകത്ത് സജീവമായിരുന്നുവെങ്കിലും.

ഏതായാലും ഓർക്കുട്ട് ചിന്തിച്ചതുപോലെ തന്നെ വലിയ മാറ്റങ്ങൾ അതുമായി ബന്ധപ്പെട്ട സമൂഹങ്ങളിൽ ഉണ്ടാക്കാനായി. അത്ഭുതത്തോടെയാണ് സന്ദർശകർ ആദ്യം സാമൂഹ്യ ശൃംഖലാ ലോകത്തെ കണ്ടത്. തങ്ങൾ കണ്ടെത്തണമെന്ന് ആഗ്രഹിച്ച പ്രിയപ്പെട്ട കൂട്ടുകാർ മന്ദഹസിച്ച് സ്ക്രീനിൽ പ്രത്യക്ഷപ്പെട്ടപ്പോൾ, സ്കൂളിലും കോളേജിലും പഠിച്ച പൂർവകാല സ്മരണകൾ ഉണർത്തിയ ക്ലാസ് ചിത്രങ്ങൾ കൂട്ടുവന്നപ്പോൾഒക്കെ ഓർക്കുട്ട് കൂട്ടുകാരുടെ പ്രിയമിത്രമായി, അല്ല, മിത്രങ്ങളെ തൊട്ട മിത്രമായി.

വീഡിയോ കൈമാറ്റം, തത്സമയ സന്ദേശ കൈമാറ്റം, മറ്റാരുടെയും പ്രൊഫൈൽ നോക്കാനുള്ള സൗകര്യം തുടങ്ങി അതത് കാലഘട്ടത്ത് ഉയർന്നുവന്ന എല്ലാ സാങ്കേതികവിദ്യകളും ഓർക്കുട്ടിനെ ആദ്യകാലത്ത് പരിഷ്കരിച്ചുകൊണ്ടിരുന്നു. ഹോംപേജിലെ തീം ഉപയോക്താവിന്റെ

സൗകര്യമനുസരിച്ച് മാറ്റാൻ കഴിയും എന്ന് വന്നത് കൂടുതൽ ആകർഷകമായി. മറ്റുള്ളവരെ കുറിച്ച് കൂടുതൽ അറിയാൻ അവരുടെ പ്രൊഫൈൽ പരിശോധിക്കാമെന്നതാണ് ഓർക്കുടിലെ പ്രധാന ആകർഷണം. മൈ സ്പേസ്, ഫേസ്ബുക് തുടങ്ങി പല നെറ്റ്വർക്കുകളും ഇത് അനുവദിക്കുന്നില്ല. അതേസമയം, ഒരാൾക്ക് തന്റെ പ്രൊഫൈൽ മറ്റാരെയും കാണിക്കാതിരിക്കാൻ അവകാശവും സ്വാതന്ത്ര്യവും ഉണ്ട് എന്നതിനാൽ അത് സംരക്ഷിക്കാനും ഓർക്കുട്ട് സൗകര്യമൊരുക്കി. എന്തിനേറെ കൂട്ടുകാരെ തെരഞ്ഞുപിടിച്ച് ലിസ്റ്റിലാക്കി അവരുമായി മാത്രം സംവാദത്തിലേർപ്പെടാനും ഓർക്കുട്ട്വഴി കഴിഞ്ഞു.

ഇന്ത്യയിലെ വളർച്ചയും ഉപയോക്താക്കളുടെ നിരന്തരസന്ദർശനവും ഓർക്കുട്ടിന് കൂടുതൽ ആവേശം നൽകി. തുടർച്ചയായ ഗവേഷണവും അഭിപ്രായ സർവെകൾക്കുമൊടുവിൽ 2007 ആഗസ്തിൽ ഓർക്കുട്ട് പുനർരൂപകൽപ്പന ആരംഭിച്ചു. നാലുമാസം കൊണ്ട് ആകർഷകമായ മാറ്റങ്ങൾ ഹോംപേജിൽ വരുത്തി. അനായാസേനയുള്ള ഉപയോഗത്തിനാവശ്യമായ സൗകര്യങ്ങളുമൊരുക്കി. മൃദുവായ നിറങ്ങൾ ഉപയോഗിച്ച് ഹോംപേജ് സൗഹൃദരൂപം പൂണ്ടപ്പോൾ, ചിത്രങ്ങൾ സഹിതമുള്ള സുഹൃദ്ലിസ്റ്റും തന്റെ വലയത്തിലുള്ള ആരും ഏതുസമയത്തും നടത്തുന്ന അപ്ഡേറ്റുകൾ ഞൊടിയിടയിൽ മുന്നിലെത്തിച്ചു. ഹിന്ദിയും അഞ്ച് പ്രാദേശിക ഭാഷകളിലും ഓർക്കുട്ട് പ്രത്യക്ഷമായതും ഇക്കാലത്താണ്. പിന്നീട് മലയാളമുൾപ്പെടെയുള്ള ഭാഷകളും ഓർക്കുട്ടിൽ അനായാസേന കൈകാര്യം ചെയ്യാനായി. 2007 ലെ ദീപാവലിക്ക് ഓർക്കുട്ട് ഹോംപേജിൽ തന്നെ ദീപക്കാഴ്ചയൊരുക്കിയതോടെ തങ്ങളുടെ സ്വന്തം നെറ്റ് എന്ന വികാരം വളർത്താനുമായി. ഒരുപക്ഷേ മുന്തിയ വിൽപ്പനച്ചരക്ക് എന്ന നിലയിൽ ഇന്ത്യയിൽ ഈ സാമൂഹ്യശൃംഖലാ വേദി വളർച്ച നേടിയതും ഇക്കാലത്താണ്. ഒരു കൺസ്യൂമർ കോർപ്പറേറ്റ് ഉൽപ്പന്നം ഒരു ജനതയുടെ ഇടയിലേക്ക് ഇറങ്ങി സ്വയം വിൽക്കപ്പെടുന്നതെങ്ങനെയാണോ അതേ മാതൃകയിൽ ഓർക്കുട്ടിനെ വ്യാപിപ്പിക്കാൻ ഗൂഗിളിനായി.

ഗൂഗിൾ ബസ് - ഉദയവും അന്ത്യവും

ഓർക്കുട്ടിന്റെ പടിയിറക്കം കണ്ടപ്പോൾ ഗൂഗിളിന്റെ മനസിൽ രൂപം കൊണ്ട ആശയമാണ് പുതിയ കാലത്തിനനുസരിച്ചുള്ള സാമൂഹ്യശൃംഖലാ കേന്ദ്രം. അങ്ങനെ 2010 ഫെബ്രുവരി 9 ന് കമ്പനിയുടെ മൗണ്ട്യൻ വ്യൂ ഹെഡ്ക്വാർട്ടേഴ്സിൽ രാവിലെ 11 മണിക്ക് ഗൂഗിൾ ബസ് തുടക്കം കുറിച്ചു. ഫേസ്ബുക്കിനോട് മത്സരിക്കുക തന്നെയായിരുന്നു ലക്ഷ്യം. സന്ദേശം, ചിത്രം, വോട്ടിങ്, ആൻഡ്രോയിഡ്-ഐഫോൺ തുടങ്ങി മൊബൈൽഫോൺ ഉപയോഗ സൗകര്യം തുടങ്ങി ആധുനിക സാമൂഹ്യശൃംഖലകളിലുള്ള എല്ലാ സൗകര്യങ്ങളും ഗൂഗിൾബസിൽ ഉൾപ്പെടുത്തി. മണിക്കൂറിൽ ഒന്നരലക്ഷം പോസ്റ്റുമായി ഞെട്ടിക്കുന്ന ഫലമാണ് ആദ്യദിവസങ്ങളിലുണ്ടായത്. ജിമെയിൽ ഉപഭോക്താക്കൾക്കെല്ലാം വളരെ

എളപ്പത്തിൽ കയറാവുന്ന വിധത്തിലായിരുന്നു സംവിധാനം. പക്ഷേ, തുടക്കത്തിലേ തെന്നിവീഴാനായിരുന്നു ആ മുന്നേറ്റം. 21 മാസമായപ്പോൾ 2011 ഒക്ടോബറിൽ ഗൂഗിൾ പ്രഖ്യാപിച്ചു; ഗൂഗിൾബസ് പിൻവലിക്കുന്നു എന്ന്. ഇനി ഏതാനും നാൾ കൂടി നിങ്ങളുടെ ഹോംപേജുകൾ കാണാം. പുതുതായി പോസ്റ്റിങ്ങില്ല. 2011 ഡിസംബർ 15 ന് ഗൂഗിൾബസ് പൂർണമായും അടച്ചു. ഗൂഗിൾ പ്ലസിന്റെ ആരംഭത്തിനാണ് ഈ പിൻമാറ്റം എന്നായിരുന്നു പറയപ്പെട്ടത്. എന്നാൽ പ്രൈവസി സെറ്റിങ് സംബന്ധിച്ച പരാതികൾ വ്യാപകമായതാണ് പിൻമാറ്റത്തിന് കാരണമെന്ന് അക്കാലത്ത് പ്രചാരമുണ്ടായിരുന്നു. ഗൂഗിൾ ബസിൽനിന്ന് ഒട്ടേറെ പാഠങ്ങൾ പഠിച്ചുവെന്നും ആ കുറവുകളെല്ലാം നികത്തുന്നതായിരിക്കും ഗൂഗിൾ പ്ലസെന്നും ഗൂഗിൾ അധികൃതർ തന്നെ വ്യക്തമാക്കിയിരുന്നു. ആ വാക്ക് ഏതാണ്ട് ഗൂഗിൾ പാലിക്കുകയും ചെയ്തു.

സൈബർ പുഴു

ഒരുഭാഗത്ത് സാമൂഹ്യശൃംഖലാ സൗകര്യങ്ങൾ കൂടുതൽ പേരിലെത്തിയ ഘട്ടത്തിലാണ് ഇതേ മാർഗത്തിന്റെ ദുരുപയോഗവും വ്യാപകമായത്. വ്യാജമേൽവിലാസമുണ്ടാക്കിയും, പിൻവാങ്ങിയവയെ പുനരുജ്ജീവിപ്പിച്ചും അക്കൗണ്ടുകൾ തെറ്റായ രീതിയിൽ ഉപയോഗിക്കാൻ തുടങ്ങിയത് ഓർക്കുട്ടിനെ ഏറെ വിഷമത്തിലാക്കി. ബ്രസീലിലും ഇന്ത്യയിലും ഇത്തരത്തിൽ വൻകുഴപ്പങ്ങൾ ഉണ്ടാക്കാൻ ശ്രമിച്ചതിനെ തുടർന്ന് ഓർക്കുട്ട് നിരോധിക്കണമെന്ന ആവശ്യവും ശക്തമായിരുന്നു. അച്ചടി-ദൃശ്യ മാധ്യമങ്ങളിൽനിന്ന് വ്യത്യസ്തമായി ദുരുപയോഗം ചെയ്യാൻ ഏറ്റവും എളുപ്പമുള്ള മാധ്യമമാണ് സാമൂഹ്യ ശൃംഖല അല്ലെങ്കിൽ ഇന്റർനെറ്റ്. ലോകത്ത് ലക്ഷക്കണക്കിന് കമ്പ്യൂട്ടറുകളും സോഫ്ട്‌വെയർ പ്രോഗ്രാമുകളും തകർത്തുകളയുന്നു. നാലര സെക്കന്റിൽ ഒരു കമ്പ്യൂട്ടർ തകരുന്നുവെന്നാണ് 2011 ആദ്യത്തിലെടുത്ത കണക്ക്. ഈ ആക്രമണത്തിൽ സാമൂഹ്യ ശൃംഖലകൾക്ക് വലിയ പങ്കാണ്.

അന്വേഷണസംവിധാനങ്ങളുടെ കണ്ണുവെട്ടിക്കാൻ വിദഗ്ധരായ സോഫ്ട്‌വെയർ എഞ്ചിനീയർമാർക്ക് നിഷ്പ്രയാസം കഴിയുന്നു. കേരളത്തിൽ റിലീസാകുന്ന അന്നു തന്നെ പല സിനിമകളും ഇന്റർനെറ്റിൽ ദൃശ്യമാണ്. ഇതു സംബന്ധിച്ച പരാതി പരിഹരിക്കാൻ പൊലീസിനു കഴിഞ്ഞില്ലെന്നു മാത്രമല്ല, വ്യാപകമായ റിലീസിങ്ങിന് വിതരണക്കാരെ പ്രേരിപ്പിക്കുകയാണ് പൊലീസ് ചെയ്തത്. ഈ മാധ്യമത്തിന്റെ ദുരുപയോഗത്തിന്റെ ഏറ്റവും ചെറിയ ഉദാഹരണം മാത്രമാണത്. വർണവെറിയും വർഗീയതയും പ്രചരിപ്പിക്കുകയും ചില സംഘടനകൾ സാമൂഹ്യ ശൃംഖലകൾ വഴി മാത്രം സന്ദേശങ്ങൾ കൈമാറുകയും ചെയ്ത സ്ഥിതിവിശേഷമുണ്ടായതോടെയാണ് ഓർക്കുട്ട് കുഴഞ്ഞത്. 2005-2006 കാലത്ത് മുംബൈയിൽ മണ്ണിന്റെ മക്കൾ വാദം രൂക്ഷമായ ഘട്ടത്തിൽ പൊലീസ് സർക്കാരിനോട് ആവശ്യപ്പെട്ടത് ഓർക്കുട്ട് നിരോധിക്കണമെന്നാണ്. മറ്റു ഭാഷക്കാർക്കെതി

രായി പ്രത്യേകിച്ചും തമിഴ് സംസാരിക്കുന്നവർക്കെതിരായി കൊടുമ്പിരിക്കൊണ്ട പ്രചരണം നടത്താൻ ഉപയോഗിച്ചതിൽ ഓർക്കുട്ടിനും വലിയ പങ്കുണ്ടായിരുന്നു. എന്നാൽ, രാഷ്ട്രീയമായി എതിർപ്പ് വന്നതിനെ തുടർന്ന് നിരോധിക്കാനുള്ള നീക്കത്തിൽനിന്ന് സർക്കാർ പിന്മാറുകയായിരുന്നു. ദേശവിരുദ്ധ പ്രവർത്തനങ്ങൾക്ക് പ്രചാരണം നൽകുക, തീവ്രവാദ സംഘടനകളിലേക്ക് ആളെ കൂട്ടുക, സ്വതന്ത്ര ലൈംഗികതയ്ക്ക് പ്രചാരം നൽകുക തുടങ്ങി പല പ്രവർത്തനങ്ങളും ശ്രദ്ധയിൽ പെട്ടതിനെ തുടർന്ന് ഇറാൻ, സൗദി അറേബ്യ, യു എ ഇ തുടങ്ങി ഒട്ടേറെ അറബ് രാജ്യങ്ങൾ ഓർക്കുട്ടിനെ നിരോധിച്ചു.

2006 ൽ ക്രിസ്റ്റഫർ ബേവയ്ഡ്, വെയ്ൻ പോർട്ടർ എന്നീ ശാസ്ത്രജ്ഞർ കണ്ടെത്തിയത് പുതിയൊരു പ്രശ്നമാണ്. ഒരാളുടെ ഓർക്കുട്ട് അക്കൗണ്ടിലൂടെ അയാളുടെ ബാങ്ക് അക്കൗണ്ടുൾപ്പെടെയുള്ള വിശദാംശങ്ങൾ ചോർത്തുന്ന സൈബർ പുഴുവിനെ ഇവർ കണ്ടെത്തി. ബാങ്കുകളിൽ ഇന്റർനെറ്റ് അക്കൗണ്ടുള്ള നിരവധിപേരുടെ പണം അപഹരിക്കപ്പെട്ടതായും തെളിഞ്ഞു. ഈ സൈബർ പുഴുവിനെയുൾപ്പെടെ തുരത്താനാവശ്യമായ സുരക്ഷാവലയങ്ങൾ തീർത്തുവെന്ന് പിന്നീട് ഗൂഗിൾ അവകാശപ്പെട്ടെങ്കിലും പുതിയ പുഴുക്കളുമായി ചോർത്തൽസംഘം രംഗത്തെത്തി. തിളക്കമുള്ളതും നിറക്കാഴ്ചയൊരുക്കുന്നതുമായ ഹോംപേജുകൾക്കു പിന്നിൽ ഒളിഞ്ഞിരിക്കുന്ന തിന്മകളും ഓർക്കുട്ടിന്റെ വ്യാപനത്തോടെയാണ് ജനങ്ങൾ അറിഞ്ഞത്. സമാനമായ പ്രതിസന്ധി അടുത്തകാലത്ത് ഫേസ്ബുക്കും ഉണ്ടാക്കി. അസമിൽ ഉണ്ടായ കലാപത്തെ തുടർന്ന് ഇന്ത്യയിലെ മറ്റു സംസ്ഥാനങ്ങളിൽ ജോലിയെടുക്കുന്ന വടക്കു-കിഴക്കൻ സംസ്ഥാനക്കാരെ ഉടൻ ആക്രമിക്കുമെന്ന വിധം ആസൂത്രിതമായ പ്രചാരണത്തിന് ഫേസ്ബുക്കിനെയാണ് ഉപയോഗിച്ചത്. ഇക്കാര്യത്തിൽ ഇടപെടണമെന്നുവരെ ഫേസ്ബുക്കിനോട് സർക്കാരിന് ആവശ്യപ്പെടേണ്ടി വന്നു.

വൈവിധ്യങ്ങളുടെ കലവറ

ലോകത്തെ ശ്രദ്ധനേടിയ സാമൂഹ്യ ശൃംഖലകളുടെ വ്യാപനം രസാവഹമായ രീതിയിലായിരുന്നു. 2003-04 കാലത്താണ് കൂടുതൽ സാമൂഹ്യ ശൃംഖലകൾ രംഗത്തു വന്നത്. മുമ്പുണ്ടായിരുന്നവയും പുതിയ ശേഷിയോടെയും സൗകര്യങ്ങളോടെയും വന്നവയും തമ്മിലുള്ള മത്സരത്തിൽ ഫ്രണ്ട്സ്റ്റർ പോലുള്ള പഴയരാജാക്കന്മാർക്ക് വിടവാങ്ങേണ്ടിവന്നു. ചില പ്രത്യേക രാജ്യങ്ങളിൽ അല്ലെങ്കിൽ മേഖലകളിലായാണ് പഴയതും പുതിയതുമായ സാമൂഹ്യ ശൃംഖലകൾ സ്വാധീനം ചെലുത്തിയത്. ലാറ്റിൻ അമേരിക്ക, ആഫ്രിക്ക തുടങ്ങി രാജ്യങ്ങളിൽ സ്ഥാപിച്ച നെറ്റുകളാണ് ഇന്ത്യയിൽ അക്കാലത്ത് കൂടുതൽ പേരെ ആകർഷിച്ചത്. പിന്നീട് അത് യൂറോപ്പിലും അമേരിക്കയിലുമുള്ളവയോടായി.

അക്കാലത്താണ് ബിസിനസ് ശൃംഖലകൾ കൂടുതൽ സജീവമായത്. Linkedin (Linkedin.com), visible path (techcrunch.com/2007/)

syncfocus (syncfocus.com) തുടങ്ങിയവ ഉദാഹരണമാണ്. ഇതിൽ Linkedin ഇപ്പോഴും സജീവമായ സാമൂഹ്യ ശൃംഖലയാണ്. പ്രൊഫഷണലുകളാണ് ഇതിൽ ചേരുന്നവരിൽ കൂടുതൽ. തന്റെ പ്രൊഫഷണൽ മികവിനെ പരിചയപ്പെടുത്തുന്ന അക്കൗണ്ടുകളാണവ. അവ പരിശോധിച്ച് തങ്ങൾക്ക് പറ്റിയ ആളുകളെ ജോലികൾക്ക് വിളിക്കുന്ന ശീലം കോർപ്പറേറ്റ് കമ്പനികൾക്കു പോലുമുണ്ട്. ഒരു പ്രത്യേക വസ്തുവിനോട് അല്ലെങ്കിൽ ജീവിയോട് അത്യധികം സ്നേഹമുള്ളവർ ഒന്നിക്കുന്ന സാമൂഹ്യ ശൃംഖലകൾ സ്വാധീനം ചെലുത്താൻ തുടങ്ങിയതും 2000 ത്തിന്റെ ആദ്യപാദത്തിലാണ്. പട്ടികളെ ഇഷ്ടതോഴനാക്കിയ അനവധിപേരുടെ പ്രിയ സൈറ്റാണ് dogster (dogster.com). ഇതിൽ ഒരു ദിവസം നോക്കിയപ്പോൾ കണ്ട സന്ദേശം ഇങ്ങിനെയായിരുന്നു: "എന്റെ കൈസർ ഇന്നു രാവിലെ മൂന്നു ബിസ്കറ്റേ കഴിച്ചുള്ളൂ. അവന് ഒരു വാട്ടമുണ്ട്. കാലാവസ്ഥ ചൂടാകുന്നതിന്റെ ലക്ഷണമാണ്. ഡെയിൽ സുഖമായിരിക്കുന്നുവോ?" അതിന്റെ സ്വഭാവം അങ്ങനെയാണ്. തൽപ്പരരായവർ അതിന് അതീവ വൈകാരികമായി തന്നെ മറുപടിയുമെഴുതും.

ക്രിസ്തീയ വിശ്വാസികൾ, പ്രത്യേകിച്ചും അവർ കുറവായ പ്രദേശത്തുള്ളവർ ഭക്തിപുരസ്സരം കണ്ടുമുട്ടിയ ഇടമാണ് mychurch (mychurch.org). വിശ്വാസ സംബന്ധമായ സംശയങ്ങൾ അനവധി ചർച്ച ചെയ്യുന്ന ഈ നെറ്റ്‌വർക് തുറക്കുമ്പോൾ തന്നെ അതിലെ അംഗങ്ങളെ കുറിച്ച് ധാരണയെത്തും. ലോകത്തെ പ്രധാനപ്പെട്ട എല്ലാ ക്രിസ്ത്യൻ പള്ളികളെക്കുറിച്ചുമുള്ള വിവരങ്ങൾ വിരൽത്തുമ്പിൽ നൽകുന്നു. വ്യക്തിയുടെ പേരിലല്ല തങ്ങളുടെ പള്ളിയുടെ പേരിലാണ് കൂട്ടായ്മ.

ചിത്രങ്ങൾ കൈമാറുന്നതിന് മാത്രമായി, അല്ലെങ്കിൽ അതിന് പ്രാധാന്യം നൽകി യൂറോപ്പിൽ flicker (flicker.com) രംഗത്തുവന്നു. flicker എന്നാൽ വെള്ളിത്തിര എന്നർഥം. പാട്ട് ശ്രദ്ധിക്കുന്നവർക്കായി last fm (last.fm/) വന്നപ്പോൾ പാശ്ചാത്യരുടെ സാമൂഹ്യ ശൃംഖലകൾക്ക് സംഗീതത്തിന്റെ ആർദ്രതയുണ്ടായി എന്നാണ് പ്രചരിച്ചത്. ഇംഗ്ലണ്ട് കൂടാതെ, ജർമനി, അമേരിക്ക എന്നീ രാജ്യങ്ങളിലാണ് ഇതിന് ആവശ്യക്കാർ ഏറെ. മൂന്നുകോടിയിലധികം അംഗങ്ങൾ സ്ഥിരമായി സന്ദർശിക്കുന്നു. മേൽപ്പറഞ്ഞ മൂന്നു രാജ്യങ്ങളൊഴികെ ഏതുരാജ്യത്തുനിന്നും അക്കൗണ്ട് എടുക്കാമെങ്കിലും മൂന്ന് യൂറോ പ്രതിമാസം ഫീസ് നൽകണം. നമ്മുടെ സംഗീത അഭിരുചി ആദ്യമേ നൽകണം. അവ last fm- സൂക്ഷിക്കുകയും അതിന്റെ അടിസ്ഥാനത്തിലുള്ള ശുപാർശകൾ നൽകുകയും ചെയ്യും. വൻവിജയമായിരുന്നു തുടക്കം. ജർമനി, ആസ്ട്രേലിയ എന്നീ രാജ്യങ്ങളിലുള്ള നാലുപേർ ചേർന്നാണ് ഇന്റർനെറ്റ് റേഡിയോ, സംഗീതത്തെ സ്നേഹിക്കുന്നവരുടെ സാമൂഹ്യ കൂട്ടായ്മ എന്ന ലക്ഷ്യത്തോടെ ലാസ്റ്റ് എഫ് എം തുടങ്ങിയത്.

യൂട്യൂബ്

സാമൂഹ്യ ശൃംഖലകളിൽ കുതിച്ചുചാട്ടമുണ്ടാക്കിക്കൊണ്ടാണ് 2005 ൽ youtube (www.youtube.com) ന്റെ രംഗപ്രവേശം. കാലിഫോർണിയയി

ലെ പെപൽ ഉടമസ്ഥർ അഡോബ് ഫ്ളാഷ് വീഡിയോയും എച്ച് ടിഎം എൽ 5 ഉം ഉപയോഗിച്ച് തുടങ്ങിയ സംരംഭമാണ് യൂ ട്യൂബ്. സ്ഥാപകർക്ക് കൈകാര്യം ചെയ്യാൻ പോലും പറ്റാത്തവിധത്തിലേക്കായിരുന്നു അതിന്റെ വളർച്ച. ഗൂഗിൾ ആണ് തുടർന്ന് youtube സ്വന്തമാക്കിയത്. സിനിമ, ടി വി പരിപാടികൾ, ഗാനങ്ങൾ, വിഷയത്തിന്റെ അടിസ്ഥാനത്തിലുള്ള വീഡിയോകൾ, വ്യക്തിഗതവും സാമൂഹ്യവുമായ വിവിധ വീഡിയോ ക്ലിപ്പിങ്ങുകൾ എന്നിവ സൗജന്യമായി അന്വേഷിച്ച് കാണാവുന്ന സംവിധാനം ആണ്, സമൂഹത്തിൽ ഞെട്ടലുണ്ടാക്കിക്കൊണ്ട് പൊട്ടിച്ചു വിട്ടത്. കമ്പ്യൂട്ടർ ഉപഭോക്താക്കൾക്ക് അവിശ്വസനീയമായി തോന്നിയ ഈ വിദ്യകൾ സാങ്കേതികലോകത്ത് വൻമാറ്റങ്ങൾക്ക് വഴിവച്ചു. അംഗങ്ങളല്ലാത്തവർക്ക് സൗജന്യമായി ദൃശ്യങ്ങൾ കാണാൻ അവസരമൊരുക്കിയപ്പോൾ അംഗങ്ങളായി ചേർന്നാൽ ദൃശ്യങ്ങൾ യൂട്യൂബിലേക്ക് ചേർക്കാനും അവസരമൊരുക്കി. ലോകത്തു നടന്ന ഏത് സംഭവത്തെക്കുറിച്ചുമുള്ള അന്വേഷണങ്ങൾ നടത്തിയാലും യൂട്യൂബിൽ ദൃശ്യമോ ചിത്രമോ കാണാതിരിക്കില്ല. യുവാക്കളുടെ ഹരമായി തന്നെ യൂട്യൂബ് തുടരുമ്പോൾ വിവാദത്തിന്റെ മുൻനിരയിലും ഈ സാമൂഹ്യ ശൃംഖല തല ഉയർത്തുന്നു. 75000 വീഡിയോകൾ പ്രതിദിനം അപ്‌ലോഡ് ചെയ്യപ്പെടുന്ന സ്ഥിതിയിലേക്ക് ആരംഭ ദിശയിൽ നിന്ന് youtube വളർന്നു. ഒരു ദിവസം ലോകത്താകെ കാണപ്പെടുന്നത് 1400 കോടി വീഡിയോകളാണെന്ന് comscore b] univers (www.comscore.com) എന്ന സർവെ കമ്പനി 2012 ൽ കണ്ടെത്തുകയുണ്ടായി. ഇതിൽ 45 ശതമാനവും youtube വഴിയാണെന്നും സർവെ വ്യക്തമാക്കുന്നു. ഓരോ മിനിറ്റിലും 60 മണിക്കൂർ ദൈർഘ്യമുള്ള വീഡിയോകളാണ് ലോകത്തിന്റെ നാനാഭാഗത്തു നിന്നായി അപ്‌ലോഡ് ചെയ്യപ്പെടുന്നത്. അപ്പോൾ ഇതിന്റെയൊരു വലിപ്പം ആലോചിച്ചുനോക്കൂ. മറ്റൊരു സംഭവം കൂടി ചൂണ്ടിക്കാട്ടാം. അമേരിക്കയിലെ Universal Tube & Rollform Equipment എന്ന കമ്പനി യൂട്യൂബിനെതിരെ കോടതിയിൽ പരാതി കൊടുത്തു. അവരുടെ വെബ്സൈറ്റായ utube.com അമിതമായ ലോഡ്മൂലം ഉപയോഗിക്കാൻ പറ്റാത്ത സ്ഥിതിയാണെന്ന്

കാണിച്ചായിരുന്നു പരാതി. ഇത് youtube കാരണമാണത്രെ. youtube എന്നു കരുതി utube.com ലേക്ക് ആളുകൾ തള്ളിക്കയറിയതായിരുന്നു കാരണം. youtube നേക്കാൾ മുമ്പ് തുടങ്ങിയതാണെങ്കിലും ചെറിയ കമ്പനിയുടെ വെബ്സൈറ്റ്നാമം മാറ്റേണ്ടി വന്നു. അവർ ഒടുവിൽ utubeonlinecom എന്ന പേര് സ്വീകരിച്ചു.

ലഹരിയാണ്, പക്ഷേ

Myspace (Myspace.com) ആണ് സോഷ്യൽ നെറ്റ്വർക്കുകളിൽ വിശാലമായ അംഗീകാരത്തിലേക്ക് ആദ്യം കുതിച്ചതെന്ന് നേരത്തെ പറഞ്ഞല്ലോ. മൈസ്പേസിന്റെ വളർച്ച കീഴോട്ടായതുപോലെ അക്കാലത്തെ ഏതാണ്ടെല്ലാ സാമൂഹ്യ ശൃംഖലകളും ഇങ്ങനെ ആദ്യഘട്ടത്തിൽ വലിയ വളർച്ച നേടുകയും പിന്നീട് സാമാന്യ നിലവാരത്തിൽ നിൽക്കുകയും ചീത്തപ്പേരു സമ്പാദിക്കുന്നവ തകരുകയുമാണ് ചെയ്തത്. ഓരോ രാജ്യത്തും ഓരോരോ സാമൂഹ്യ ശൃംഖലകളെ അത്തരത്തിൽ ചൂണ്ടിക്കാട്ടാനാകും.

അമേരിക്കയിൽ My space ആണെങ്കിൽ പസഫിക് ദ്വീപസമൂഹങ്ങളിൽ ഇത് friendster. ബ്രസീലിലും പിന്നീട് ഇന്ത്യയിലും orkut പ്രിയം നേടി. ജപ്പാനിൽ സ്വാധീനമുണ്ടാക്കിയത് mixi (*mixi.co.jp/en/about*) യാണ്. ഡച്ചുകാർക്ക് hyves (hyves.nl/) ഇഷ്ടപ്പെട്ടപ്പോൾ സ്വീഡനിൽ lunarstorm (*www.lunarstorm.ca/*) ഇടംനേടി. grono *(grono.net.pl/)* പോളണ്ടിൽ നിലനിന്നു. യൂറോപ്പിലും ദക്ഷിണാഫ്രിക്കയിലും ലാറ്റിൻ അമേരിക്കയിലും നിറഞ്ഞുനിന്ന hi 5 (www.**hi5**.com) ഇടക്കാലത്ത് ഇന്ത്യയിലും കയറിക്കൂടി. ഇംഗ്ലണ്ടിൽ യീയീ എങ്ങനെയായിരുന്നോ അങ്ങനെ തന്നെയായിരുന്നു ന്യൂസിലണ്ടിലും ആസ്ട്രേലിയയിലും അതിനുള്ള സ്ഥാനം. എന്നാൽ skyrock (www.**skyrock**.com) ഫ്രാൻസിൽ നേടിയ സ്വാധീനം പോലെയായിരുന്നില്ല QQ (www.**qq**.com) ചൈനയിലുണ്ടാക്കിയത്. ഒരു സാധാരണ ദ്രുതസന്ദേശവാഹിനി സൈറ്റായി 1998 ൽ തുടങ്ങിയ QQ ഇന്ന് ലോകത്തെ സോഷ്യൽനെറ്റുകളിൽ രണ്ടാമത്തെ ഓൺലൈൻ കമ്യൂണിറ്റിയാണ്. 812 ദശലക്ഷം അംഗങ്ങളുമായി കുതിച്ചുചാടുന്ന നിലയാണ് 2011 ന്റെ ആദ്യ പാദത്തിൽ കണ്ടത്. ചൈനയുടെ ആധുനിക സംസ്കാരത്തിന്റെ ഭാഗമായി QQ മാറിയിട്ട് വർഷങ്ങളായി. സന്ദേശ കൈമാറ്റത്തിനൊപ്പം ചിത്രങ്ങളുടെ കൈമാറ്റം, ഫയലുകൾ ശേഖരിച്ചു സൂക്ഷിക്കാനുള്ള സൗകര്യം, കളി, ഡൗൺലോഡ് സംവിധാനം തുടങ്ങി വൈവിധ്യമാർന്ന മേഖലകളിലൂടെയാണ് ഈ സാമൂഹ്യ ശൃംഖല ലക്ഷങ്ങളെ ആകർഷിച്ചത്.

ഇങ്ങനെ ലക്ഷങ്ങളെ ആകർഷിക്കുമ്പോഴും ഏതിനും എന്തിനുമെന്നപോലെ ഒരു മറുവശവുമുണ്ടല്ലോ. അത് സാമൂഹ്യ ശൃംഖലകൾക്കുമുണ്ട്. കൗമാരപ്രായക്കാരായ മക്കളുള്ള പതിനായിരക്കണക്കിന് രക്ഷകർത്താക്കൾ ലോകമെങ്ങും പരിതപിക്കുന്ന ഒരു പ്രശ്നമാണ് മക്കളുടെ

കുത്തിയിരിപ്പിനെ കുറിച്ച്. ദിവസത്തിൽ ഏറിയസമയവും സാമൂഹ്യ ശൃംഖലകളിൽ ചാറ്റിങ് നടത്തിയും അന്വേഷണങ്ങളിലൂടെയും ചെലവഴിക്കുന്ന കൗമാരക്കാർ പലവീടുകളിലും തലവേദനയാണ്. അതിനെതിരെ രക്ഷകർത്താക്കൾ ശബ്ദിക്കുന്തോറും അവർ സമയം കൂടുതലെടുക്കുന്നു. വാസ്തവത്തിൽ സാമൂഹ്യ ശൃംഖലകളിലൂടെയുള്ള സഞ്ചാരം പലർക്കും ഒരു ലഹരിയാണ്. എല്ലാ ലഹരികളെയുമെന്നപോലെ ഇതിനെയും തിരിച്ചറിയാത്തതിന്റെ കുഴപ്പമാണ് ഭൂരിപക്ഷത്തിനും.

താളക്രമം തെറ്റിക്കാനും

കാലിഫോർണിയ സർവകലാശാലയിലെ അധ്യാപകനും ഗവേഷകനുമായ ഡോ. ലാറിറോസൻ സാമൂഹ്യ ശൃംഖലകൾ ജീവിതത്തിന്റെ സുപ്രധാന ഭാഗമായിമാറിയ കൗമാരക്കാരിലും അവിവാഹിതരായ ചെറുപ്പക്കാരിലും 2012 ൽ പഠനം നടത്തുകയുണ്ടായി. സാമൂഹ്യ ശൃംഖലകൾ വ്യാപിക്കുന്ന ഏത് സമൂഹത്തിലും ബാധകമായ ചിലകാര്യങ്ങളാണ് അതിൽ കണ്ടത്. ഭീതിജനകമായ ചില വസ്തുതകളാണ് അവ. പഠനത്തിലെ കണ്ടെത്തലിൽ ഒന്നിങ്ങനെ: ആധുനികമായ എല്ലാ സാങ്കേതിക വിദ്യകൾക്കും അതിന്റേതായ ദോഷങ്ങളുണ്ട്. പക്ഷേ, അതിനെയെല്ലാം ചെറുതാക്കുന്നതാണ് സാമൂഹ്യ ശൃംഖലകൾ മൂലം വരുത്തുന്ന പ്രശ്നങ്ങൾ. 24 മണിക്കൂറും അത് ലഭ്യമാണ് എന്നതാണ് പ്രധാന കുഴപ്പം. ഒരിക്കൽ ഫേസ്ബുക് നിരീക്ഷിച്ച ഞാൻ രാത്രി ഒരു മണിക്ക് ഒരു സ്കൂൾ വിദ്യാർഥിയുമായി ചാറ്റിങ് നടത്തുകയുണ്ടായി. എന്താണ് ഈ സമയത്തും തുറന്നിരിക്കുന്നത് എന്ന് ഞാൻ ചോദിച്ചു. വീട്ടിലുള്ള എല്ലാവരും ഉറങ്ങിയശേഷമേ സ്വതന്ത്രമായി കയറാനാകൂ എന്നായിരുന്നു ഉത്തരം. അപ്പോൾ എല്ലാവരും ഉണർന്നിരിക്കുമ്പോൾ ഉപയോഗിക്കുന്നതിനു പുറമെ, സ്വതന്ത്രമാകാൻ അർധരാത്രിയിൽ വീണ്ടും സാമൂഹ്യ ശൃംഖലയിൽ കയറുകയാണ്. ഇത് ഒരാളല്ല നിരവധിയാണ്. 777 ഫേസ്ബുക് ഉപയോക്താക്കളായ യുവാക്കളുമായി ഞാൻ സംസാരിച്ചു. ഇങ്ങനെ സാമൂഹ്യ ശൃംഖലകളിൽ കെട്ടിക്കിടക്കുന്നവർ ഒരു പരിധി കഴിഞ്ഞാൽ മാനസികമായ ക്രമംവിടുന്നതായി കണ്ടിട്ടുണ്ട്. അവിവാഹിതരായ യുവാക്കൾ നാർസിസത്തിന് — അതായത് തന്റെ ശരീരം, തന്റെ കഴിവ് എന്നിവയിൽ അമിതമായി വിശ്വാസവും അതിന്റെ പേരിലുള്ള അഹങ്കാരവും, ഫലം കാണാതാവുമ്പോൾ നിരാശയും — ഇരയാകുന്നു. അതേപോലെ തന്നെ ഇവർ അക്രമണോത്സുകരുമാവുന്നു. കൗമാരക്കാരായ 1030 ഫേസ്ബുക് ഉപയോക്താക്കളിൽ പഠനം നടത്തി. ഫേസ്ബുക്, വീഡിയോ ഗെയിം എന്നിവയിൽ നിത്യേന സന്ദർശിക്കുന്നവരാണ് ഇവർ. മൂന്ന് കുഴപ്പങ്ങൾ ഇവരിൽ കണ്ടു: അനാവശ്യമായ ആകാംക്ഷ-ഭയം, എപ്പോഴും സമ്മർദം അനുഭവിക്കുന്നു, അനാരോഗ്യം. അത്ഭുതകരമായ മാറ്റമാണ് യുവസമൂഹത്തിലുണ്ടായത് എന്നർഥം. ഇത് തിരിച്ചറിഞ്ഞുകൊണ്ടുള്ള സമീപനമാണ് സാമൂഹ്യ ശൃംഖലകളോട് വേണ്ടത്. മിതവും ആവശ്യ

ത്തിനുമുള്ള ഉപയോഗം കുട്ടികളിൽ ചിന്തിക്കാനുള്ള കഴിവ് (വിർചൽ എംപതി) വർധിപ്പിക്കുന്നുണ്ട്. അന്തർമുഖരായ എത്രയോ യുവാക്കളെ സാമൂഹ്യമായി അവതരിക്കാൻ സാമൂഹ്യ ശൃംഖലകൾ അവസരമൊരുക്കിയിട്ടുണ്ട്. പക്ഷേ, മേൽപ്പറഞ്ഞ ചതിക്കുഴികൾ മുൻകൂട്ടി കാണാൻ സമൂഹം പുതിയ തലമുറയെ പഠിപ്പിക്കുമ്പോഴേ എത്ര ആധുനികമായാലും അത് ലക്ഷ്യം കാണുകയുള്ളൂ. ലാറിയുടെ പഠനം യൂറോപ്പിലെയും അമേരിക്കയിലെയും സാമൂഹ്യ ശൃംഖലാ സമൂഹങ്ങളിൽ ഒരുകാലത്ത് ചർച്ചയായിരുന്നു. സർക്കാരുകൾ തന്നെ സ്കൂൾ തലത്തിൽ ബോധവൽക്കരണത്തിനും മറ്റും ശ്രമവും നടത്തുന്നുണ്ട്.

ലാറിയിൽനിന്ന് കേരളത്തിലേക്കെത്തട്ടെ. ഇവിടെ മൊബൈൽ ഫോൺ വളരെയേറെ സജീവമാകാൻ തുടങ്ങിയ കാലത്ത് വന്ന ഒരു സൈബർ വാർത്ത ഓർമിപ്പിക്കാം. കേരളത്തിന്റെ പ്രധാന മൊബൈൽ കണക്ഷൻ ദാതാക്കളായ കമ്പനികൾക്ക് ഗൾഫ് നാടുകളിൽനിന്ന് വ്യാപകമായ പരാതി ലഭിക്കുകയുണ്ടായി; രാത്രി പത്തുമണിക്കുശേഷം ചില പ്രദേശങ്ങളിലേക്ക് മൊബൈൽ കണക്ഷൻ ലഭിക്കുന്നില്ല. കമ്പനികൾ നെട്ടോട്ടമോടിയിട്ടും തങ്ങളുടെ മൊബൈൽടവർ ഉൾപ്പെടെയുള്ള ഉപകരണങ്ങൾക്ക് കുഴപ്പമൊന്നും കണ്ടില്ല. ചുഴിഞ്ഞു നടത്തിയ അന്വേഷണത്തിൽ കാരണം മനസിലായി; പരാതിക്കാർ ചൂണ്ടിക്കാട്ടിയ പ്രദേശങ്ങളിലെ ടവറുകൾക്ക് സമീപമെല്ലാം കോളേജ് ഹോസ്റ്റലുകളുണ്ടായിരുന്നു. ഈ ഹോസ്റ്റലുകളിലെ വിദ്യാർഥികളുടെ മൊബൈൽ ഫോണുകൾക്ക് രാത്രിയായാൽ വിശ്രമമില്ല. കുട്ടികൾ ദൂരെയാണ് പഠിക്കുന്നത് എന്നതുകൊണ്ടും ജീവിതത്തെക്കുറിച്ച് അത്യാവശ്യം വകതിരിവ് ആയി എന്ന് വിശ്വസിച്ചുമാണ് രക്ഷകർത്താക്കൾ അവർക്ക് മൊബൈൽഫോണുകൾ വാങ്ങിക്കൊടുത്തത്. അതിനോട് തീർച്ചയായും ഒരു അഭിനിവേശം ഉണ്ടാവുകയും ചെയ്യും, പ്രത്യേകിച്ചും ആദ്യകാലത്ത്. എന്നാൽ മൊബൈൽ ഫോണിലുള്ള പുതുമ മാറിയതോടെ ടവറുകളിലുള്ള തള്ളിക്കയറ്റം അവസാനിച്ചതായും മൊബൈൽ കണക്ഷൻ ദാതാക്കൾ കണ്ടെത്തി. വാസ്തവത്തിൽ, മൊബൈൽ ഫോൺ സിംകാർഡ് വിതരണം അനുസരിച്ച് തരംഗശേഷിയും വർധിപ്പിക്കുകയെന്നത് ഫോൺ കമ്പനി ചെയ്യേണ്ട കാര്യമാണ്. ഏതായാലും, മൊബൈലിലേക്ക് ആദ്യഘട്ടത്തിലുള്ള ഈ തള്ളിക്കയറ്റവും പിന്നീട് കുറയുന്ന രീതിയും പോലെ തന്നെ സോഷ്യൽനെറ്റ്വർക്കിങ് സൈറ്റുകളുടെ ഉപയോഗത്തിലും ഈ ഉയർച്ച-താഴ്ചകൾ കണ്ടേക്കാം. പക്ഷേ, ഇപ്പോഴത്തെ രീതി ഡോ. ലാറിറോസൻ പറയുന്നതുപോലെ അൽപ്പം കുഴപ്പം പിടിച്ചതാണ്. ദിവസത്തിൽ നിശ്ചിതസമയം അല്ലെങ്കിൽ നിശ്ചിത ആവശ്യത്തിന് എന്ന നിലയിൽ സാമൂഹ്യ ശൃംഖലകൾ ഉപയോഗിക്കുന്ന സംസ്കാരം ഒരു ഘട്ടത്തിൽ യൂറോപ്പിൽ വളർത്തിയിരുന്നു.

ഇനി ഇതിന്റെ ചടുലഫലപ്രാപ്തി എന്തെന്ന് നോക്കാം. ബാംഗ്ലൂർ ഐ ഐ എമ്മിലെ 23 കാരിയായ വിദ്യാർഥിനി ഝാർഖണ്ഡ് സ്വദേശിനി ഫേസ്ബുക്കിൽ കണ്ട ഒരു സന്ദേശം വായിച്ച ഉടനെ ആത്മഹത്യ

ചെയ്തതായി ഇന്ത്യയിലെ പത്രങ്ങളിൽ 2011 സപ്തംബർ 21 ന് വാർത്ത വന്നു. കാമുകനുമായി നിരന്തരം ചാറ്റ് ചെയ്യാറുള്ള അവൾ അന്ന് കണ്ടത് അയാൾ തന്നെ ഉപേക്ഷിച്ചതായുള്ള സന്ദേശമാണ്. ഒരുപക്ഷേ അത് എഴുതിയത് കത്ത് വഴി ആയിരുന്നാലും നേരിട്ടുപറഞ്ഞാലും ഫലം ഇതു തന്നെയായിരിക്കുമോ? സംശയമുണ്ട്. പക്ഷേ, എന്തായാലും ഇത്ര പെട്ടെന്നാവുമായിരുന്നില്ല. വേഗത്തിന്റെ ലോകമാണ് ഇവിടെ ആ ദുരന്തത്തിന് വഴിവച്ചത്. ഇങ്ങനെ പെട്ടെന്ന് തീരുമാനമെടുത്ത് പലരും പലതും ചെയ്യുന്നത്, മറുപടി നൽകുന്നത്, അഭിപ്രായം രേഖപ്പെടുത്തുന്നത്, മറ്റുള്ളവരെ വേദനിപ്പിക്കുന്നതാണെന്ന് അറിഞ്ഞിട്ടും ഇത്തരം കാര്യങ്ങൾ തോന്നിയ നിമിഷം ആകാശത്തേക്ക് വലിച്ചെറിയുന്നത് സാമൂഹ്യ ശൃംഖലയുടെ തേരിൽ കയറിയാൽ സ്വാഭാവികമാണ്. ആലോചനയ്ക്കും പോന്നുപോരായ്മകൾക്കും സ്ഥാനമില്ല. പ്രശസ്തരായ എത്രയോ പേരാണ് ഇങ്ങനെ അഭിപ്രായങ്ങൾ മേല്കീഴ് നോക്കാതെ പടച്ചുവിട്ട് സ്വയം കുടുക്കിലായത്. ലോകത്ത് ടിറ്റർ മാത്രം ഉണ്ടാക്കിയ വിവാദങ്ങൾ എണ്ണിയാലൊടുങ്ങാത്തതാണ്.

സാമൂഹ്യ ശൃംഖലകളിൽ അംഗത്വമുള്ളവരുടെ കണക്ക് കൃത്യമായി ഇന്നുവരെ എടുത്തിട്ടില്ല. ചേരുന്നവരുടെ എണ്ണം നാൾക്കുനാൾ പെരുകുന്നു. അതേവേഗത്തിൽ തന്നെയാണ് ദോഷങ്ങളുടെ പട്ടികയും വർധിക്കുന്നത്. വിദ്യാഭ്യാസ മേഖല, തൊഴിൽ മേഖല, സുരക്ഷാമേഖല എന്നിവിടങ്ങളിൽ സാമൂഹ്യ ശൃംഖലകളുടെ ഉപയോഗം നിയന്ത്രിച്ചത് അവ ഗുണത്തേക്കാളേറെ ദോഷമുണ്ടാക്കുന്നുവെന്ന് കണ്ടാണ്. 2007 ൽ അമേരിക്കയാണ് വിലക്ക് പരസ്യമായി തന്നെ പ്രഖ്യാപിച്ചത്. അമേരിക്കൻ പട്ടാളക്കാർ മൈസ്പേസിലും യൂട്യൂബിലും ചേരുന്നത് അന്ന് വിലക്കി. ഏറെ വിവാദമായെങ്കിലും മാധ്യമങ്ങൾ അവയെ അത്രകാര്യമാക്കി എടുത്തില്ല, സ്വാഭാവിക നടപടി പോലെയാക്കി. ഇതേ മാധ്യമങ്ങൾ ചൈന ഗൂഗിളിന് ചില നിയന്ത്രണങ്ങൾ ഏർപ്പെടുത്തിയപ്പോൾ പൊട്ടിത്തെറിക്കുകയും ചെയ്തു. അഭിപ്രായസ്വാതന്ത്ര്യത്തിന്റെയും ഇരുമ്പ് ചട്ടയുടെയും മറ്റും പതിവ് പല്ലവികൾ ആവർത്തിക്കാൻ തുടങ്ങി. ചൈനയെ സംബന്ധിച്ച് ഇത്തരം ചില പ്രശ്നങ്ങൾ പുസ്തകത്തിന്റെ ആദ്യഭാഗത്ത് പറഞ്ഞിട്ടുണ്ട്. എങ്കിലും, കാര്യങ്ങൾ കൂടുതൽ വ്യക്തമാകാൻ ഒന്നുകൂടി സൂചിപ്പിക്കുന്നുവെന്നു മാത്രം. നിയന്ത്രിച്ചാൽ ഞങ്ങൾ ചൈനവിടും എന്നുവരെ ഗൂഗിൾ അന്ന് (2006) ഭീഷണിപ്പെടുത്തി. ചൈനയുടെ നിലനിൽപ്പിനുതന്നെ ഭീഷണിയാകാവുന്ന ഭീകര-വേറിടൽ വാദങ്ങളെ പ്രോത്സാഹിപ്പിക്കുന്ന 'പോസ്റ്റു'കളും സന്ദേശങ്ങളും ചിത്രങ്ങളും മറ്റും ഓർമപ്പെടുത്തലുകളായി ഗൂഗിൾ തന്നെ പ്രചരിപ്പിച്ച് തുടങ്ങിയപ്പോഴാണ് ചൈനാസർക്കാർ ഇടപെട്ട് നിയന്ത്രിച്ചത്. മാത്രമല്ല, ഗൂഗിളിന് പ്രവേശനം നൽകിയപ്പോൾ ചൈന വച്ച കരാറിലെ പ്രധാന നിർദേശങ്ങളിലൊന്നായിരുന്നു ഇത്തരം പ്രചരണങ്ങൾ പാടില്ല എന്നത്. അക്കാര്യം ഗൂഗിളിനെ ഓർമിപ്പിക്കുകയും ചെയ്തു. അപ്പോഴായിരുന്നു

സ്ഥലംവിടുമെന്ന ഭീഷണി. അത് ചൈന വകവച്ചില്ല. ഗൂഗിൾ എങ്ങും പോയുമില്ല. മുതലാളിത്ത മാധ്യമ തന്ത്രങ്ങളുടെ ഏറ്റവും മികച്ച ഉദാഹരണമാണ് ചൈന-ഗൂഗിൾ വിവാദം. പറഞ്ഞുവന്നത് സോഷ്യൽനെറ്റുകളെ പൂർണമായി ഒരു വിഭാഗത്തിൽനിന്ന് വിലക്കിയ ചരിത്രം അമേരിക്കയ്ക്കുണ്ട് എന്ന് ചൂണ്ടിക്കാണിക്കാനാണ്. ഇറാഖിലുൾപ്പെടെ പല രാജ്യങ്ങളിലും അമേരിക്കയുടെ താൽപ്പര്യം മാത്രം നോക്കി നടത്തിയ യുദ്ധങ്ങൾ കുപ്രസിദ്ധമാണ്. അവയിൽ പലയിടത്തും തിരിച്ചടി നേരിടാനും തുടങ്ങിയിരുന്നു. ആക്രമണ പദ്ധതികൾ പലതും ചോരുന്നതായും അമേരിക്കൻ സേനാകേന്ദ്രമായ പെന്റഗൺ സംശയിക്കാൻ തുടങ്ങി. സേനാക്യാമ്പുകൾക്കകത്തെ കമ്പ്യൂട്ടറുകൾ മുതിർന്ന ഉദ്യോഗസ്ഥരുടെ നേതൃത്വത്തിൽ രഹസ്യമായി പരിശോധിച്ചു. ഏറിയകൂറും പട്ടാളക്കാർ മൈസ്പേസിലും യൂട്യൂബിലും അക്കൗണ്ടുകളുള്ളവർ. ആറ്റിയും കുറുക്കിയുമുള്ള പല സന്ദേശങ്ങളും അവരെ സംശയത്തിന്റെ മുൾമുനയിൽ നിർത്തി. കൈമാറ്റം ചെയ്ത പല ചിത്രങ്ങളും ആ സംശയങ്ങളുടെ വലിപ്പം വർധിപ്പിച്ചു. തീവ്രവാദികൾ വേൾഡ് ട്രേഡ്സെന്റർ ആക്രമിച്ചതു മുതൽ സംശയവും ഭയവും പതിന്മടങ്ങായ അമേരിക്കൻ മേധാവികൾ സ്വന്തം പട്ടാളക്കാരെയും സംശയിച്ചു. ഒടുവിൽ എടുത്ത തീരുമാനമാണ് സേനാംഗങ്ങൾ മൈസ്പേസും യൂട്യൂബും ഉപയോഗിക്കരുത് എന്ന്. ഈ നിരോധനം അമേരിക്ക പിന്നീട് സ്കൂളുകളിലേക്കും ലൈബ്രറികളിലേക്കും വ്യാപിപ്പിച്ചു. അത് ഏതെങ്കിലും പ്രത്യേക സൈറ്റുകൾക്കായിരുന്നില്ല, സോഷ്യൽനെറ്റ്‌വർക്കുകളേ ഉപയോഗിക്കണ്ട എന്നായിരുന്നു. ഇതേ കാലയളവിൽ തന്നെയാണ് കാനഡ അവിടത്തെ സർക്കാർ ജീവനക്കാരെ ഫേസ്ബുക്കിൽ കയറുന്നത് വിലക്കിയത്. ജീവനക്കാരെല്ലാം കൃത്യമായി ഹാജരുണ്ടെങ്കിലും പണിയൊന്നും നീങ്ങുന്നില്ലെന്ന് കണ്ട കാനഡ ഭരണാധികാരികൾ അതേക്കുറിച്ച് രഹസ്യാന്വേഷണം നടത്തി. അപ്പോഴാണ് അറിഞ്ഞത് ബഹുഭൂരിപക്ഷം ജീവനക്കാരും കമ്പ്യൂട്ടറിന്റെ മുന്നിൽ കുത്തിയിരുന്ന് ചാറ്റിങ്ങും പിറന്നാൾ ചിത്രങ്ങൾ കൈമാറലും പരിചയക്കാരെ അന്വേഷിച്ചു പരതലും മറ്റുമാണെന്ന്. ഏറെപ്പേരും ഫേസ്ബുക്കിൽ തന്നെയാണ് വിരാജിച്ചതും. ഇതോടെ സർക്കാർ തീരുമാനം പ്രഖ്യാപിച്ചു; ഓഫീസുകളിൽ ഫേസ്ബുക് നിരോധിച്ചു. ഇങ്ങനെ ഒരു രാജ്യത്താകമാനവും, ചില സ്ഥാപനങ്ങളിൽ രഹസ്യമായും സോഷ്യൽ നെറ്റ്‌വർക്കുകളെ നിരോധിക്കുന്ന രീതി ഇന്നും തുടരുന്നു.

തങ്ങൾക്ക് ഹിതകരമാകില്ല എന്ന കാരണത്താൽ മാത്രം അതത് രാജ്യത്തെ ഭരണാധികാരികൾ വെബ്സൈറ്റുകളെ നിരോധിക്കുന്ന പ്രവണത ഏതാണ്ടെല്ലാ രാജ്യങ്ങളിലുമുണ്ട്. അത് ഒരു പരിധിവരെ വേണ്ടിയും വരും. ഭീകരവാദികളും മറ്റും ഇന്റർനെറ്റ് സംവിധാനങ്ങളെ വിദഗ്ധമായി ഉപയോഗിക്കുന്നുവെന്നതിനാൽ പ്രത്യേകിച്ചും. എന്നാൽ, രാജ്യത്തെ ഭരണകൂടം പറയുന്നത് ഏറ്റുപാടുകയും, അവരുടെ നയത്തോട് എപ്പോഴും യോജിച്ചു നിൽക്കുകയും ചെയ്യുന്ന സൈറ്റുകളെ മാ

ത്രമേ അംഗീകരിക്കുകയുള്ളുവെന്ന വാദം ജനാധിപത്യപരമല്ല. ജനാധിപത്യ സ്ഥലത്തിന്റെ ശരിയായ ഉപയോഗത്തിനുള്ള സമർഥമായ ഒരു വഴി കൂടിയായ ഇന്റർനെറ്റ്-സാമൂഹ്യ ശൃംഖലാ ലോകത്തെ ഏത് രാജ്യമായാലും കണ്ണടച്ച് നിരോധിക്കുന്നത് സമൂഹം നേടിയ പുരോഗതിക്കു നേരെയുള്ള കൊഞ്ഞനംകുത്തലാണ്.

പെരുകുന്ന ഉപയോഗം

ഇന്ത്യയിൽ കമ്പ്യൂട്ടർ ഉപയോഗം താരതമ്യേന കൂടുതൽ ഓഫീസുകളിലും വീടുകളിലുമാണ്. ഇവരാണ് സാമൂഹ്യ ശൃംഖലകളിൽ കയറുന്നവരും. ഇന്റർനെറ്റ് കഫെകൾ വഴി 35 ശതമാനം കയറുന്നു. മണിക്കൂറിൽ 12.5 വ്യക്തികൾ എന്നാണ് 2011 ലെ കണക്ക്. ലോകനിലവാരവുമായി തട്ടിച്ചു നോക്കുമ്പോൾ പോരെന്ന് മനസിലാക്കാം. ഉപയോക്താക്കളിൽ കൂടുതലും പുരുഷന്മാരാണ്. സ്ത്രീകളിലാകട്ടെ 34-44 പ്രായക്കാരാണ് എന്നും ഒരു പഠനത്തിൽ കണ്ടെത്തുകയുണ്ടായി. ഇതേ പ്രായക്കാരായ 11.6 ശതമാനം പുരുഷന്മാരാണെങ്കിൽ സ്ത്രീകൾ 13.3 ആണ്. കമ്പ്യൂട്ടറും സാമൂഹ്യ ശൃംഖലകളും സർവസാധാരണമായ ഘട്ടത്തിലുള്ള കണക്കാണിത്. നെറ്റ് വഴി സെർച്ച് ചെയ്യുന്നവർ 87 ശതമാനമാണ്, സാമൂഹ്യ ശൃംഖലകളിൽ കയറുന്നവർ-85 ശതമാനം, ഇ-മെയിൽ ചെയ്യുന്നവർ 78 ശതമാനം. വാർത്ത നോക്കുന്നവർ 58 ശതമാനം. ലോകകപ്പ് ക്രിക്കറ്റ് നടക്കവെ ഇന്ത്യയിൽ 38 ശതമാനം നെറ്റ് ഉപയോക്താക്കൾ സ്പോർട് സൈറ്റുകൾ വഴി കളിയുടെ പുതിയ ഫലങ്ങൾ അറിഞ്ഞുകൊണ്ടിരുന്നു. നെറ്റ് ഉപയോക്താക്കൾ 60 ശതമാനമാണെന്നോർക്കണം. അതിൽത്തന്നെ 60 ശതമാനം മെട്രോ നഗരങ്ങൾക്ക് പുറത്താണെന്ന് കാണാം. 2010 ൽ 2.21 കോടി പേരാണ് സാമൂഹ്യ ശൃംഖലകളിൽ അക്കൗണ്ടെടുത്തത്. ഇതിൽ 1.85 കോടിയും ഓർക്കുട്ടും ഫേസ്ബുക്കും ചേർന്ന് പങ്കിട്ടു. അതായത് 90 ശതമാനവും ഇവരുടെ കൂടെ. ബിബോയാണ് മൂന്നാം സ്ഥാനത്ത്. രണ്ടിലും കയറുന്നവർ 55 ശതമാനമുണ്ടായിരുന്നു. എന്നാൽ 2011 ൽ ഈ കണക്കുകളാകെ അട്ടിമറിക്കപ്പെട്ടു. ഫേസ്ബുക്കിന്റെ കുതിച്ചുകയറ്റമാണുണ്ടായത്. ഇപ്പോൾ എത്തിനിൽക്കുന്നത് ഒരു ബില്യൺ (100 കോടി) അംഗത്വം! ടിറ്ററാണ് വളർച്ചനിരക്ക് വർധിപ്പിച്ച് നാലാം സ്ഥാനത്തുള്ളത്. അഞ്ചാം സ്ഥാനത്ത് ലിങ്ക്ഡ്ഇൻ നിലയുറപ്പിക്കുമ്പോൾ തൊട്ടുപിന്നിലുള്ള സാമൂഹ്യ ശൃംഖല ഭാരത്സ്റ്റുഡന്റ്.കോം ആണ്. ഇതിൽ പ്രൊഫഷണൽ കരിയർ ലക്ഷ്യമിടുന്ന പതിനായിരക്കണക്കിന് തൊഴിലന്വേഷകരും വിദ്യാർഥികളും ബിസിനസുകാരും ലിങ്ക്ഡ്ഇന്നിലേക്ക് തള്ളിക്കയറുന്നു. അതേക്കുറിച്ച് വിശദമായി പിന്നീട് പറയുന്നുണ്ട്. ഏതായാലും ഒരു കാര്യം വ്യക്തം, സോഷ്യൽനെറ്റ്‌വർക്കിങ് സൈറ്റുകളിലെ ഈ കണക്കുകളൊക്കെ മാറിമറിയാൻ മണിക്കൂറ് മതിയെന്നത് വേറെ കാര്യം.

അച്ചടിമാധ്യമങ്ങൾ വൻതോതിൽ പിന്നോട്ടടിക്കുന്ന കാലഘട്ടത്തിൽ നെറ്റ് എഡിഷനുകൾ വഴി പുതിയ മുഖം തുറന്നത് ലോകത്ത് വൻമാ

റ്റമാണുണ്ടാക്കിയത്. ഫേസ്ബുക്, ടിറ്റർ, ഓർക്കുട്ട് തുടങ്ങി നെറ്റുകൾ വഴി പത്രങ്ങളുടെയും മാസികകളുടെയും ലിങ്കുകൾ സന്ദർശിക്കുന്ന ലക്ഷങ്ങളാണ് ഇന്നുള്ളത്. ഇന്ത്യയിൽ ഇന്റർനെറ്റുള്ള 16 കോടിയോളം (2012 നവംബർ-ഐ എ എം എ ഐ സർവെ) പേരിൽ ഭൂരിപക്ഷവും ആഴ്ചയിൽ ചുരുങ്ങിയത് 10 മണിക്കൂർ ഉപയോഗിക്കുന്നവരാണ്. ഇവരിൽ നടത്തിയ കണക്കെടുപ്പിൽ ടിറ്റർ, ഫേസ്ബുക് എന്നിവ വഴി ഇന്ത്യൻ മാഗസിൻ ഉപയോഗിക്കുന്നവരുടെ എണ്ണം ദിനംപ്രതി വർധിക്കുന്നതായാണ് കണ്ടത്. മറ്റു മാധ്യമങ്ങളുടെ സാധ്യതകൾ കൂടി സോഷ്യൽനെറ്റ് വർക്കുകൾ വർധിപ്പിക്കുകയാണ് ചെയ്തത്. സാമീപ്യവും വേഗതയും മൂലം കൂടുതൽപ്പേരെ ആകർഷിക്കാൻ നെറ്റ് എന്ന മാധ്യമത്തിന് കൂടുതലായി കഴിയുന്നു.

സാമൂഹ്യ ശൃംഖലാ നിർമിത ലോകം

നിരോധനമുണ്ടായാലും ഇല്ലെങ്കിലും അതൊന്നും സാമൂഹ്യ ശൃംഖലകളുടെ വളർച്ചയെ തെല്ലും ബാധിച്ചിട്ടില്ല. സാമൂഹ്യ ശൃംഖലകളിൽ പടരുന്ന പരസ്യസംസ്കാരം കാണിക്കുന്നത് അതിന്റെ സാധ്യതകളെ കൂടിയാണ്. സാമൂഹ്യ ശൃംഖലകളുടെ വ്യാപനം ദ്രുതഗതിയിലായതോടെ പരസ്യദാതാക്കളാണ് അതിന്റെ ഉപയോഗത്തെ കൂടുതൽ പ്രയോജനപ്പെടുത്തിയത്. ഇവയിൽ പരസ്യം നൽകാൻ വൻതോതിൽ ഫണ്ട് നീക്കിവയ്ക്കാൻ വ്യവസായങ്ങളും വ്യാപാരസ്ഥാപനങ്ങളും മത്സരിക്കുന്ന സ്ഥിതിയായി. ചില സൈറ്റുകൾ നിശ്ചിത വർഷത്തേക്ക് (2011-12) പരസ്യം സ്വീകരിക്കാനാവാത്ത അവസ്ഥയിലുമെത്തി. കാരണം ഇനി കൊടുക്കാൻ സ്ഥലമില്ല. കമ്പ്യൂട്ടറിൽ ദൃശ്യമാകുന്ന സ്ഥലത്തും അംഗങ്ങൾ കയറാൻ സാധ്യതയുള്ള പേജുകളിലുമല്ലേ പരസ്യം കൊടുക്കാനാവൂ. ലോകം മനുഷ്യന്മാരുടെ സംഘംകൊണ്ടല്ല, നെറ്റ്വർക് ഗ്രൂപ്പുകളെ കൊണ്ടാണ് കെട്ടി ഉയർത്തിയിരിക്കുന്നത് എന്ന പോലെയായി, പരസ്യദാതാക്കളുടെ നോട്ടത്തിൽ. ഈ അവസരത്തിലാണ് ഗവേഷണരംഗം സോഷ്യൽനെറ്റ്വർക് മേഖലയെ കൂടുതൽ വശത്താക്കിയത്. രണ്ട് രീതിയിലുള്ള ഗവേഷണമാണ് 2001 മുതൽ വളർന്നു വന്നത്. ഒന്ന് ഏതെല്ലാം പരസ്യങ്ങൾ ഏതെല്ലാം സൈറ്റുകളിൽ കൊടുക്കാം, ഏതേത് കാലത്ത് ഏതേത് ഉൽപ്പന്നങ്ങൾക്കാകാം പ്രിയം, ഓരോ കാലഘട്ടത്തിലും പുതിയ തലമുറയിലടക്കം വളർന്നുവരുന്ന സംസ്കാരം എന്നിങ്ങനെ പരസ്യ ഏജൻസികളെയും വൻകിട ഉൽപ്പാദകരെയും സഹായിക്കുന്ന ഗവേഷണവും അവ നടത്തുന്ന ഏജൻസികളും വളർന്നുവന്നു. കോർപ്പറേറ്റ് കമ്പനികളും മറ്റും തങ്ങളുടെ ഉൽപ്പന്നങ്ങൾ ഏത് രാജ്യത്ത് ഏത് നെറ്റ് വർക്കിൽ കൊടുക്കണം എന്ന് തീരുമാനിക്കുന്നത് മേൽപ്പറഞ്ഞ ഗവേഷണങ്ങളുടെ അടിസ്ഥാനത്തിലാണ്. രണ്ടാമത്തേത് തികച്ചും ആരോഗ്യകരമായ ഗവേഷണമാണ്. സോഷ്യൽനെറ്റ്വർക്കുകളെ കുറിച്ചുതന്നെയുള്ള ഗവേഷണം. സർവകലാശാലകളിൽ, പ്രത്യേകിച്ചും

പാശ്ചാത്യനാടുകളിൽ, ഇത് ഒരു ഗവേഷണ വിഷയമാണ്. ഭാഷയിൽ, സംസ്കാരത്തിൽ, ചിന്തയിൽ, ഭാവിയെ കുറിച്ചുള്ള സങ്കൽപ്പങ്ങളിൽ ഒക്കെ വളർന്നുവരുന്ന തലമുറ എന്ത് നിലപാടെടുക്കുന്നു? സാമൂഹ്യ പ്രശ്നങ്ങളിൽ ഇവർ ഏത് രീതിയിലാണ് പ്രതികരിക്കുന്നത്? തുടങ്ങി ചോദ്യങ്ങൾക്കുള്ള ഉത്തരം സാമൂഹ്യ ശൃംഖലകളിൽ പരതുന്നത് തന്നെ ഈടുറ്റ ഒരു പ്രബന്ധമാണ്, നാളേക്ക്. നിരന്തരമായി സർവെ നടത്തിയാണ് ഗവേഷണമേഖല സാമൂഹ്യശൃംഖലാ രംഗത്ത് കുതിച്ചുചാട്ടം നടത്തിയത്. ഇത്തരം ഗവേഷണങ്ങളുടെ ഫലങ്ങൾ സർവകലാശാലകളെ, ഭരണകൂടങ്ങളെ ഒക്കെ ഭാവി നയങ്ങൾ രൂപപ്പെടുത്തുന്നതിനും സഹായിക്കുന്നു. സാമൂഹ്യ ശൃംഖലാ സർവെ നടത്തുന്നതിനു വേണ്ടി മാത്രം പാശ്ചാത്യ രാജ്യങ്ങളിൽ അനവധി ഇടനിലക്കാർ പ്രവർത്തിക്കുന്നു. ഇന്ത്യയിലും അത്തരം ഇടനിലക്കാർ വളർന്നു പടരുകയാണ്. അമേരിക്കൻ സർവകലാശാലകളിൽ നെറ്റ് പഠനം മാത്രം അടിസ്ഥാനമാക്കി ബിരുദ കോഴ്സുകളുണ്ട് എന്ന് നേരത്തെ ചൂണ്ടിക്കാണിച്ചല്ലോ. എന്നാൽ, പൊതുവെ സാമൂഹ്യമാധ്യമ രംഗം ആഗോള കുത്തകകൾ തങ്ങളുടെ വ്യാപാരവും അതിനുതകുന്ന രാഷ്ട്രീയം പ്രചരിപ്പിക്കുന്നതിനും വേണ്ടി സമർഥമായി ഉപയോഗിക്കുന്നുണ്ട് എന്ന യാഥാർഥ്യം കാണാതിരുന്നുകൂടാ.

കീഴടങ്ങാൻ പ്രേരണ

ഏറ്റവും കുറഞ്ഞ ചെലവിൽ ഏറ്റവും കൂടുതൽ പേരിലെത്താൻ കഴിവുള്ള മറ്റൊരു മാധ്യമം സാമൂഹ്യമാധ്യമം (സോഷ്യൽ മീഡിയ) പോലെ ലോകത്തില്ല. സാമൂഹ്യമാധ്യമം എന്നു പറഞ്ഞാൽ പ്രധാനമായും നാലു വിധത്തിലാണ്: ബ്ലോഗുകൾ, സാമൂഹ്യ ശൃംഖലകൾ (ഫേസ്ബുക്, മൈ സ്പേസ്, ടിറ്റർ...തുടങ്ങിയവ) കൺടെന്റ് കമ്യൂണിറ്റീസ് (യൂട്യൂബ്, സ്കൈപ്, ഫോട്ടോബക്കറ്റ്...തുടങ്ങിയവ), റിവ്യു ആന്റ് ഒപീനിയൻ സൈറ്റ്സ് (ആസ്ക്, യെൽപ്, ഇ ഹൗ...തുടങ്ങിയവ). വ്യത്യസ്ത താൽപ്പര്യമുള്ളവരാണ് ഇവയിൽ തിങ്ങിനിറയുന്നത്. ഇ-സാക്ഷരത വ്യാപകമായ പ്രദേശങ്ങളിൽ ഇതിലേതിലെങ്കിലും കയറാത്തവർ വിരളമായിരിക്കും. സ്വതന്ത്ര ചിന്ത വളർത്തുന്നതിനും സാമൂഹ്യമായ ഉന്നമനത്തിനും ഉപയോഗിക്കപ്പെടുക എന്ന ധർമം ഈ മാധ്യമങ്ങളുടെ കാഹളം മുഴങ്ങിയ കാലത്ത് പ്രതീക്ഷിച്ചതാണ്. ആ വഴിക്ക് സഞ്ചരിച്ച സാമൂഹ്യ മാധ്യമങ്ങളെ ഇപ്പോൾ കീഴടക്കാൻ ശ്രമിക്കുന്നത് ആഗോളവൽക്കരണം അഴിച്ചുവിട്ട നവമുതലാളിത്തമാണ്. ലോകം മുഴുവൻ ഞൊടിയിടയിൽ പാഞ്ഞെത്തുന്ന ഏറ്റവും ചെലവു കുറഞ്ഞ ഒരു മാധ്യമത്തെ സ്വാഭാവികമായും കച്ചവടസാമ്രാജ്യത്വം കൈപ്പിടിയിലൊതുക്കി. അതായത്, സാമൂഹ്യ മാധ്യമ രംഗത്തു നടക്കുന്ന എല്ലാ ഗവേഷണങ്ങളും, എല്ലാ പരീക്ഷണങ്ങളും മുന്നേറുന്നത് മറുവശത്ത് ഉപഭോക്താവ് എന്ന സംജ്ഞയുടെ അടിസ്ഥാനത്തിലാണ്. സാമൂഹ്യമാധ്യമങ്ങളിൽ കയറുന്നവരെല്ലാം ഉപഭോക്താക്കൾ മാത്രമാണ് എന്ന സങ്കൽപ്പം. പ്രത്യേകിച്ചും സാമൂഹ്യ

ശൃംഖലകളിൽ കയറുന്നവർ. ഫേസ്ബുക് പോലുള്ളവയിൽ പതിവായി കയറുന്നവരെ നിരീക്ഷിക്കാനും അവരുടെ അഭിപ്രായപ്രകടനങ്ങളുടെ അടിസ്ഥാനത്തിൽ താൽപ്പര്യം തിരിച്ചറിയാനും കഴിയുന്നു. ഓരോരുത്തരുടെയും വ്യക്തിപരമായ വിവരങ്ങൾ പോലും സാമൂഹ്യശൃംഖലാ കമ്പനികളുമായി ഉണ്ടാക്കുന്ന ധാരണ പ്രകാരം ചോർത്തിയെടുത്താണ് പഠനം. അമേരിക്കയിൽ ഇത് നിയമപ്രകാരം ചോദ്യം ചെയ്യാൻ പോലും അവകാശമില്ല. പലപ്പോഴും സാമൂഹ്യ മാധ്യമങ്ങളിലെ പഠനങ്ങളുടെയും സർവെകളുടെയും അടിസ്ഥാനത്തിൽ ഉൽപ്പന്നങ്ങളുടെ സ്വഭാവത്തിൽ തന്നെ മാറ്റംവരുത്തുന്ന നിരവധി കമ്പനികളാണ് ഇന്നുള്ളത്. സാമൂഹ്യ ശൃംഖലകളിൽ സജീവമായി ഇടപെടുക കൂടി ചെയ്യുന്നതോടെ വൻകിട കമ്പനികൾ തങ്ങളുടെ കച്ചവടം പതിന്മടങ്ങ് വർധിപ്പിക്കുകയാണ് ചെയ്യുന്നത്.

ഇന്റർനെറ്റ് ലോകത്ത് മേൽക്കൈയുള്ള ഒട്ടുമിക്ക കമ്പനികളുടെയും ആസ്ഥാനം അമേരിക്കയാണ്. ഗൂഗിൾ, യാഹൂ, മൈക്രോസോഫ്ട്, ഫേസ്ബുക്, ടിറ്റർ, യൂട്യൂബ് തുടങ്ങിയവ ഉദാഹരണം. സ്വാഭാവികമായും അവയുടെ എല്ലാ തരത്തിലുള്ള ഉപയോഗവും അമേരിക്കയിലാണ് അരങ്ങേറിയത്. സാമൂഹ്യമാധ്യമം ഉപയോഗിച്ച് പ്രചാരണവും അഭിപ്രായ സ്വീകരണവും നടത്തി വിൽപ്പന ഇരട്ടിയാക്കിയ കമ്പനികളുടെ നിര ആദ്യം പ്രത്യക്ഷപ്പെട്ടതും അമേരിക്കയിൽ തന്നെ.

ഇന്ന് കേരളത്തിലടക്കം കുട്ടികളുടെ 'പ്രിയ' ബിസ്കറ്റായി 'ഒറിയോ' മാറിക്കഴിഞ്ഞു. കറുകറുത്ത പുറന്തോടിനുള്ളിലെ വെളുത്ത ക്രീം ഉള്ള ബിസ്കറ്റ് കണ്ടെയ്നർ കണക്കിനാണ് ഇന്ത്യൻ മാർക്കറ്റിൽ തള്ളുന്നത്. കേരളമാണ് അതിൽ പ്രധാന മാർക്കറ്റ്. നൂറാണ്ടത്തെ പാരമ്പര്യമുള്ള അമേരിക്കൻ കമ്പനി നാഷണൽ ബിസ്കറ്റ് കമ്പനി (നാബിസ്കോ) ആണ് ഒറിയോ നിർമിക്കുന്നത്. 2008-09 വരെ അമേരിക്കക്ക് പുറത്തേക്ക് കാര്യമായി ശ്രദ്ധിക്കാത്ത കമ്പനി അക്കാലത്താണ് സാമൂഹ്യ ശൃംഖലകൾ വഴി അരക്കൈ പയറ്റിയത്. ഫേസ്ബുക്കിൽ അക്കൗണ്ട് തുടങ്ങി ഒറിയോ കമന്റുകൾ സ്വീകരിക്കാൻ തുടങ്ങി. രണ്ടര ദശലക്ഷം അഭിപ്രായങ്ങളാണ് അമേരിക്കക്ക് പുറത്തുനിന്ന് ലഭിച്ചത്. ഫേസ്ബുക് ഉപഭോക്താക്കൾ അഭിപ്രായപ്പെട്ടതിന്റെ സ്വാദ് കണക്കിലെടുത്താണ് അതത് രാജ്യങ്ങൾക്കിണങ്ങും വിധം ഒറിയോ ഇറക്കിയത്. ഇന്ത്യയിൽ കാഡ്ബറിക്ക് ആവശ്യക്കാരെങ്കിൽ ചൈനയിൽ മധുരം കുറഞ്ഞ ബിസ്കറ്റിനാണ് ആവശ്യക്കാർ എന്ന് ഒറിയോ പഠിച്ചത് സാമൂഹ്യമാധ്യമം വഴിനടത്തിയ പ്രചാരണത്തിനു ലഭിച്ച പ്രതികരണങ്ങളിൽ നിന്നാണ്. അതേ ഉൽപ്പന്നങ്ങൾ വൻതോതിൽ ഇറക്കുകയും ചെയ്തു. അതുകൊണ്ട് ഇന്ത്യക്കോ ചൈനക്കോ എന്തെങ്കിലും കുഴപ്പമുണ്ടോ? ഒറ്റക്കാര്യം ശ്രദ്ധിച്ചാൽ മതി. കേരളത്തിൽ ഒരുകാലത്ത് വ്യാപകമായിരുന്ന പ്രാദേശിക ബേക്കറി ഉൽപ്പന്നങ്ങൾ; വലിയ ഭരണികളിൽ നിരന്ന തേങ്ങാ, എള്ള്, ഫ്രൂട്സ് ബിസ്കറ്റുൾപ്പെടെയുള്ള പലതരം ബിസ്കറ്റുകൾ തുടങ്ങിയവ ഇന്ന് അപൂർവ കാഴ്ചയായി കഴിഞ്ഞു. ഇന്ത്യയിലെ വമ്പൻ ബിസ്കറ്റ് കമ്പനി

കൾപോലും അന്തരാഷ്ട്ര ഭീമന്മാരുമായി കടുത്ത മത്സരം നേരിടുകയാണ്. ഒറിയോ ഒരു ഉദാഹരണം മാത്രമാണ്. ഇന്ത്യയിൽ അറിയപ്പെടുന്നതും അല്ലാത്തതുമായ എത്രയോ കുത്തക കമ്പനികൾ സാമൂഹ്യ മാധ്യമങ്ങൾ വഴി പ്രചാരണം നടത്തി തങ്ങളുടെ വ്യാപാരത്തെ വർധിപ്പിക്കുകയും ഉൽപ്പന്നങ്ങളുടെ സ്വഭാവം മാറ്റുകയും ചെയ്യുന്നു.

ഇനി, സാമൂഹ്യമാധ്യമം വഴി ഇത്തരം വ്യാപാര മേഖലയ്ക്ക് നഷ്ടമേ ഉണ്ടായിട്ടുള്ളുവെന്ന് പറഞ്ഞാലും, അത് പൂർണമായും ശരിയാകില്ല. കേരളത്തിന്റെ തനത് വിഭവങ്ങൾ പലതും സാമൂഹ്യ ശൃംഖലകൾ വഴി പ്രചാരണം നടത്തി വിദേശങ്ങളിലേക്ക് കയറ്റി അയക്കുന്നുണ്ട് എന്ന ഒറ്റ ഉദാഹരണംകൊണ്ട് തന്നെ ഈ മേഖല നൽകുന്ന ഗുണത്തെ മനസിലാക്കാം. അതുവഴി നിരവധി കുടുംബങ്ങളും കുടുംബശ്രീ യൂണിറ്റുകളും നിലനിൽക്കുന്നുണ്ട്. പാലക്കാടൻ കൊണ്ടാട്ടവും രാമശേരി ഇഡലിയും മറ്റും ഉദാഹരണം. ഫേസ്ബുക്പേജ് എന്ന ഏക പ്രചാരണ ഉപാധി കൊണ്ട് മാത്രം കൊണ്ടാട്ടം കയറ്റി അയക്കുന്നവർ പാലക്കാടുണ്ട്.

വാൾസ്ട്രീറ്റ്

അമേരിക്കയിലെ അടക്കം കുത്തകകൾ സാമൂഹ്യ മാധ്യമത്തെ കയ്യിലെടുക്കുകയും ഉപയോഗിക്കുകയും ചെയ്യുന്നുവെന്ന് പറയുമ്പോഴും ഇന്റർനെറ്റ് ലോകത്തെ നിയന്ത്രിക്കാൻ തക്ക കെൽപ്പ് അമേരിക്കയ്ക്കുണ്ട് എന്ന് സ്ഥാപിക്കുമ്പോഴും ഒരു കാര്യം കാണാതിരുന്നുകൂടാ; ഇന്റർനെറ്റ് മാധ്യമങ്ങളുടെ ജനകീയത. അത് ഏതെങ്കിലും രാജ്യം വിചാരിച്ചാൽ പെട്ടെന്ന് അടയ്ക്കാവുന്നതല്ല. അതിന് ഏറ്റവും മികച്ച ഉദാഹരണം വാൾസ്ട്രീറ്റ് പ്രക്ഷോഭം തന്നെയാണ്. സാമൂഹ്യമാധ്യമങ്ങൾ ജനാധിപത്യത്തിൽ ഏതുവിധത്തിൽ പ്രസക്തമായിരിക്കുന്നുവെന്ന്, അതിന്റെ ഏറ്റവും അപകടകരമായ സാഹചര്യമുള്ള സമൂഹത്തിൽ തന്നെ വിജയക്കൊടി നാട്ടിക്കൊണ്ട് തെളിയിച്ചതാണ് വാൾസ്ട്രീറ്റ് പ്രക്ഷോഭത്തിന്റെ ഒരു വശം. ന്യൂയോർക്കിലെ സാമ്പത്തിക ജില്ല എന്നറിയപ്പെടുന്ന വാൾസ്ട്രീറ്റിലാണ് അമേരിക്കയിലെ സുപ്രധാന ധനകാര്യ സ്ഥാപനങ്ങളും കോർപ്പറേറ്റ് ഓഫീസുകളും കുടികൊള്ളുന്നത്. അപ്രകാരമുള്ള ജില്ല ജനങ്ങളെക്കൊണ്ട് കീഴടക്കൽ—അതുവഴി അമേരിക്കയെ തന്നെ ജനകീയ വഴിയിൽ കൊണ്ടുവരൽ തുടങ്ങിയവയായിരുന്നു പ്രക്ഷോഭകരുടെ ലക്ഷ്യം. '99 ശതമാനവും ഞങ്ങൾക്കൊപ്പം' എന്ന മുദ്രാവാക്യം സാമൂഹ്യമാധ്യമങ്ങളിലൂടെ ലക്ഷക്കണക്കിന് ജനങ്ങളിലേക്കെത്തിച്ചാണ് പ്രക്ഷോഭത്തിന് ആളെ കൂട്ടിയത്. പ്രക്ഷോഭത്തിന് ആധാരമായി ഉന്നയിച്ച മൂന്ന് ആവശ്യങ്ങൾക്ക് സാമൂഹ്യ മാധ്യമങ്ങൾ വഴി ജനങ്ങളിൽനിന്ന് ലഭിച്ച അംഗീകാരമാണ് അതിനെ ലോകം ഏറ്റെടുത്ത പ്രക്ഷോഭമാക്കിയത്. ആവശ്യങ്ങൾ ഇവയായിരുന്നു: 1. ഭരണത്തിൽ കോർപ്പറേറ്റ് ഇടപെടൽ അവസാനിപ്പിക്കുക. 2. അഴിമതി തുടച്ചു നീക്കുക. 3. സമാധാനം പുനഃസ്ഥാപിക്കുക. ന്യൂയോർക്കിലെ സുകോട്ടി പാർക്കിൽ

വാൾസ്ട്രീറ്റ് പ്രക്ഷോഭം

2010 ഫെബ്രുവരി 17 ന് തുടങ്ങിയ സമരത്തിലേക്ക് ലക്ഷക്കണക്കിന് ആളുകളാണ് ഒഴുകിയെത്തിയത്. വാൾസ്ട്രീറ്റ് പിടിച്ചെടുക്കാനുള്ള ശ്രമം വിജയിച്ചില്ലെങ്കിലും സമരകാലത്ത് പ്രധാന കോർപ്പറേറ്റ്-ബാങ്ക് സ്ഥാപനങ്ങൾ പിടിച്ചെടുക്കാൻ കഴിഞ്ഞു. അതേസമയം ഒരു തുള്ളി ചോര പോലും വീഴ്ത്തിയുമില്ല. എന്നിട്ടും തീവ്രവാദികളോടെന്നപോലെ ഇടപെട്ടാണ് അമേരിക്കൻ ഭരണകൂടം പ്രതികരിച്ചത്. അതും ഒളിഞ്ഞും തെളിഞ്ഞുമായിരുന്നു തുരത്തൽ. കാരണം സാമൂഹ്യമാധ്യമത്തിൽ സമരക്കാർക്കുള്ള ജനപിന്തുണ അത്ര വലുതായിരുന്നു. സാമൂഹ്യമാധ്യമം ഇല്ലെങ്കിൽ അപ്രകാരമൊരു പ്രക്ഷോഭം അമേരിക്കയിൽ ശക്തി പ്രാപിക്കുമോ എന്ന കാര്യം സംശയമാണ്. അഥവാ ഏതെങ്കിലും വിധേന ഒത്തുകൂടിയാലും അവരെ വെടിവച്ചിടാൻ ഭരണകൂടത്തിന് ആരെയും ഭയക്കേണ്ടിയിരുന്നില്ല. ഇപ്പോൾ അവർക്ക് പേടിക്കേണ്ട ഒന്നുണ്ട്; സാമൂഹ്യമാധ്യമങ്ങൾ! കാട്ടുതീപോലെയാണ് അവയിൽ ഓരോ വാക്കും ചിത്രവും മുദ്രാവാക്യവും പ്രചരിക്കുന്നത് എന്നത് അവരും തിരിച്ചറിയുന്നുണ്ട്.

6

സാമൂഹ്യ ശൃംഖലാ ജാലകം

സാമൂഹ്യ ശൃംഖലകളിൽ പ്രവേശിക്കുകയും അത് നിരന്തരമായി ഉപയോഗിക്കുകയും ചെയ്യുന്നവരുടെ എണ്ണം നമ്മുടെ നാട്ടിൽ ഏറെയാണ്. അവരെ സംബന്ധിച്ചിടത്തോളം ഇവയിലെ നൂതന ഉപകരണങ്ങളും ആശയചലനങ്ങളും മറ്റും അനുസരിച്ച് മുന്നേറുക എന്നത് പ്രയാസമുള്ള കാര്യമല്ല. എന്നാൽ ബാക്കിയുള്ളവരെ സംബന്ധിച്ച് അങ്ങനെയല്ല. നായക്ക് പൊതിയാത്തേങ്ങ എന്ന പോലെ ഈ സംഭവം തന്നെ തിരിയാത്ത ലക്ഷക്കണക്കിന് മനുഷ്യരാണ് നമ്മുടെ നാട്ടിലുള്ളത്. ഒരുകൂട്ടം മനുഷ്യർ ഈ ആധുനിക മാധ്യമത്തെ ഉപയോഗിച്ച് പുതിയ ലോകത്തെ അറിയുമ്പോൾ മറ്റുള്ളവർ ഇക്കാര്യത്തിലെ നിരക്ഷരത ഭക്ഷിച്ച് കഴിയുന്നു. ഈ അസമത്വം ഏറ്റവും വേഗത്തിൽ ഇല്ലാതാകാൻ സാധ്യതയുള്ള നാടാണ് കേരളം. പക്ഷേ, അതിലേക്ക് നയിക്കാനാവശ്യമായ ശ്രമം എല്ലാ ഭാഗത്തുനിന്നും ഉണ്ടാവണം. സാമൂഹ്യമാധ്യമത്തെ കുറിച്ച് നന്നായി അറിയുകയും ഉപയോഗിക്കുകയും ചെയ്യുന്ന ഒരുസംഘം വിദ്യാർഥികൾ കൂടിനിന്ന് സംസാരിക്കുമ്പോൾ അവരുടെ സുഹൃദ്വലയത്തിലുൾപ്പെട്ട ആളാണെങ്കിൽപ്പോലും ഇക്കാര്യത്തെ കുറിച്ച് ബോധവാനല്ലെങ്കിൽ ഒറ്റപ്പെടുന്ന സ്ഥിതിയുണ്ടാകും. ഒരു മനുഷ്യൻ ആധുനികനായിരിക്കുക എന്നാൽ ആ കാലത്തിന്റെ വിശേഷ-വൈജാത്യങ്ങൾ ഉൾക്കൊണ്ട് അതിനെ നല്ലനിലയിൽ ഉപയോഗിക്കുക എന്നാണ്. തീർച്ചയായും സാമൂഹ്യമാധ്യമവും വിശേഷിച്ച് സാമൂഹ്യ ശൃംഖലകളും ഒഴിവാക്കിക്കൊണ്ട് ആധുനികയുഗത്തിൽ ജീവിക്കുകയെന്നാൽ പുതിയ ലോകത്തിന്റെ മടിത്തട്ടിൽ അറുപഴഞ്ചനായി നിലനിൽക്കുക എന്നാണർഥം. അപ്പോൾ പ്രാഥമികമായെങ്കിലും ഇക്കാര്യങ്ങളിൽ അറിവ് നേടുകയെന്നത് സാക്ഷരന്റെ, വിദ്യാസമ്പന്നന്റെ നിലനിൽപ്പിന്റെ പ്രശ്നമാകുന്നു. സാമൂഹ്യ ശൃംഖലകൾ നിത്യജീവിതത്തിന്റെ ഭാഗമാക്കാത്തവർക്ക് വേണ്ടി ഒരു പ്രവർത്തന സഹാ

യിയാണ് ഈ അധ്യായം. ഇതിൽ വിശദമാക്കപ്പെട്ട സൈറ്റുകളും ഉദാഹരണങ്ങളും ഇവയെ മനസിലാക്കാനുള്ള ഉപകരണങ്ങൾ മാത്രമായേ കാണാവൂ. അവയിലുള്ള വിവരങ്ങളും സൈറ്റുകളുടെ സ്ഥാനങ്ങളുമെല്ലാം അനുനിമിഷം മാറിമറിയുന്ന സാമൂഹ്യമാധ്യമ രംഗത്തെ സ്ഥിതിവിവരങ്ങളല്ല എല്ലാത്തരം വിവരങ്ങളും അസ്ഥിരസ്വഭാവം സ്വീകരിച്ചിട്ടുള്ള ഒരു ലോകത്താണ് ജീവിക്കുന്നത് എന്ന ഉത്തമബോധ്യത്തോടെ മാത്രമേ ഈ മേഖലയെ സമീപിക്കാവൂ. ഇതൊരു ജാലകം മാത്രമാണ്.

സാമൂഹ്യ ശൃംഖലകളുടെ കണ്ണിൽ നോക്കിയാൽ പ്രധാനമായും മൂന്നു തരം മനുഷ്യരാണ് ലോകത്തുള്ളത്. ഒന്ന്: ഇന്റർനെറ്റും സാമൂഹ്യ ശൃംഖലകളും നല്ലനിലയിൽ ഉപയോഗിക്കുന്നവർ. രണ്ട്: കമ്പ്യൂട്ടറും ഇന്റർനെറ്റും അത്യാവശ്യം ഉപയോഗിക്കുകയും എന്നാൽ സോഷ്യൽ മീഡിയയോട്, വിശിഷ്യാ സാമൂഹ്യ ശൃംഖലകളോട് അകൽച്ച പാലിക്കുകയും ചെയ്യുന്നവർ, മൂന്ന്: കമ്പ്യൂട്ടറേ ഉപയോഗിക്കാത്തവർ. ഈ മൂന്നു കൂട്ടരും സാമൂഹ്യ ശൃംഖലകൾ ഒരുപോലെ ജീവിതത്തിന്റെ ഭാഗമാക്കുന്ന കാലത്തേക്കാണ് ലോകത്തിന്റെ പോക്ക്. അങ്ങനെ പോകുമ്പോൾ ഈ രംഗത്തെ ജനാധിപത്യ സ്ഥാപനവും ജനപക്ഷചിന്തകളും മറ്റും തീർച്ചയായും ചർച്ചചെയ്യപ്പെടുമെന്ന് ഉറപ്പാണ്. അങ്ങനെ ചർച്ച ചെയ്യപ്പെടും എന്ന് പറയാൻ കാരണം, ഇന്റർനെറ്റ് ലോകത്തെന്നപോലെ അതിവിശാലമായ സാമൂഹ്യമാധ്യമ മേഖലയും അമേരിക്കയുടെ കൊടിക്കീഴിലാണ് നിലകൊള്ളുന്നത്. ലോകത്തെ അടക്കിഭരിക്കാൻ സാഹചര്യവശാലും രാഷ്ട്രീയമായും എല്ലാക്കാലത്തും വെമ്പൽകൊണ്ടിട്ടുള്ള അമേരിക്കയുടെ പുതിയ കോളനിവൽക്കരണ ഉപകരണമാണ് സാമൂഹ്യ മാധ്യമ രംഗം. ഇന്ന് നിലവിലുള്ള പ്രധാന സാമൂഹ്യ മാധ്യമ കമ്പനികൾ, സെർച്ച് എഞ്ചിനുകൾ, അടിസ്ഥാന ഓപറേറ്റിങ് സിസ്റ്റം സോഫ്ട്‌വെയർ കമ്പനികൾ എല്ലാം അമേരിക്കയുടേതാണ്. കമ്പ്യൂട്ടർലോകത്തിന്റെ തലസ്ഥാനമായാണല്ലോ സിലികൺവാലിയെ വിശേഷിപ്പിക്കുന്നത്. ഇപ്രകാരമൊരു കുത്തക നിലകൊള്ളുമ്പോൾ അവയിലെ നയ-നിയമങ്ങളെല്ലാം ജനാധിപത്യപരമായിരിക്കണമെന്നില്ല, ഭൂരിപക്ഷം വരുന്ന ഉപഭോക്താക്കളുടെ താൽപ്പര്യം സംരക്ഷിക്കുന്നതാകണമെന്നില്ല. ലോകത്തിന്റെ നാനാഭാഗങ്ങളിൽനിന്ന് വ്യത്യസ്ത സ്വഭാവമുള്ള സാമൂഹ്യ മാധ്യമങ്ങൾ ഇന്ന് കുത്തകയായി വാഴുന്നവയ്ക്കെതിരെ ഉയർന്നുപൊങ്ങുന്ന കാലം അതിവിദൂരമല്ല. ജീവിതത്തിന്റെ വേഗത്തിന്റെയും സ്വാതന്ത്ര്യത്തിന്റെയും ലോകം എല്ലാവർക്കും ഒരുപോലെ അനുഭവവേദ്യമാകുന്ന ഒരു കാലത്തിലെത്തണമെങ്കിൽ കൂട്ടായ പരിശ്രമം ആവശ്യമാണ്. അതിന് ഈ ലോകത്തെ (ഇ-ലോകത്തെ) അടുത്തറിയുകയാണ് വേണ്ടത്. നിരന്തരമായ പഠനവും നവീകരണവും ആവശ്യപ്പെടുന്നു അത്. അപ്രകാരമൊരു ശ്രമത്തിന് സഹായകമാകും വിധം ഇന്ന് ഉപയോഗത്തിൽ മുൻപന്തിയിൽ നിൽക്കുന്ന സാമൂഹ്യ ശൃംഖലകളെ നമുക്ക് പരിചയപ്പെടാം.

അതിനു മുമ്പായി ഒരു കാര്യം കൂടി സൂചിപ്പിക്കട്ടെ. സാമൂഹ്യ ശൃംഖലകളുടെ പ്രാധാന്യം മറ്റു മാധ്യമങ്ങൾ ശ്രദ്ധിക്കുന്നവർക്ക് മനസിലാകും. ഫേസ്

ബുക്കെന്നോ ട്വിറ്ററെന്നോ കേൾക്കാത്തവർ പോലും ആ വാക്കുകൾ മറ്റു മാധ്യമങ്ങളിൽ കാണുമ്പോൾ അതെന്താണെന്ന് മനസിലാക്കാനുള്ള ആഗ്രഹം പ്രകടിപ്പിക്കും. സമൂഹത്തിലെ ഏതെങ്കിലും ഉന്നത വ്യക്തിത്വങ്ങൾ ഫേസ്ബുക്കോ ട്വിറ്ററോ വഴി സമൂഹത്തെ ബാധിക്കുന്നതും വലിയ വാർത്താപ്രാധാന്യമുള്ളതുമായ എന്തെങ്കിലും പറഞ്ഞുവെന്ന് പത്രത്തിൽ വായിക്കുകയോ ടെലിവിഷൻ ചാനലിൽ കാണുകയോ ചെയ്താൽ അവയുടെ മൂലരൂപം കാണണമെന്ന് ആഗ്രഹിക്കുന്ന അനവധിപേരുണ്ട്. അപ്രകാരം സാമൂഹ്യ ശൃംഖലാ കേന്ദ്രങ്ങളിൽ കയറി അംഗത്വമെടുക്കുന്നവരുമുണ്ട്.

കേരളത്തിൽ അല്ലെങ്കിൽ മലയാളികൾ ഏറെ സജീവമായ ഏതാനും സാമൂഹ്യ ശൃംഖലകളുടെ ചരിത്രവും വിശദാംശങ്ങളും ഉപയോഗക്രമവും മറ്റുമാണ് ഈ അധ്യായത്തിൽ വിവരിക്കുന്നത്. തീർച്ചയായിട്ടും സാമൂഹ്യ ശൃംഖലകൾ അനുദിനം പരിഷ്കരിക്കുകയും ആധുനികീകരിക്കുകയും അവയിലെ ആപ്ലിക്കേഷനുകൾ പലതും മാറിക്കൊണ്ടിരിക്കുകയും ചെയ്യുന്നവയാണ്. ഇവിടെ പ്രതിപാദിക്കുന്ന ചില ഘടകങ്ങളെങ്കിലും ചുരുക്കം നാളുകൾക്കുള്ളിൽ സാമൂഹ്യ ശൃംഖലകളിൽ നിന്ന് അപ്രത്യക്ഷമായിട്ടുണ്ടാവും. അതേസമയം, ഏത് സാമൂഹ്യ ശൃംഖലയാകട്ടെ, ഇനി വരാനിരിക്കുന്നതുൾപ്പെടെ, അവയുടെ പൊതുസ്വഭാവവും പ്രവേശന-പ്രയോഗ രീതികളും മറ്റും അടിസ്ഥാനപരമായി മാറുന്നില്ല എന്നതിനാൽ ഈ അധ്യായം തുടക്കക്കാർക്ക് പ്രയോജനകരവുമായിരിക്കും. എന്നാലും, സാമൂഹ്യ ശൃംഖലകൾ നടത്തുന്ന അപ്ഡേറ്റുകൾ അറിഞ്ഞുകൊണ്ടിരിക്കാതെ അവയുടെ ഉപയോഗം പൂർണമാകില്ല. അച്ചടിച്ചിറക്കുന്ന ഒരു പുസ്തകത്തിൽ ദിവസേനയുള്ള അപ്ഡേഷനുകൾ സാധ്യമല്ലല്ലോ. അതുകൊണ്ട്, അത്തരം അപ്ഡേഷനുകൾക്കും സംശയനിവർത്തിക്കും എന്റെ ഫേസ്ബുക് ബ്ലോഗ് http://facebuknotes. blogspot.in സന്ദർശിക്കുക. ഇനി നമുക്ക് വിവിധ സാമൂഹ്യ ശൃംഖലകളിലേക്ക് കടക്കാം.

എന്താണ് ഫേസ്ബുക്

സുഹൃത്തുക്കൾ, കുടുംബാംഗങ്ങൾ, സഹപ്രവർത്തകർ, അറിയാവുന്ന മറ്റുള്ളവർ തുടങ്ങിയവരുമായി ഫലപ്രദമായി വിവരങ്ങൾ കൈമാറാനും സംവദിക്കാനും ഉപയോഗപ്പെടുന്ന സാമൂഹ്യ ശൃംഖലയാണ് ഫേസ്ബുക്. ഒരാൾക്ക് സമൂഹത്തിലുള്ള ബന്ധങ്ങളെ ഡിജിറ്റലായി മുന്നിൽ കൊണ്ടുനിർത്തുന്ന ഫേസ്ബുക് അവരുമായി വാക്കുകളിലൂടെയും ചിഹ്നങ്ങളിലൂടെയും ചിത്രങ്ങളിലൂടെയും വീഡിയോകളിലൂടെയും ഇടപെടാനും ഇഷ്ടങ്ങൾ കൈമാറാനുമുള്ള സാങ്കേതിക സൗകര്യങ്ങൾ ഒരുക്കിയിരിക്കുന്നു. ഏതൊരാൾക്കും ചേരാവുന്ന സാമൂഹ്യശൃംഖല ആണ് ഫേസ്ബുക്. ഒരു സാമൂഹ്യശൃംഖലയിൽ ചേരുന്ന പ്രക്രിയയെ അഥവാ ഫേസ്ബുക് പോലുള്ളവയിൽ അക്കൗണ്ട് എടുക്കുന്നതിനെ സൈൻ അപ് എന്നു പറയുന്നു. നൂറുകോടി അംഗങ്ങൾ ഉള്ള ഫേസ്ബുക് ആണ് ലോകത്തെ ഏറ്റവും വലിയ സാമൂഹ്യ ശൃംഖല. ഒരംഗം ഒരു ദിവസം

ശരാശരി 55 മിനിറ്റ് ഫേസ്ബുക്കിൽ ചെലവഴിക്കുന്നുവെന്നാണ് കണക്ക്. എങ്ങനെയാണ് ഈ സ്ഥിതിവരെയെത്തിയത്?

മാർക് സക്കർബർഗ് എന്ന എഞ്ചിനീയറിങ് വിദ്യാർഥി അമേരിക്കയിലെ ഹാർവാർഡ് സർവകലാശാലയിൽ പഠിക്കുന്ന കാലത്ത് തന്റെ കൂട്ടുകാരുമായി സംവദിക്കാൻ 2004 ഫെബ്രുവരിയിൽ ഉണ്ടാക്കിയ ഇന്റർനെറ്റ് സംവിധാനമാണ് പിന്നീട് ഫേസ്ബുക് ആയി വളർന്നത്. ആദ്യം ഹാർവാഡ് സർവകലാശാലയിലെ വിദ്യാർഥികൾക്കും തുടർന്ന് മറ്റ് സർവകലാശാലയിലെ വിദ്യാർഥികൾക്കും അംഗത്വം നൽകി. 2005 അവസാനം സ്കൂൾ വിദ്യാർഥികൾക്ക് അംഗത്വം അനുവദിച്ചു. ഒടുവിൽ 2006 ൽ 13 വയസിനു മുകളിലുള്ള ആർക്കും ഫേസ്ബുക്കിൽ ചേരാമെന്നായി. താമസിയാതെ മൊബൈൽ ഫോണിലും ലഭ്യമാക്കി. ഇപ്പോൾ ഭൂരിപക്ഷം ഉപഭോക്താക്കളും മൊബൈൽ വഴിയാണ് ഫേസ്ബുക് ഉപയോഗിക്കുന്നത്. ഒരു അംഗത്തിന് ശരാശരി 130 സുഹൃത്തുക്കൾ ഉണ്ടെന്നാണ് കണക്ക്. മാസത്തിൽ ഒരാൾ എട്ട് ഫ്രണ്ട്സ് റിക്വസ്റ്റുകൾ അയക്കുന്നു. തന്റെ സൗഹൃദവലയത്തിലേക്ക് ചേരാൻ എട്ട് പേരോട് അഭ്യർഥിക്കുന്നുവെന്നർഥം. മാസത്തിൽ ഒൻപത് പ്രാവശ്യം ലൈക് ബട്ടൺ അമർത്തുന്നു. എന്താണ് ലൈക് തുടങ്ങി കാര്യങ്ങൾ പിന്നാലെ വിശദമാക്കുന്നുണ്ട്. നാല് പേജിന്റെയെങ്കിലും ആരാധകനായിമാറുന്ന ഒരംഗം മാസത്തിൽ 25 കമന്റുകൾ ചെയ്യുന്നു. 13 ഗ്രൂപ്പിലെങ്കിലും മാസത്തിൽ ചേരുന്ന ഒരംഗം മൂന്ന് ഇവന്റുകളിലേക്ക് സുഹൃത്തുക്കളെ ക്ഷണിക്കുന്നു. വിവിധ രാജ്യങ്ങളിലായി മികച്ച ഫേസ്ബുക് ഉപയോഗ സമൂഹത്തിൽ നിന്നെടുത്ത സർവെയിൽനിന്നാണ് മേൽപ്പറഞ്ഞ വിവരങ്ങൾ ലഭിച്ചത്.

റഷ്യയിൽ മാത്രമാണ് ഫേസ്ബുക്കിന് മുന്നേറാൻ കഴിയാതിരിക്കുന്നത്. അവിടെ VK.com എന്ന സാമൂഹ്യ ശൃംഖലയുടെ കുത്തകയാണ്. 20 കോടിയോളം അംഗങ്ങളുള്ളതായാണ് വികിപീഡിയ റിപ്പോർട്ട് ചെയ്തത് (2012 മാർച്ച്). ലോകത്ത് റഷ്യൻ ഭാഷ സംസാരിക്കുന്നവരെല്ലാം ഇതുമായി സഹകരിക്കുന്നു.

എങ്ങനെ ചേരാം

ഫേസ്ബുക് ഒരു രാജ്യമായി സങ്കൽപ്പിച്ചാൽ ലോകത്തെ മൂന്നാമത്തെ രാജ്യമാകും അത്. ചൈനയ്ക്കും ഇന്ത്യക്കും ശേഷം. ഒന്നരലക്ഷത്തിലധികം പേർ പ്രതിദിനം സൈൻഅപ് ചെയ്യുന്നു ഫേസ്ബുക്കിൽ. അപ്പോൾ നിങ്ങൾ തനിച്ചല്ല. ലക്ഷങ്ങളാണ് ഒപ്പം ചേരുന്നത്. ഫേസ്ബുക്കിൽ അംഗമല്ലാത്ത ഒരഭ്യസ്ഥവിദ്യന്റെ ജീവിതം ഏറെ പിന്നിലാകാൻ പോകുന്ന ഒരു കാലത്തേക്കാണ് ലോകം നീങ്ങുന്നത്. അതുകൊണ്ട് ഫേസ്ബുക്കിൽ അംഗമാകാം. ആദ്യം ഗൂഗിളിലോ മറ്റോ തെരഞ്ഞ് ഫേസ്ബുക്കിന്റെ സൈറ്റ് എടുക്കുക. അതിൽ സൈൻഅപ് ഓപ്ഷൻ ഉണ്ട്. അതിൽ ഡബിൾ ക്ലിക്. അപ്പോൾ അംഗത്വ ഫോറം കിട്ടും. ഫസ്റ്റ് ആന്റ് ലാസ്റ്റ് നെയിം ആണ് ആദ്യം പൂരിപ്പിക്കേണ്ടത്. രണ്ട് ഭാഗമുള്ള പേരിന്റെ

ആദ്യഭാഗം ആദ്യ കോളത്തിലും രണ്ടാമത്തെ ഭാഗം രണ്ടാമത്തെ കോളത്തിലും അടിക്കുക. നിങ്ങൾ ഒരു ഇന്റർനെറ്റ് ഉപയോക്താവാണെങ്കിൽ സ്വാഭാവികമായും ഒരു ഇ-മെയിൽ ഉണ്ടാകും. ഇല്ലാത്തവർ ആദ്യം അതുണ്ടാക്കിയിട്ടേ ഫേസ്ബുക്കിൽ കയറാവൂ. കാരണം ഇ-മെയിൽ വഴിയാണ് ഫേസ്ബുക്കിന്റെ സഞ്ചാരം. സ്വന്തം ഇ-മെയിൽ അഡ്രസ് അടിച്ചുകൊടുക്കലാണ് രണ്ടാമത്തെ പ്രക്രിയ. തുടർന്ന് ജനന തീയതി-ബർത്ത് ഡേ, പുരുഷനോ സത്രീയോ-ജെൻഡർ, എന്നീ കാര്യങ്ങൾ ചേർക്കുന്നു. അവസാനം പാസ്‌വേഡ് ഉണ്ടാക്കലാണ്. ഫേസ്ബുക്കിൽ മാത്രമല്ല ഏതൊരു മെയിലോ സോഷ്യൽനെറ്റ്‌വർക്കിലോ കയറാനുള്ള താക്കോലാണ് പാസ്‌വേഡ്. അത് രഹസ്യ കോഡാണ്. നിങ്ങളുടെ അക്കൗണ്ട് നിങ്ങളുടെ മാത്രം കസ്റ്റഡിയിൽ സൂക്ഷിക്കുന്നതിനാണ് ഇത്. അതുകൊണ്ട് മറ്റൊരാൾക്ക് പെട്ടെന്ന് ഊഹിക്കാൻ കഴിയുന്നതാകരുത് പാസ്‌വേഡ്. ഒരു പുരുഷൻ തന്റെ ഭാര്യയുടേയോ മക്കളുടെയോ പേരും സ്ത്രീ ഭർത്താവിന്റെയോ മക്കളുടേയോ പേരും പാസ്‌വേഡാക്കുകയെന്നത് സ്വാഭാവികമായി വരുന്ന ചിന്തയാണ്. അത് മറ്റൊരാൾക്ക് ഊഹിച്ചെടുക്കാം. എന്നാൽ ആ പേരിനൊപ്പം ചില അക്കങ്ങളോ ചിഹ്നങ്ങളോ ഉപയോഗിച്ചാൽ അത് മറ്റൊരാൾക്ക് പറയാതെ മനസിലാവില്ല. അതുകൊണ്ട് 11 ഡിജിറ്റുള്ള പാസ്‌വേഡ് ഉണ്ടാക്കുമ്പോൾ സ്വയം മറന്നുപോകാത്തതും എന്നാൽ മറ്റൊരാൾക്ക് ഊഹിച്ചെടുക്കാനാവാത്തതുമാവണം എന്നോർക്കുക. ഡിജിറ്റ് എന്നാൽ അക്ഷരമോ അക്കമോ ചിഹ്നമോ ഏതുമാകാം. പാസ്‌വേഡ് ഉണ്ടാക്കുന്ന, അയായത്, നിങ്ങൾ ആഗ്രഹിക്കുന്ന പാസ്‌വേഡിലെ അക്ഷരങ്ങൾ നിശ്ചിത ബോക്സിൽ അടിക്കുമ്പോൾ തന്നെ അതിന്റെ വശത്തോ താഴെയോ അത് സംബന്ധിച്ച സൈറ്റിന്റെ അഭിപ്രായം വരുന്നുണ്ട്. ചെറുതാണ്, മീഡിയമാണ്, തൃപ്തികരമാണ് തുടങ്ങിയവ. അടിച്ചുകൊടുത്ത പാസ്‌വേഡ് മറ്റാർക്കും ഇല്ലെങ്കിലും ഫേസ്ബുക് അല്ലെങ്കിൽ ഏത് സാമൂഹ്യ ശൃംഖലയിലാണ് രജിസ്റ്റർ ചെയ്യുന്നത് അവരുടെ നിബന്ധനപ്രകാരം ഒഴിവാക്കേണ്ട ക്യാരക്ടറുകൾ ഒഴിവാക്കിയുമാണെങ്കിൽ നിങ്ങളുടെ പാസ്‌വേഡിന് അംഗീകാരം ലഭിക്കും. അല്ലാത്ത പക്ഷം അപ്പപ്പോൾ വരുന്ന നിർദേശങ്ങൾ അനുസരിച്ച് മുന്നേറുക. പാസ്‌വേഡ് അംഗീകരിച്ചതായി ഫേസ്ബുക് അറിയിപ്പ് വന്നാൽ നിങ്ങൾ ഒരംഗമായി കഴിഞ്ഞു. ഇനി അംഗത്തെ കുറിച്ച് വ്യക്തിപരമായ വിവരങ്ങൾ ചേർക്കലാണ്. പഠിച്ച സ്കൂൾ, കോളേജ് തുടങ്ങിയവ. മറ്റുള്ളവർ അറിയണം എന്ന് നിങ്ങൾ ആഗ്രഹിക്കുന്ന വിവരങ്ങൾ മാത്രമേ ഫേസ്ബുക് മറ്റുള്ളവർക്ക് മുന്നിൽ തുറന്നു വയ്ക്കൂ. പക്ഷേ സ്കൂൾ, കോളേജ് പോലുള്ള വിവരങ്ങൾ പബ്ലിക് ആക്കിയാലേ നിങ്ങളെ പലർക്കും തിരിച്ചറിയാനാകൂ. തിരിച്ചറിഞ്ഞാൽ കൂടുതൽ സൗഹൃദങ്ങളും ഗ്രൂപ്പുകളും ലഭിക്കും. നിങ്ങളെ തിരിച്ചറിയുന്നതിന് ഫോട്ടോ ചേർക്കലാണ് അടുത്തപടി. നിങ്ങളിരിക്കുന്ന കമ്പ്യൂട്ടറിൽ ചിത്രമുണ്ടെങ്കിൽ അതോ, കമ്പ്യൂട്ടറിലുള്ള വെബ് ക്യാമറ ഉപയോഗിച്ച് അപ്പോൾ തന്നെ ചിത്രമെടു

ത്തോ ഉപയോഗിക്കാം. ഫോട്ടോ ലോഡ് ചെയ്തു കഴിഞ്ഞാൽ വലതു ഭാഗത്ത് മുകളിലുള്ള ലോഗൗട്ട് ബട്ടണിൽ ക്ലിക് ചെയ്ത് ഫേസ്ബുക്കിൽ നിന്ന് പുറത്തു കടക്കുക. ഇ-മെയിലും പാസ്‌വേഡും ഉപയോഗിച്ച് വീണ്ടും അകത്തു കയറുക. നിങ്ങളുടെ അക്കൗണ്ട് ആക്ടിവേറ്റ് ചെയ്യുന്നതിനാണ് ഇത്. മൈ പ്രൊഫൈൽ ബട്ടണിൽ ക്ലിക് ചെയ്ത് വ്യക്തിപരമായ വിവരങ്ങൾ ചേർക്കാവുന്നതാണ്. തന്നെക്കുറിച്ച് മറ്റുള്ളവർക്ക് മനസിലാക്കാവുന്നതാകണം പ്രൊഫൈൽ.

വാനിറ്റി യു ആർ എൽ

ഫേസ്ബുക് പതിവ് ഉപയോക്താക്കൾപോലും ശ്രദ്ധിക്കാതെ പോകുന്ന മേഖലയാണ് വാനിറ്റി യു ആർ എൽ. നിങ്ങളുടെ ഫേസ്ബുക് പ്രൊഫൈൽ വിലാസം ഓൺലൈനിൽ ഇൻടക്സ് ചെയ്യുന്നത് http://www.facebook.com/profile?id=1588774230 എന്നാണെന്നു കരുതുക. ഇതിൽ നിങ്ങളുടെ ഐഡന്റിറ്റിയില്ല. നിങ്ങളാണ് ഈ വ്യക്തിയെന്ന് എങ്ങനെ തിരിച്ചറിയും. നിങ്ങളെ കണ്ടെത്താനും ഷെയർ ചെയ്യാനും മറ്റുള്ളവർക്ക് ബുദ്ധിമുട്ടാകും. ഇതിന് പരിഹാരമായി ഫേസ്ബുക് തന്നെ നിർദേശിക്കുന്നത് നിങ്ങളുടെ പേരിന്റെ ഭാഗം തന്നെ ഇതോടൊപ്പം വരണമെന്നാണ്. ഉദാഹരണത്തിന് നിയാ ഹസന്റെ വാനിറ്റി യു ആർ എൽ എങ്ങനെയായിരിക്കുമെന്ന് നോക്കാം. നിയാ എന്ന ആദ്യ ഭാഗം തന്നെയാണ് പ്രധാനം. അത് കണ്ടാൽ ബന്ധപ്പെട്ടവർക്ക് ആളെ തിരിച്ചറിയാം. http://www.facebook.com/niya എന്നായിരിക്കും വാനിറ്റി യു ആർ എൽ. അങ്ങനെയായാൽ ഫേസ്ബുക്കിലോ ഗൂഗിളിലോ മറ്റോ നിയാ എന്നടിച്ചാൽ ഈ അക്കൗണ്ടിലെത്താനാകും. അപ്രകാരം വാനിറ്റി യു ആർ എൽ സംരക്ഷിക്കാൻ http://www.facebook.com/username/ എന്ന സൈറ്റ് സന്ദർശിച്ചാൽ മതി.

അപ്ഡേറ്റ് ഇൻഫോയും ആക്ടിവിറ്റി ലോഗും

ഇനി നിങ്ങൾക്ക് പ്രൊഫൈൽ അപ്ഡേറ്റ് ചെയ്യാം. വ്യക്തിഗത വിവരങ്ങൾ ചേർക്കാനുള്ള കോളങ്ങൾ ലഭിക്കും. പഠിച്ച സ്ഥാപനങ്ങൾ, സ്വന്തം സ്ഥലം, ഇപ്പോൾ താമസിക്കുന്ന സ്ഥലം, കുടുംബം, ബന്ധുക്കൾ തുടങ്ങി വിവരങ്ങൾ ചേർക്കാം. ഇതിൽ പല വിവരങ്ങളും മേൽ പറഞ്ഞതുപോലെ കൂടുതൽ സുഹൃത്തുക്കളെ കിട്ടാൻ സഹായിക്കുന്നു. സ്വന്തം പേരിലോ ചിത്രത്തിലോ ക്ലിക് ചെയ്താൽ വരുന്ന പേജിലാണ് അപ്ഡേറ്റ് ഇൻഫോയും ആക്ടിവിറ്റി ലോഗും. മുമ്പ് സ്വന്തം പേജിൽ നടത്തിയ ഇടപാടുകളിലേക്ക് പ്രവേശിക്കാനുള്ള സൗകര്യമുണ്ട്. സ്റ്റാർട്ട് ടൂർ എന്ന ബട്ടണിൽ ക്ലിക് ചെയ്താൽ മുൻകാല പോസ്റ്റുകളിലൂടെ യാത്ര ചെയ്യാം. അതിൽ തന്നെയാണ് ടൈംലൈൻ റിവ്യു. നമ്മൾ തന്നെ പോസ്റ്റ് ചെയ്തവയുടെ ലിസ്റ്റും ഷെയർ ചെയ്തവയുടെ വിവരങ്ങളും മാസാടിസ്ഥാനത്തിൽ ലഭിക്കും. നമ്മുടെ ടൈംലൈനിൽ മറ്റുള്ളവർ പോസ്റ്റ് ചെയ്തവയും

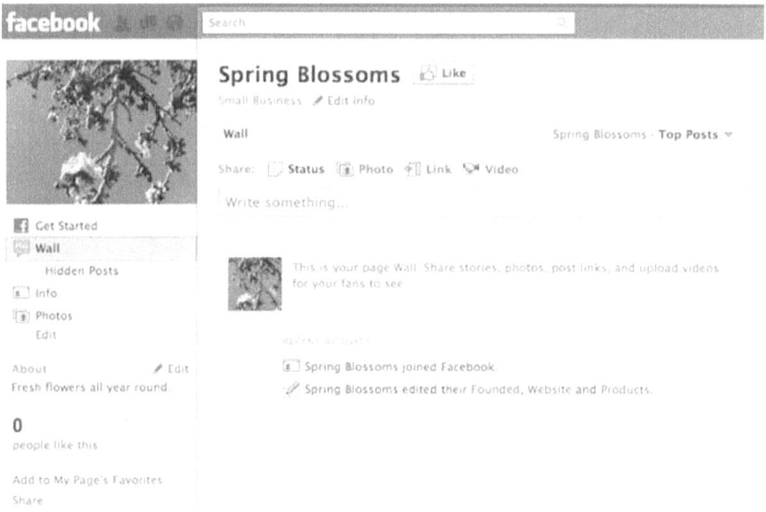

ഫേസ്ബുകിലെ ഒരു പേജ്

കാണാം. അപ്ഡേറ്റ് ഇൻഫോയിൽ വ്യക്തിഗത വിവരങ്ങളാണുള്ളത്. ഇത് എഡിറ്റ് ചെയ്യാൻ അപ്ഡേറ്റ് ഇൻഫോ ബട്ടണിൽ ഡബിൾ ക്ലിക് ചെയ്താൽ പേജ് ലഭിക്കും. ഒരു ഭാഗത്ത് വർക് ആന്റ് എഡ്യൂക്കേഷൻ, ലിവിങ്, റിലേഷൻ ഷിപ് ആന്റ് ഫാമിലി എന്നീ ഹെഡ്ഡിങ്ങുകൾ കാണാം. അവയ്ക്ക് താഴേ അതത് വിവരങ്ങൾ ചേർക്കുകയും എഡിറ്റു ചെയ്യുകയുമാവാം. വലതു വശത്ത് ഹിസ്റ്ററി ബൈ ഇയർ, എബൗട്ട് യു, ബേസിക് ഇൻഫോ, കോൺ ടാക്ട് ഇൻഫോ, ഫേവറേറ്റ് ക്വട്ടേഷൻസ് തുടങ്ങി തലക്കെട്ടുകൾ കാണാം. പഠിച്ച കോളേജുകളുടെയും ജോലിയുടെയും മറ്റും വർഷവും മാസവും രേഖപ്പെടുത്താം ഹിസ്റ്ററി ബൈ ഇയറിൽ, തന്നെക്കുറിച്ച് പറയാനുള്ളത് എബൗട്ട് യു വിൽ ചേർക്കാം, തന്നെക്കുറിച്ചുള്ള അടിസ്ഥാന വിവരങ്ങളാ ണ് ബേസിക് ഇൻഫോയിൽ. നമ്പറും മെയിൽ വിലാസവും കോൺടാ ക്ട് ഇൻഫോയിൽ കൊടുക്കാം, താൽപ്പര്യമുണ്ടെങ്കിൽ. ഇത്രയുമേ നിർ ബന്ധമുള്ളൂ. തുടർന്നുള്ള ഭാഗങ്ങൾ വിട്ടുകളഞ്ഞാലും കുഴപ്പമില്ല. ദിവസവും രാവിലെ അല്ലെങ്കിൽ ഫേസ്ബുക് ഉപയോഗിച്ചു തുടങ്ങുന്ന സമയത്ത് നടത്തുന്ന ആദ്യ സന്ദേശത്തിനും ഫേസ്ബുക് ഉപയോക്താ ക്കൾ അപ്ഡേറ്റ് എന്ന വാക്ക് ഉപയോഗിക്കുന്നുണ്ട്. അതായത് നിങ്ങൾ ഇതാ ഫേസ്ബുക്കിൽ സജീവമായിരിക്കുന്നു എന്ന് സുഹൃത്തുകളെ വിളംബരം ചെയ്യുന്നുവെന്നാണ് അർഥം.

ഫ്രണ്ട്സ് റിക്വസ്റ്റ്, മെസേജ്, നോട്ടിഫിക്കേഷൻ

ഫേസ്ബുക് ഉപയോഗം ബഹുഭൂരിപക്ഷവും അതിന്റെ ഏറ്റവും ചുരു

ങ്ങിയ അളവിലും അറിവിലുമാണ് പ്രയോഗിക്കുന്നത്. ഫേസ്ബുക്കിനെ കുറിച്ചുള്ള അറിവ് അതിന്റെ ഉപയോഗത്തിന്റെ പരമാവധി ആക്കാനും സമയം അനാവശ്യമായി കളയാതിരിക്കാനും കഴിയും. നമുക്ക് ഓരോന്നായി എടുക്കാം. ഫേസ്ബുക് എന്ന ഐകണിൽ ക്ലിക് ചെയ്താൽ ഹോംപേജാണ് ലഭിക്കുക. വലത്തേ അറ്റത്തുള്ള ഹോമിൽ തൊട്ടാലും അതുതന്നെ സ്ഥിതി. ഇടത്ത് മുകളിൽ ഫേസ്ബുക് ഐകണോട് ചേർന്നുള്ള മൂന്ന് ചിഹ്നങ്ങളുടെ വിവരണങ്ങൾ മേൽപ്പറഞ്ഞ പോലെയാണ്. ആദ്യത്തേതിൽ ക്ലിക് ചെയ്താൽ ഫ്രണ്ട്സ് റിക്വസ്റ്റുകളും ഫൈൻഡ് ഫ്രണ്ട്സും ലഭിക്കും. നിങ്ങളുമായി സൗഹൃദത്തിലാകാൻ ആഗ്രഹിക്കുന്നവരുടെ പേരുകളാണ് ഇടതുഭാഗത്ത് തെളിയുക. നിങ്ങൾക്ക് താൽപ്പര്യമുള്ളവരുടെ പേരിനു നേരെയുള്ള ഓപ്ഷനുകളിൽ ക്ലിക് ചെയ്ത് സ്വീകരിക്കാം നിരസിക്കാം. രണ്ടാമത്തെ ചിഹ്നം മെസേജിന്റേതാണ്. ക്വിക് മെസേജ് പേജാണിത്. നിങ്ങളുടെ ടൈംലൈനിൽ അതായത് പേജിൽ വന്ന സന്ദേശങ്ങളും ചിത്രങ്ങളും മറ്റും സൂചകങ്ങളായി വരുന്നു. അവയിൽ ഓടിച്ചു നോക്കിയാൽ പെട്ടെന്ന് തുറക്കേണ്ട സന്ദേശങ്ങൾ വല്ലതുമുണ്ടോയെന്ന് പെട്ടെന്ന് അറിയാനും നേരെ അതിലേക്ക് പ്രവേശിക്കാനും കഴിയും. മാത്രമല്ല, മറ്റൊരു ഫേസ്ബുക് ഉപയോക്താവിന് നിങ്ങൾക്കും, തിരിച്ചും സ്വകാര്യമായി സന്ദേശമയക്കാൻ കഴിയുന്ന ബട്ടനാണിത്. മറ്റാരും ഇത് കാണുന്നില്ല. തെരഞ്ഞെടുക്കപ്പെട്ട കുറേപ്പേരെ മാത്രമാണ് ക്ഷണിക്കേണ്ടതെങ്കിൽ സബ്ജക്ട് ലൈനിൽ അവരുടെ മാത്രം പേരടിച്ച് മെസേജ് സെന്റ് ചെയ്താൽ മതി. മൂന്നാമത്തെ ചിഹ്നമാണ് നോട്ടിഫിക്കേഷൻ. സ്വന്തം ടൈംലൈനിലും, അതായത് കാണുന്ന പേജിൽ എന്തൊക്കെയാണ് ഉണ്ടായത്, സുഹൃത്തുക്കൾ എന്തൊക്കെ ചെയ്തു തുടങ്ങിയവയുടെ രത്നച്ചുരുക്കം നോട്ടിഫിക്കേഷനിൽ കാണാം. ഈ ചിഹ്നം കഴിഞ്ഞാൽ സെർച്ച് ബോക്സാണ്.

സെർച്ച് ബോക്സ്

തുടക്കക്കാർക്ക് ഏറ്റവും പ്രധാനപ്പെട്ട ഒരു ടൂളാണ് സെർച്ച് ബോക്സ്. പുതിയ സുഹൃത്തുക്കളെ കണ്ടെത്താൻ, സംഘങ്ങളെ കണ്ടെത്താൻ, സംഘടനകളെയും ഗ്രൂപ്പുകളെയും മറ്റും കണ്ടെത്താൻ സെർച്ച് ബോക്സ് സഹായിക്കുന്നു. ലക്ഷ്യമിടുന്ന ആളുടെ പേര്, സംഘങ്ങളുടെ സൂചകങ്ങൾ എന്നിവ അടിച്ചാൽ അവയുടെ നിരതന്നെ വരും. അതിൽനിന്ന് തെരഞ്ഞെടുത്താൽ മതി. ഉദാഹരണത്തിന് സെർച്ച് ബോക്സിൽ ക്യൂബ എന്നടിച്ചു നോക്കൂ. അതേ നാമത്തിലുള്ള അനവധി പേജുകൾ വരും. നിങ്ങൾ ലക്ഷ്യമിട്ട ഫിദൽ കാസ്ട്രോയുടെ ക്യൂബയും അതിലുണ്ടാകും. പക്ഷേ, അസർബൈജാനിൽ മൗണ്ടൻ ജ്യൂസ് തിങ്ങിപ്പാർക്കുന്ന മനോഹരമായ നഗരത്തിന്റെ പേര് ക്യൂബാസിറ്റി എന്നാണെന്ന പുതിയ അറിവ് നിങ്ങൾക്ക് ലഭിക്കും, ക്യൂബാസിറ്റിയുടെ ചിത്രവും കാണാം.

ഹോം

സെർച്ച് ബോക്സിനോട് ചേർന്ന ഹോം ബട്ടൺ അക്കൗണ്ടിലെ സുപ്രധാന ഭാഗങ്ങളുൾക്കൊള്ളുന്നതാണ്. ഹോം ബട്ടണിനോട് ചേർന്നുള്ള ആരോയിൽ ക്ലിക് ചെയ്താൽ അത് അഡ്വെർടൈസ്, അക്കൗണ്ട് സെറ്റിങ്, പ്രൈവറ്റ് സെറ്റിങ് തുടങ്ങിയവ ലഭിക്കും. ഇതിൽ അക്കൗണ്ട് സെറ്റിങ്ങിലുള്ളത് നിങ്ങളുടെ പേര്, മെയിൽ വിലാസം, പാസ്‌വേഡ് മാറ്റത്തിനുള്ള ഓപ്ഷൻ എന്നിവയാണ്. അടിസ്ഥാന വിരങ്ങളിൽ മാറ്റം വരുത്താനും പാസ്‌വേഡ് മാറ്റാനും മാത്രമേ ഇതിൽ കയറേണ്ട ആവശ്യമുള്ളൂ. പ്രൈവറ്റ് സെറ്റിങ്ങിലാകട്ടെ നിങ്ങളുടെ അക്കൗണ്ട് ആർക്കൊക്കെ ദൃശ്യമാക്കണം, അതായത് സുഹൃത്തുക്കൾക്ക് മാത്രമോ അതോ എല്ലാവർക്കുമോ, നിങ്ങളുടെ ടൈംലൈനിൽ ആർക്കൊക്കെ പോസ്റ്റ് നടത്താം തുടങ്ങിയ നിർദേശങ്ങളുടേതാണ്. ഇതിൽ എഡിറ്റ് ബട്ടൺ ക്ലിക് ചെയ്ത് ആവശ്യമായത് അംഗീകരിക്കാം. അതിൽ തന്നെ ഹെൽപ്പ് ഡെസ്കുമുണ്ട്. നിങ്ങളുടെ സംശയങ്ങൾക്കും അക്കൗണ്ട് സെറ്റിങ്ങിലെ പ്രതിസന്ധികൾക്കും ഉത്തരം നൽകും. ഒടുവിലാണ് ലോഗൗട്ട്, ഫേസ്ബുക് പേജിൽ നിന്ന് പുറത്തു കടക്കാനുള്ള വഴി. മൈനസ് ചെയ്തിട്ടും മറന്നു പോയും മറ്റും തങ്ങളുടെ അക്കൗണ്ട് സർവസമയവും തുറന്നിരിക്കുന്നത് അബദ്ധമാണ്. തന്റെ ഉപയോഗം കഴിഞ്ഞാൽ ലോഗൗട്ട് ചെയ്യണമെന്ന നിർബന്ധവും ഫേസ്ബുക് അധികൃതർ മുന്നോട്ടു വയ്ക്കുന്നു.

ചാറ്റ്

ഹോമിന് നേരെ താഴെയായിട്ടാണ് ചാറ്റ് ബട്ടൺ. സുഹൃത്തുക്കളുമായി വളരെ പെട്ടെന്നുള്ള സന്ദേശക്കൈമാറ്റത്തിനുള്ള വേദിയാണ് ചാറ്റിങ്. നിലവിൽ ലൈനിലുള്ള (ഫേസ്ബുക്കിൽ കയറിയിട്ടുള്ള) സുഹൃത്തുക്കളുടെ ലിസ്റ്റ് പ്രകാശിതമായ ബട്ടണോടെ ചാറ്റ് ബാറിൽ തെളിഞ്ഞുവരും. ആരുമായാണോ ചാറ്റ് ചെയ്യേണ്ടത് ആ സുഹൃത്തിന്റെ പേരിൽ ഡബിൾ ക്ലിക് ചെയ്താൽ ചാറ്റ് ചെയ്യാനുള്ള പ്രത്യേക കോളം തെളിഞ്ഞു വരും. തുടർന്ന് പരസ്പരം സന്ദേശക്കൈമാറ്റം നടത്താം.

ന്യൂസ് ഫീഡ്

ഇനി ഇടതുഭാഗത്തെ ഓപ്ഷനുകളിലേക്ക് പോകാം. ആദ്യം ന്യൂസ് ഫീഡ്. ഫേസ്ബുക്കിൽ ലോഗിൻ ചെയ്താൽ ലഭിക്കുന്ന പേജ് ന്യൂസ് ഫീഡ് പേജാണ് എന്നു പറയാം. നിങ്ങളുടെ അക്കൗണ്ടിൽ അല്ലെങ്കിൽ ടൈംലൈനിൽ സുഹൃത്തുക്കൾ എന്തൊക്കെ ചെയ്തു അഥവാ എന്തെല്ലാം പോസ്റ്റിങ്ങുകൾ നടത്തി തുടങ്ങിയ കാര്യങ്ങളുടെ ഏറ്റവും പുതിയ ലിസ്റ്റാണ് ന്യൂസ്ഫീഡിൽ ക്ലിക് ചെയ്താൽ ലഭിക്കുക. അതിനു തൊട്ടുതാഴെ മെസേജസ്, നേരത്തെ ചിഹ്നമായി മുകളിൽ കണ്ട അതേ ബോക്സ് തന്നെ. അതിനു താഴെ ഇവന്റ്. ഇന്ന് ഫേസ്ബുക് ഉപയോ

ക്താക്കൾ സാമാന്യം നല്ലരീതിയിൽ ഉപയോഗിക്കുന്ന ഒന്നാണ് ഇവന്റ്. സുഹൃത്തുക്കളുടെ ബർത്ഡേകൾക്ക് ആശംസകൾ അർപ്പിക്കാനും ബർത്ഡേകളുൾപ്പെടെ സുപ്രധാന പരിപാടികൾ ഓർമിപ്പിക്കാനും മറ്റുള്ളവരെ ക്ഷണിക്കാനും ഇവന്റ് ഉപയോഗിക്കുന്നു. തുടർന്ന് ഫോട്ടോ ആണ്. നമ്മൾ ടൈംലൈനിൽ പ്രസിദ്ധീകരിച്ച ഫോട്ടോകളും സുഹൃത്തുക്കൾ ടാഗ് ചെയ്ത ചിത്രങ്ങളടക്കമുള്ള പ്രസിദ്ധീകരണങ്ങളും നാം ഷെയർ ചെയ്ത ചിത്രങ്ങളും മറ്റുമാണ് ഫോട്ടോ എന്ന ഫോൾഡറിനകത്തുള്ളത്.

ആപ്സ് സെന്റർ

ആപ്സ് സെന്റർ അഥവാ ആപ്ലിക്കേഷൻ സെന്റർ കളികളുടെയും കാഴ്ചകളുടെയും വായനയുടെയും കലവറ തന്നെയാണ്. മൊബൈൽ ഉപഭോക്താക്കളെ പ്രധാനമായും ലക്ഷ്യമാക്കിയാണ് ഇത്തരമൊരു സെന്റർ വളരെ സജീവമായി ഫേസ്ബുക് കൊണ്ടുനടക്കുന്നത്. ഗെയിംസ്, എന്റർടെയിൻമെന്റ് എന്നീ പേരുകളിലുള്ള സെന്ററുകളിൽ 40-തിലധികം ഫീഡ്ഡ്പ്ലേകളാണ്. ഏതു സമയത്തും കളിക്കാവുന്നവ. സെർച്ച് ചെയ്ത് കണ്ടുപിടിക്കാവുന്നവയുമുണ്ട്. പാട്ടുകേൾക്കാനും ചിത്രങ്ങൾ-വീഡിയോകൾ എന്നിവ കാണാനും സൗകര്യം. കളി കൂടാതെ കായികം ട്രാവൽ തുടങ്ങിയവയും ഏറെ പ്രയോജനപ്പെടുന്ന ഇനങ്ങളാണ്. യാത്ര ആസൂത്രണം ചെയ്യാനും പോയ സ്ഥലങ്ങളെ കുറിച്ചുള്ള വിവരണം നൽകാനും ഇവിടെ അവസരമുണ്ട്. ഇന്ത്യയിൽ ഇനിയും സജീവമാകേണ്ട ഫേസ്ബുക്മേഖലകളാണിവ.

തുടർന്നു താഴെയുള്ള സ്പോട്ടിഫൈ മ്യൂസിക് ആൽബങ്ങളുടെയും മറ്റും ലോകം ഇന്ത്യയിൽ ലഭ്യമല്ല. സിറ്റിവില്ലെയും ഗെയിമിനാണ് പ്രാധാന്യം. വാർത്തയ്ക്കായി *ഗാർഡിയൻ* പത്രത്തിന്റെ ഓൺലൈൻ എഡിഷൻ. സിക്സ്റ്റി ഫോട്ടോസ് ചിത്രങ്ങൾ ശേഖരിക്കാനും കൈമാറാനുമുള്ള മറ്റൊരു സൈറ്റാണ്. കൂടുതൽ വലിപ്പമുള്ള ചിത്രങ്ങൾ വേഗത്തിൽ കൈമാറാനാകുന്നതാണ് തങ്ങളുടെ സൈറ്റെന്ന് ഫേസ്ബുക് പറയുന്നു. ഡു ആൽബവും ചിത്രങ്ങളുടെ ശേഖരത്തെ സഹായിക്കുന്നതാണ്. ആൽബങ്ങളായി സെറ്റ് ചെയ്ത് സുഹൃത്തുക്കൾക്ക് അയക്കാൻ കഴിയും. ഇടതുഭാഗത്ത് ലിസ്റ്റ് ചെയ്ത പല ഫീച്ചറുകളും ഇപ്പോൾ ഇന്ത്യയിൽ ഉപയോഗിക്കാത്തതും ആക്ടിവേറ്റു ചെയ്യാത്തതുമാണ്. എന്നാൽ ഇന്ത്യ ഒരു സുപ്രധാന ഫേസ്ബുക് ഉപയോക്താവായി ഉയരാൻ നാളുകൾ മതി. ആ ഘട്ടത്തിൽ അവയെല്ലാം ഉപയോഗപ്രദമാകുമെന്ന് ഉറപ്പാണ്.

അനവധി ഫീച്ചറുകളിലൂടെ ഫേസ്ബുക്കിന്റെ ഉപയോഗക്രമം പഠിച്ചാലും പ്രധാനം നമ്മുടെ ടൈംലൈനിൽ നാം നിക്ഷേപിക്കുന്ന പോസ്റ്റുകളും അവിടെ മറ്റുള്ളവർ ഇടുന്നവയ്ക്ക് നാം കൊടുക്കുന്ന അഭിപ്രായവുമാണ്. ഈ രണ്ട് ഘടകങ്ങൾ ഉപയോഗിക്കുമ്പോൾ നമ്മൾ വ്യക്തമായ ലക്ഷ്യം മനസിൽ വയ്ക്കുകയാണെങ്കിൽ സോഷ്യൽനെറ്റ്വർക്കിങ് പോലുള്ള സ്വതന്ത്രവും സർവവ്യാപിയുമായ ഒരു മാധ്യമത്തെ

ശരിയായി ഉപയോഗിച്ചുവെന്ന് പറയാം. ഫേസ്ബുക്കിന്റെ തറവാടായ അമേരിക്കയിലുൾപ്പെടെ അതിന്റെ ഉപയോഗരീതിയെ കുറിച്ച് വിമർശമുണ്ട്. ജനങ്ങളെ ഏറ്റവും കൂടുതൽ സ്വാധീനിക്കുന്ന മാധ്യമം എന്ന നിലയിൽ അതിന്റെ ജനകീയതയിൽ ഊന്നാൻ കഴിയാത്തതാണ് പ്രശ്നം.

ടൈം ലൈൻ, വാൾ ആന്റ് സ്റ്റാറ്റസ്

ഹോം പേജിൽ മുകളിൽ ഇടതുഭാഗത്തായി വാട്ട് ഈസ് ഇൻ അവർ മൈൻഡ്? എന്ന ചോദ്യം സദാ ഉയർത്തിക്കൊണ്ടുള്ള ഒരു കോളമുണ്ട്. നാം സന്ദേശങ്ങൾ ടൈപ്പ് ചെയ്യുന്നതും ചിത്രങ്ങളടക്കമുള്ളവ പോസ്റ്റ് ചെയ്യുന്നതും ഇവിടെയാണ്. ഈ കോളത്തെയാണ് ടൈംലൈൻ എന്നു പറയുന്നത്. നമ്മുടെ പ്രൊഫൈൽ കാണുന്ന മറ്റൊരാൾക്ക് അതിൽ ഒരു കമന്റ് ചെയ്യാനുള്ള സ്ഥലമുണ്ട്, അത് വാൾ. അതായത് ചുമരുണ്ടെങ്കിലേ ചിത്രം വരയ്ക്കാനൊക്കൂ എന്ന പഴഞ്ചൊല്ലിലെ ചുവർ. ഫേസ്ബുക്കിൽ ഏറ്റവും എളുപ്പത്തിൽ സുഹൃത്തുക്കൾക്ക് സന്ദേശമയക്കാവുന്ന ബോക്സാണിത്. കാരണം നേരെ കമ്പോസ് ചെയ്യാൻ പാകത്തിന് തുറന്നിരിക്കുന്ന ബോക്സാണിത്. ടൈംലൈൻ ബോക്സിൽ ഒരു ക്ലിക് കൊടുത്താൽ താഴെ രണ്ടു ചിഹ്നങ്ങൾ തെളിഞ്ഞു വരും. നിങ്ങൾ ഇപ്പോഴുള്ള സ്ഥലം ഏതെന്ന് വ്യക്തമാക്കാനും നിങ്ങളുടെ കൂടെ ആരൊക്കെയുണ്ട് തുടങ്ങി കാര്യങ്ങൾ സുഹൃത്തുക്കളെ അറിയിക്കാനുമാണിത്. ഫേസ്ബുക് എപ്പോഴും സ്മാർട് ഫോൺവഴി ഉപയോഗിക്കുന്നവർ ഈ ബോക്സുകൾ ഫലപ്രദമായി ഉപയോഗിക്കുന്നു. താനിപ്പോൾ എവിടെയാണ്, കൂടെ ആരൊക്കെയുണ്ട്, ഇപ്പോൾ ഞാൻ നിൽക്കുന്ന സ്ഥലത്തോ ലോകത്തോ തന്നെയോ നടക്കുന്ന സംഭവങ്ങൾ എന്തൊക്കെയാണ് തുടങ്ങി നമുക്ക് തോന്നുന്നതും മറ്റുള്ളവർക്ക് താൽപ്പര്യം ജനിപ്പിക്കുന്നതുമായ എന്തും ഇവിടെ കമ്പോസ് ചെയ്ത് അപ്ഡേറ്റ് ചെയ്യുന്നവർ അനവധിയാണ്. ഏറ്റവും വേഗമേറിയ വാർത്താ മാധ്യമമാണ് ഫേസ്ബുക്കെന്നിരിക്കെ ആ നിലയ്ക്കുള്ള ഉപയോഗം ഇനിയും ഇന്ത്യയിൽ നടക്കുന്നില്ല. ഏറ്റവും മുന്നോക്കം നിൽക്കുന്ന ഫേസ്ബുക് സമൂഹങ്ങളിൽ അപ്ഡേറ്റുകൾ അതത് സമയത്തെ വാർത്തകൾ കൂടിയാണ്. നിങ്ങളുടെ വാളിൽ എന്തെങ്കിലും പോസ്റ്റ് ചെയ്യുമ്പോൾ ശ്രദ്ധിക്കേണ്ട കാര്യം സ്വന്തം പേര് ആവർത്തിക്കാതിരിക്കുകയെന്നതാണ്. നിങ്ങൾ എന്ത് സന്ദേശം അടിച്ച് പോസ്റ്റ് ചെയ്താലും ഫേസ്ബുക് തന്നെ മറ്റുള്ളവർക്ക് കൊടുക്കുന്നത് നിങ്ങളുടെ പേരോടു കൂടിയാണ്. അതുകൊണ്ട് ഹായ്, ഈസ് ലേണിങ് ഹൗ ടു യൂസ് ഫേസ്ബുക്- എന്ന് അടിച്ച ശേഷം സാധാരണ ചെയ്യാറുള്ളതുപോലെ സ്വന്തം പേര് കൊടുക്കേണ്ടതില്ല എന്നർഥം. കാരണം ഇത് നിങ്ങളുടെ സുഹൃത്തിന്റെ ടൈംലൈനിൽ പതിയുന്നത് തോമസ് ചാണ്ടി ഈസ് ലേണിങ് ഹൗ ടു യൂസ് ഫേസ്ബുക് എന്നാവും.

ലൈക്കും കമന്റും

ഫേസ്ബുക്കിൽ 2009 മുതൽ ചേർത്ത ബട്ടനാണ് ലൈക്ക്. ഇഷ്ടപ്പെട്ട

പോസ്റ്റുകൾക്ക് അടിയിൽ അത് കമൻറ് ആയി അടിച്ചു കൊടുക്കുകയായിരുന്നു പതിവ്. മറ്റൊന്നും കുറിക്കാനില്ലെങ്കിലും ഇഷ്ടപ്പെട്ടുവെന്ന് ആ പോസ്റ്റ് ഇട്ടയാളെ അറിയിക്കുകയെങ്കിലും ചെയ്യണമെങ്കിൽ അത്രയും നേരമെടുത്ത് കമ്പോസ് ചെയ്യണം. ഇത് എളുപ്പമാക്കുകയാണ് ലൈക്കിലൂടെ ഫേസ്ബുക് ചെയ്തത്. അതോടെ തിരക്കേറിയതും ഏറ്റവും ഉപയോഗപ്രദവുമായ ബട്ടണായി ലൈക്ക് മാറി. നിങ്ങളുടെ സുഹൃത്തുക്കളുടെ പോസ്റ്റുകൾ ലൈക്ക് ചെയ്താൽ അവർക്ക് കിട്ടുന്ന ഒരംഗീകാരമായി മാറിയിരിക്കുകയാണ് ലൈക്ക്. മാത്രമല്ല നിങ്ങൾ ഫേസ്ബുക് ജാഗ്രതയോടെ ശ്രദ്ധിക്കുന്നുവെന്നതിനും തെളിവായി ലൈക്കുകൾ മാറുന്നു. കാരണം, രാവിലെ ഫേസ്ബുക് തുറന്നിട്ട് വൈകുന്നേരം വരെ മൈനസ് ചെയ്തിട്ടാൽ അതിന്റെ ഉപയോഗം നടക്കില്ലല്ലോ. ഫേസ്ബുക് സജീവലോകത്ത് വോട്ടെടുപ്പ് തന്നെയായി ലൈക്ക് ബട്ടൺ മാറിയിട്ടുണ്ട്. സാമൂഹ്യവും രാഷ്ട്രീയവുമായ പല സംഗതികളുടെയും ജനാഭിപ്രായം അറിയാൻ സർക്കാരുകളും രാഷ്ട്രീയ പാർട്ടികളും ഫേസ്ബുക് പ്രതികരണം ശ്രദ്ധിക്കുന്നു. 2012 നവംബറിലെ അമേരിക്കൻ പ്രസിഡന്റ് തിരഞ്ഞെടുപ്പിൽ ഇരുപക്ഷവും ഫേസ്ബുക് ചർച്ചയിൽ ശ്രദ്ധയൂന്നിയിരുന്നു. ജോർജ് ബുഷിന്റെ ചോരക്കൊതിയുടെ പാത ഉപേക്ഷിച്ച് അമേരിക്കൻ ജനതയുടെ മാനസിക സംഘർഷത്തിന് അയവു വരുത്തിയ ആളാണ് ഒബാമ എന്നൊരു പോസ്റ്റ് ഒബാമയുടെ ചിത്രം സഹിതം കാലിഫോർണിയയിൽനിന്ന് മോൺടോറാനി ലൂക എന്നൊരാൾ പോസ്റ്റ് ചെയ്യുകയുണ്ടായി, തിരഞ്ഞെടുപ്പ് പ്രചാരണവേളയിൽ. അതിന് കിട്ടിയ ലൈക്കുകൾ ഒബാമയുടെ കക്ഷിയായ ഡെമോക്രാറ്റുകൾക്ക് നൽകിയ ആവേശം ചെറുതായിരുന്നില്ലെന്ന് യു എസിലെ ഓൺലൈൻ പത്രങ്ങൾ അക്കാലത്ത് റിപ്പോർട്ട് ചെയ്തിരുന്നു. മുമ്പ് കമന്റ് മാത്രമായിരുന്നു പ്രതികരണ മാർഗമെങ്കിൽ ലൈക്ക് വന്നതോടെ കമന്റ് ചെയ്ത് പ്രതികരിച്ചേ മതിയാകൂ എന്നുള്ള പോസ്റ്റുകൾക്കു മാത്രമേ കമന്റുകൾ ചെയ്യാറുള്ളൂ. അതുകൊണ്ടുതന്നെ കമന്റു ചെയ്യപ്പെടുന്ന പോസ്റ്റുകൾക്ക് കൂടുതൽ പ്രാധാന്യം ലഭിക്കുകയും ചെയ്യുന്നു. ഇന്ത്യയിൽ പെട്രോൾ-ഡീസൽ-പാചകവാതക വിലവർധന ഒരു പതിവ് സംഭവമായിട്ടുണ്ടെങ്കിലും അത്തരം സന്ദർഭങ്ങളിലെല്ലാം കടുത്ത പ്രതിഷേധമുയർത്തിക്കൊണ്ടുള്ള പോസ്റ്റുകൾക്ക് ശരാശരിയിലധികം ലൈക്കുകളും കമന്റുകളും ലഭിക്കുന്നു. അഭ്യസ്തവിദ്യരും മധ്യവർഗം എന്നു വിശേഷിപ്പിക്കുന്നവരുമായ സമൂഹമാണ് ഫേസ്ബുക്കിൽ തന്നെ സജീവമെന്നതിനാലാണ് മേൽപറഞ്ഞ വിഷയങ്ങളിൽ ഉടനടിയുള്ള പ്രതികരണങ്ങളുണ്ടാകുന്നത്. ഇന്ത്യാസർക്കാർ ഇത്തരം പ്രതിഷേധങ്ങളെ കണ്ടില്ലെന്നാണ് നടിക്കാറുള്ളത്. കാരണം സമൂഹത്തിലെ വളരെ ചെറിയൊരു ശതമാനം ആളുകളെ മാത്രമേ സോഷ്യൽ നെറ്റ്‌വർക് സമൂഹങ്ങൾ പ്രതിനിധീകരിക്കുന്നുള്ളൂവെന്ന ധാരണ വച്ചാണ് അത്. എന്നാൽ, നാൾക്കുനാൾ വർധിച്ചു വരുന്ന സാമൂഹ്യശൃംഖലാ മുന്നേറ്റ വളർച്ച നാളത്തെ സർക്കാരുകളുടെ വിധിയെഴുതാൻവരെ പോന്നതാകു

മെന്നാണ് ഇത്തരം സമൂഹങ്ങൾ മികച്ച നിലയിൽ വളർന്ന പ്രദേശങ്ങളിലെ അനുഭവങ്ങൾ പഠിപ്പിക്കുന്നത്. അതേസമയം, തങ്ങളെ നേരിട്ട് ബാധിക്കുന്ന പ്രശ്നങ്ങളിൽ മാത്രം പ്രതികരിക്കുന്നുവെന്നതാണ് വർത്തമാനകാലത്തെ ലൈക്ക്, കമന്റ് ട്രെന്റ് കാണിക്കുന്നത്. അതുകൊണ്ടാണ് ബി പി എല്ലു കാർക്ക് നൽകുന്ന രണ്ടു രൂപ അരിക്കുൾപ്പെടെ സബ്സിഡികൾ ഇനി ബാങ്കുവഴി നൽകുമെന്ന പ്രഖ്യാപനത്തെ ചോദ്യംചെയ്തതും അതിന്റെ പിന്നിലെ ഗൂഢലക്ഷ്യങ്ങളെ തുറന്നുകാട്ടിയുമുള്ള പോസ്റ്റുകൾക്ക് ഫേസ് ബുക്കിൽ കാര്യമായ ഇടംകിട്ടാതെ പോയത്. സമൂഹത്തിലെ ബഹുഭൂരി പക്ഷം വരുന്ന സാധാരണക്കാരുടെ പ്രശ്നങ്ങളെ ബാധിക്കുന്ന വി ഷയങ്ങളിൽ കൂടി ശക്തമായ പ്രതികരണങ്ങൾ വളർത്തുന്നതിനുള്ള മാർ ഗമായിലൈക്കുകളും കമന്റുകളും മാറുന്നതോടെയാണ് അവയുടെ ഉപയോ ഗത്തിന് അർഥവ്യാപ്തിയുണ്ടാവുന്നത്. കുറഞ്ഞ ലൈക്കുകളും കമന്റു കളുമുള്ള പോസ്റ്റുകൾ ഈ മാധ്യമത്തിന് അർഹമല്ലെന്നാണ് അർഥമാ ക്കുന്നത്. ഇത്തരം കാര്യങ്ങൾ വിശദമായി വേറെ പരിശോധിക്കുന്നുണ്ട്.

ആഡ്ഫോട്ടോസ്, വീഡിയോസ്

പേര് സൂചിപ്പിക്കുന്നതുപോലെ ചിത്രങ്ങൾ സൂക്ഷിക്കുന്നതിനും ഷെയർചെയ്യുന്നതിനും സഹായിക്കുന്ന മേഖല. നിങ്ങളുടെ കമ്പ്യൂട്ടറിൽ സൂക്ഷിച്ചിരിക്കുന്നതോ മൊബൈലിൽ എടുത്തതോ കമ്പ്യൂട്ടറിലെ വെബ് ക്യാമറയിൽ എടുത്തതോ ആയ ഏത് ചിത്രങ്ങളും വീഡിയോകളും അപ് ലോഡ് ബട്ടൺ ഉപയോഗിച്ച് പോസ്റ്റ് ചെയ്യാം. നിങ്ങൾ പോസ്റ്റ് ചെയ്യുന്ന ഏത് ഫോട്ടോകൾക്കും താഴെ കമന്റ് ചെയ്യാൻ ഫ്രണ്ട്സിനു കഴിയു മെന്ന കാര്യം മറക്കരുത്. അതൊന്നും ഇഷ്ടപ്പെടുന്നില്ലാത്തവർ പ്രൈവറ്റ് സെറ്റിങ്ങിൽ പോയി ഓരോ ഫോട്ടോയും സ്വകാര്യമായി രേഖപ്പെടു ത്തണം. ഓരോ ചിത്രവും പ്രൈവറ്റ് സെറ്റിങ്ങിലൂടെ പോസ്റ്റിങ് വളരെ അടുത്ത ഫ്രണ്ട്സിനു മാത്രമായി നിജപ്പെടുത്താം. സ്മാർട് ഫോണു കളിലൂടെയുള്ള അപ്‌ലോഡുകളാണ് ഇന്ന് വ്യാപകം. ചിത്രമായാലും ചിത്രഫോർമാറ്റുകളിലുള്ള (പി ഡി എഫ്, ജെപഗ്..) ഏതു ഫയലും ഞൊടിയിടയിൽ അപ്‌ലോഡ് ചെയ്യാനുള്ള ഓപ്ഷനുകൾ ചിത്രം തെളി യുന്ന സ്ക്രീനിൽ തന്നെ ലഭ്യമാണ്. സ്മാർട്ട് ഫോണുകളിൽ ചിത്രത്തിനു മുകളിലോ താഴെയോ കാണുന്ന ഷെയർ ബട്ടൺ ക്ലിക് ചെയ്താൽ മതി. ഓരോ ചിത്രവും ഒരു ആൽബമായാണ് സെറ്റ് ചെയ്യുക. അതുകൊണ്ട് ഒരു ആൽബം ക്രിയേറ്റ് ചെയ്ത് പ്രത്യേക വിഷയത്തിലുള്ള ചിത്രങ്ങൾ അതേ വിഷയനാമത്തിലുള്ള ആൽബമാക്കിയാൽ എളുപ്പമുണ്ടാകും. ഇന്റർനെറ്റ് എക്സ്പ്ലോറർ ഉപയോഗിക്കുന്നവർ ആൽബം ക്രിയേറ്റ് ചെയ്യു മ്പോൾ ലഭിക്കുന്ന പ്ലഗ്-ഇൻ ഓപ്ഷൻ അപ്‌ലോഡിങ് വേഗത്തിലാക്കാൻ ഫേസ്ബുക് അടുത്തകാലത്ത് രൂപപ്പെടുത്തിയ മാർഗമാണ്. അപ്‌ലോഡ് ചെയ്യുന്നവർ ശ്രദ്ധിക്കേണ്ട കാര്യമാണിത്. സഫാരി, ഫയർഫോക്സ് തുടങ്ങി ഓപ്പറേറ്റിങ് സിസ്റ്റങ്ങളിലും ഇത് ലഭ്യമാണ്. ബൈറ്റ്സുകൾ കൂടിയ പടങ്ങൾ

അപ്‌ലോഡ് ചെയ്യാൻ ഏറെ സമയമെടുക്കുന്നത് ഒഴിവാക്കാൻ പ്ലഗ്-ഇൻ വഴി സാധിക്കും. നിങ്ങൾ ഒരു മെസേജ് അയക്കുകയാണെങ്കിൽ നിങ്ങളുടെ പേരിനു താഴെ കാണുന്ന ഫോട്ടോ എന്ന ബട്ടണിൽ ക്ലിക് ചെയ്താണ് പെട്ടെന്ന് ഒരു പടം അപ്‌ലോഡ് ചെയ്യണമെങ്കിൽ ഉപയോഗിക്കുന്നത്.

ഗ്രൂപ്പും പേജും

ഓൺലൈൻ ക്ലബ്ബുകൾ എന്ന് വിശേഷിപ്പിക്കപ്പെടുന്ന ഗ്രൂപ്പ് ഫേസ്ബുക്കിലെ വളരെ സജീവമായ മേഖലയാണ് ഇന്ന്. സ്വരലയയിലെ അല്ലെങ്കിൽ സൂര്യയിലെ ഒരംഗമാകുന്നതുപോലെ പ്രാധാന്യത്തോടെയാണ് ഫേസ്ബുക് ഗ്രൂപ്പിൽ അംഗങ്ങൾ ചേരുന്നത്. പരമാവധി 200 അംഗങ്ങൾ എന്ന നിലയിലാണ് ഓരോ ഗ്രൂപ്പും സെറ്റ് ചെയ്തിരിക്കുന്നത്. ഒരു പ്രത്യേക വിഷയത്തിൽ തൽപ്പരരായവർ, സ്ഥാപനത്തിലുള്ളവർ, മേഖലയിലുള്ളവർ തുടങ്ങി പലവിധമുള്ള തരംതിരിവുകളിലൂടെയാണ് ഗ്രൂപ്പുകളുണ്ടാക്കുന്നത്. പ്രൈവറ്റായും പബ്ലിക് ആയും ഗ്രൂപ്പുകൾ രൂപീകരിക്കാം. പ്രൈവറ്റാകുമ്പോൾ ഗ്രൂപ്പ് ക്രിയേറ്റ് ചെയ്തയാളുടെ അനുവാദമില്ലാതെ അംഗമാകാൻ കഴിയില്ല. പബ്ലിക് ആകുമ്പോഴാകട്ടെ നിങ്ങൾ ഒരു പോസ്റ്റ് ചെയ്യുമ്പോൾ ഗ്രൂപ്പിലെ അംഗങ്ങളെ മുഴുവൻ വിശ്വാസത്തിലെടുക്കണമെന്നത് ഫേസ്ബുക് ഗ്രൂപ്പിലെ പരിമിതിയാണെന്ന് പൊതുവെ ചൂണ്ടിക്കാട്ടപ്പെട്ടിരുന്നു. വളരെ സ്വകാര്യമായ ചിത്രങ്ങളോ രേഖകളോ മറ്റെ ഗ്രൂപ്പിലെ ഏതെങ്കിലും അംഗം വിചാരിച്ചാൽ ദുരുപയോഗപ്പെടുത്തുകയോ മോശം കമന്റുകളിലൂടെ ആക്ഷേപിക്കപ്പെടുകയോ ചെയ്യാം. ഏതായാലും ഒരു ഗ്രൂപ്പിൽ ചേരണമെന്ന് നിങ്ങൾ തീരുമാനിച്ചാൽ ആ ഗ്രൂപ്പിന്റെ പേരിന് സമീപത്തുള്ള ഗ്രെ ബട്ടണിൽ അമർത്തുക, നിങ്ങൾ അംഗമായി കഴിഞ്ഞു. ഏതെങ്കിലും ഗ്രൂപ്പിനെ കണ്ടെത്താൻ മുകളിലെ സെർച്ച് ബോക്സിൽ സൂചകപദം അടിച്ചുകൊടുത്താൽ മതി. ഇനി നിങ്ങൾക്ക് ഒരു ഗ്രൂപ്പ് രൂപീകരിക്കണമെന്നാണ് താൽപ്പര്യമെങ്കിൽ www.facebook.com/groups/create.php സന്ദർശിക്കുക.

രസകരമായ ഒരു ഗ്രൂപ്പിന്റെ കഥ കൂടി കേട്ടോളൂ, ഫേസ്ബുക്കിന്റെ ശക്തികൂടി അറിയുന്ന കഥ. ഇന്ത്യയിൽ തന്നെയാണ് സംഭവം, രാജ്യതലസ്ഥാനമായ ന്യൂഡൽഹിയിൽ. 2009 ൽ ഒരു റിട്ട. ആർമി കേണൽ ശിവരാജ്കുമാർ ഫേസ്ബുക്കിൽ പോസ്റ്റർ ഹടാവോ എന്നൊരു പ്രൊഫൈൽ തുടങ്ങി. ന്യൂഡൽഹി നഗരത്തിൽ തലങ്ങും വിലങ്ങും വൃത്തികേടാക്കുന്ന പോസ്റ്റർ പ്രളയം. പ്രചരണത്തിനും മറ്റും പോസ്റ്റർ ഉപയോഗിക്കുന്നത്, പ്രത്യേകിച്ച് രാഷ്ട്രീയ പാർട്ടികൾ, സാധാരണക്കാരിലേക്ക് തങ്ങൾക്ക് പറയാനുള്ളത് എത്തിക്കാനാണ്. അതുകൊണ്ട് പോസ്റ്റർ, ബാനർ തുടങ്ങിയവ പാടില്ലെന്ന വാദത്തോട് ഒരു ജനാധിപത്യ വിശ്വാസിക്കും യോജിക്കാനാവില്ല, ശിവരാജ്കുമാറും അത്തരമൊരു വാദക്കാരനല്ല. പക്ഷേ, പതിറ്റാണ്ടുകൾ പഴക്കമുള്ള പോസ്റ്ററുകളും അതിനു മുകളിൽ മുകളിലായി തുടരുന്ന പതിക്കൽ, അഴുക്കുപുരണ്ട് നാനാവി

ധമായിക്കിടക്കുന്ന പഴയ ബാനറുകളും പോസ്റ്ററുകളും ബോർഡുകളും. പഴയത് നീക്കാൻ എന്തിന് തടസം നിൽക്കണം. എല്ലാവരും കോർപ്പറേഷനുനേരെയാണ് കയറുക. എവിടെനിന്ന് നീക്കാൻ? ന്യൂഡൽഹി പോലുള്ള മഹാനഗരത്തിൽ എങ്ങനെ സാധിക്കാൻ? നഗരസഭാസംവിധാനം കൊണ്ട് കഴിയാത്തത്ര ബാഹുല്യം. ജനങ്ങളിൽ അവബോധമുണ്ടായാൽ കുറെയൊക്കെ മാറ്റം വരും. ശിവരാജ്കുമാറിന്റെ ഗ്രൂപ്പിലേക്ക് നൂറുകണക്കിന് പേർ ഒഴുകിയെത്തി. നഗരം വൃത്തികേടാക്കുന്ന എല്ലാത്തിനെയും അതായത് പോസ്റ്റർ, പഴയ ഫർണിച്ചറുകൾ, തുണികൾ തുടങ്ങിയവ നീക്കം ചെയ്യുക, കൈകോർക്കുക എന്നായിരുന്നു പ്രൊഫൈലിലെ ആഹ്വാനം. 207 പേർ ആദ്യപടിയെത്തി. തുടർന്ന് ആളുകളുടെ ഒഴുക്ക്. അങ്ങനെ വളർന്നപ്പോൾ നഗരത്തിലെ പലഭാഗത്തും വൃത്തിയാക്കാനുള്ള സംഘം ഇറങ്ങാൻ തുടങ്ങി. മുനിസിപ്പൽ കോർപ്പറേഷനും റസിഡന്റ്സ് അസോസിയേഷനുകളും ഇറങ്ങി. വലിയൊരു പ്രസ്ഥാനമായി തന്നെ അത് മാറി.

ഇനി പേജ് എന്തെന്ന് നോക്കാം. മുമ്പ് ഫേസ്ബുക് ഫാൻ പേജ് എന്നറിപ്പെട്ടിരുന്ന ഫേസ്ബുക് പേജിന് ഇന്ന് ആരാധകരും ഉടമകളും ഏറിവരികയാണ്. ഫേസ്ബുക്കിന്റെ ഉപഭോക്തൃമണ്ഡലത്തെ കുറിച്ചറിയാവുന്ന വൻകിട കമ്പനികൾ മുതൽ സിനിമക്കാർ, കലാകാരന്മാർ, വ്യവസായ പ്രമുഖന്മാർ തുടങ്ങി ഫേസ്ബുക്പേജുടമകളുടെ വൻനിരതന്നെയാണുള്ളത്. കമ്പനികൾ അവരുടെ പുതിയ പ്രോഡക്ടിന്റെ അഭിപ്രായം രൂപീകരിക്കുമ്പോൾ മറ്റുള്ളവർ തങ്ങളുടെ പുതിയ സൃഷ്ടികളുടെ ഫീഡ്ബാക് അറിയാൻ പേജിനെ ഉപയോഗിക്കുന്നു. ഗ്രൂപ്പ് അടക്കം അനവധി മേഖലകളുണ്ടെങ്കിലും ഫേസ്ബുക് പ്രോത്സാഹിപ്പിക്കുന്നത് പേജുകളെയാണ്. അതിന്റെ വാണിജ്യാടിസ്ഥാനത്തിലുള്ള വളർച്ച തന്നെയാകാം കാരണം. അവർ പരസ്യം നൽകുന്നത് ഇങ്ങനെ: ഒരു മാസത്തിൽ ഒരു ഫേസ്ബുക് ഉപയോക്താവ് മൂന്ന് പേജുകളുടെ ഫാൻ ആകുന്നു. അതിലൊന്ന് നിങ്ങളുടെ പേജ് ആയിക്കൂടെ?

പേജിന്റെ ക്രിയേറ്റർ മറഞ്ഞിരിക്കുന്നുവെന്നതാണ് ഫേസ്ബുക് പേജിന്റെ സവിശേഷത. ഒരു പേജുള്ള കമ്പനി, അവരുടെ ഉൽപ്പന്നങ്ങളുടെ പരസ്യം നിമിഷങ്ങൾക്കുള്ളിൽ ലക്ഷങ്ങളിലേക്കെത്തുന്നുവെന്നതാണ് അവരെ സംബന്ധിച്ചുള്ള നേട്ടം. പ്രശസ്ത ബിസ്കറ്റ് നിർമാതാക്കളായ ഓറിയോൺ കമ്പനി മിക്ക ദിവസവും അവരുടെ പേജ് വഴി ഒന്നോ രണ്ടോ ബിസ്കറ്റിന്റെ സർവെ നടത്തുന്നു. ക്രീംപതഞ്ഞുവരുന്ന ചിത്രങ്ങളോടെ രണ്ടുതരം ബിസ്കറ്റിന്റെ ചിത്രങ്ങൾ ഇട്ടശേഷം ഇതിലേതാണ് നിങ്ങൾക്കിഷ്ടപ്പെട്ടത് എന്നാണ് ചോദിക്കുക. നിങ്ങൾ ഇഷ്ടപ്പെട്ടതിന്റെ പേര് അടിക്കുകയോ ക്ലിക് ചെയ്യുകയോ ചെയ്യുമ്പോൾ അവർ ഒരു സർവെ പൂർത്തിയാക്കുന്നു. ഒരു ബിസ്കറ്റിനെ നിങ്ങളുടെ പ്രായത്തിലുള്ളവർ അല്ലെങ്കിൽ ഗ്രൂപ്പിലുള്ളവർ എങ്ങനെ കാണുന്നുവെന്ന സർവെ. ഒരു സംവിധായകനാവട്ടെ തന്റെ പഴയ ചിത്രങ്ങളിൽ സംഭവിച്ചവ വ്യക്തമാക്കുകയും പുതിയതിന്റെ വിവരങ്ങൾ ജനങ്ങളെ അറിയിക്കുകയും ചെയ്യുന്നു. അവയുടെ

ആദ്യ അറിയിപ്പും ആദ്യത്തെ ഷോട്ടിന്റെ ചിത്രങ്ങളും മറ്റും ഫേസ്ബുക് പേജിലൂടെ ലക്ഷങ്ങളിലേക്കെത്തുന്നു. ഇത് ബന്ധപ്പെട്ട സംവിധായകർ തന്നെ തുടങ്ങുന്ന പേജുകൾക്ക് മാത്രമാണ് ബാധകം. അല്ലാതെ, ഇഷ്ടപ്പെട്ട സംവിധായകന്റെ പേരിൽ ആരെങ്കിലും തുടങ്ങുന്ന പേജുകൾക്ക് കൃത്യമായ അപ്ഡേഷനുണ്ടാകില്ല, അതുകൊണ്ടുതന്നെ ഫാനുകൾ നിരാശരാകുകയും ചെയ്യും. ഫേസ്ബുക് പേജുകളെ തങ്ങളുടെ ബ്ലോഗുകളും സൈറ്റുകളും മറ്റുമായി ലിങ്ക് ചെയ്ത് ഓഡിയൻസിനെ ആകർഷിക്കാൻ കൂടുതൽ സാധ്യതകളുണ്ട്. ഇവന്റ് ബട്ടൺ ഉപയോഗിക്കുക വഴി കൂടുതൽ ആരാധകരെ വിവരങ്ങൾ അറിയിക്കാനും തന്റെ സാന്നിധ്യം ഉറപ്പിച്ചു നിർത്താനും കഴിയുന്നു. പേജുകളിൽ വരുന്ന കമന്റുകൾക്ക് അപ്പപ്പോൾ മറുപടി നൽകാനുള്ള സംവിധാനം ഉണ്ടാക്കിയാലേ അത് ലൈവായി നിലനിൽക്കുകയുള്ളൂവെന്ന കാര്യവും ക്രിയേറ്റർമാർ മറക്കരുത്.

ഡി ആക്ടിവിറ്റേറ്റ്

ഇനി നിങ്ങൾക്ക് മടങ്ങിപ്പോകുന്നതിനെ കുറിച്ച് ആലോചിക്കാം. ഒരിക്കൽ ഫേസ്ബുക് ഉപയോഗം മടുത്ത് അക്കൗണ്ട് തന്നെ പ്രവർത്തനരഹിതമാക്കാൻ നിങ്ങൾ ആഗ്രഹിച്ചേക്കാം. അപ്പോൾ എന്തു ചെയ്യണം? സെറ്റിങ് ടാബിൽ ക്ലിക് ചെയ്യുക. അപ്പോൾ സ്ക്രീനിൽ വരുന്ന ഡി ആക്ടിവേറ്റ് ബട്ടണിൽ ക്ലിക് ചെയ്യുക. അപ്പോൾ ഡി ആക്ടിവിറ്റേഷൻ സ്ക്രീൻ മുന്നിൽ വരും. അത് കൺഫോം ചെയ്യുമ്പോൾ എന്തുകൊണ്ടാണ് ഫേസ്ബുക് അക്കൗണ്ട് ഉപേക്ഷിക്കുന്നത് എന്ന ചോദ്യം വരും. എന്തെങ്കിലും ഒരുത്തരം നൽകി തടിതപ്പാം.

സോഷ്യൽ മെമ്മറീസ്

ലൈക്കിന്റെയും കമന്റിന്റെയും കാര്യത്തിൽ ലോകത്തെല്ലാ രാജ്യങ്ങളിൽനിന്നുമുള്ള റിപ്പോർട്ടുകളിലും സ്ത്രീകൾക്ക് മുൻതൂക്കമാണ്. ഒരു ചിത്രം, എന്തിനെയെങ്കിലും പ്രതിനിധീകരിക്കുന്നതാകട്ടെ, ഒരു സ്ത്രീ നാമധാരിയാണ് പോസ്റ്റ് ചെയ്യുന്നതെങ്കിൽ ഉണ്ടാകുന്ന ലൈക്കിന്റെയും കമന്റിന്റെയും നാലിലൊന്നേ പുരുഷന്മാർ നടത്തുന്ന പോസ്റ്റുകൾക്ക് ലഭിക്കുകയുള്ളൂ. ഇത് സംബന്ധിച്ച് നടത്തിയ പഠനങ്ങൾ തെളിയിച്ച മറ്റൊരു സത്യം പുരുഷന്മാർ ഇടുന്ന പോസ്റ്റുകളോടുള്ള പ്രതികരണങ്ങൾ യഥാർഥത്തിലുള്ള പ്രതികരണങ്ങളാണെന്നാണ്. പോസ്റ്റ് ഒരു പുരുഷന്റെ ടൈംലൈനിലാണെങ്കിൽ അത് കാണുന്ന ഫേസ്ബുക് ഉപയോക്താവ് വളരെ ശ്രദ്ധിച്ചും വിലയിരുത്തിയും മാത്രമേ ലൈക് ചെയ്യുകയോ ഷെയർ ചെയ്യുകയോ ചെയ്യൂ. രാഷ്ട്രീയ പ്രശ്നങ്ങളിലുള്ള പോസ്റ്റുകൾ ക്രിയേറ്റ് ചെയ്യുന്നതും പങ്കുവയ്ക്കുന്നതും അധികവും പുരുഷസമൂഹമാണെന്നതിനാൽ രാജ്യനേതൃത്വങ്ങൾ ഇക്കാര്യം ഗൗരവത്തോടെ കാണുന്നു, പലയിടത്തും. അപ്രകാരം ഒരു അക്കൗണ്ട് ഹോൾഡർക്ക് ചരിത്രത്തിലെ നിർണായക മുഹൂർത്തങ്ങളിൽ ചെയ്ത ലൈക്കുകളും കമന്റുകളും ധാരാളമായിരിക്കും, പ്രത്യേകിച്ചും സാമൂഹ്യ

രാഷ്ട്രീയ കാര്യങ്ങളിലൊക്കെ ശ്രദ്ധാലുവായ ഒരാൾക്ക്. അതേസമയം, താൻ മുമ്പ് നടത്തിയ ഇടപെടലുകളും ഷെയറുകളും മറ്റും ഓർത്തിരിക്കുകയും എളുപ്പമല്ല. അങ്ങനെയുള്ളവരെ സഹായിക്കാനാണ് ഫേസ്ബുക് സോഷ്യൽമെമ്മറീസ് എന്ന വിഭാഗം തന്നെ തുടങ്ങിയത്. നിങ്ങൾ നടത്തിയ എല്ലാ ആക്ടിവിറ്റീസും പരിശോധിച്ച് ആവശ്യമായവ തെരഞ്ഞെടുത്ത് പുസ്തകമാക്കുന്നതിനുള്ള പദ്ധതിയാണ് സോഷ്യൽമെമ്മറീസ്. അങ്ങനെ തെരഞ്ഞെടുക്കുന്നവ ഫേസ്ബുക്കിൽ തന്നെ പ്രസിദ്ധീകരിക്കുകയും ചെയ്യും. ഇനി അതല്ല, അച്ചടിച്ച ബുക്കാക്കണമെന്നാണ് ആഗ്രഹമെങ്കിൽ അതിനും ഫേസ്ബുക് സഹായിക്കും. 32 ഡോളർ (2012 നവംബറിൽ ഇത് 1600 രൂപ) അയച്ചു കൊടുത്താൽ മതി, പുസ്തകം വീട്ടിലെത്തും.

ഫേസ്ബുക് ഫീച്ചേഴ്സ്

സ്ഥാപകർപോലും സ്വപ്നം കാണാത്തവിധം വളർച്ച നേടിയ സാഹചര്യത്തിൽ ആദ്യകാല ഉപയോക്താക്കളെ ബോറടിക്കാതെ പിടിച്ചു നിർത്തുന്നതിനും പുതിയ സമൂഹത്തെയും ഇതുവരെ സ്വാധീനം നേടാനാവാത്ത രാജ്യങ്ങളിലുള്ളവരെയും ആകർഷിക്കുന്നതിനും ഫേസ്ബുക് നാൾക്കുനാൾ ചേർക്കുന്ന വിഭവങ്ങൾ അനവധിയാണ്. കേവലം സോഷ്യൽനെറ്റ്‌വർക്കിങ് എന്ന തലം വിട്ട് യൂട്ടിലിറ്റി സൈറ്റ് എന്ന നിലയിലേക്കാണ് മാറിയത്. ഫേസ്ബുക് നിത്യജീവിതത്തിലെ പല ഉപയോഗങ്ങൾക്കുമായി സജീവമായിട്ടുള്ള അമേരിക്കയിലാണ് എല്ലാ ഫീച്ചേഴ്സും പ്രാവർത്തികമായിട്ടുള്ളത്. ഇന്ത്യയിൽ ഇതിൽ പലതും ആക്ടിവേറ്റ് അല്ലെങ്കിലും അതിവേഗം വളരുന്ന ഫേസ്ബുക് സമൂഹം എന്ന നിലയിൽ ഇവയെല്ലാം താമസിയാതെ ഇവിടെയും പ്രവൃത്തിപഥത്തിലെത്തുമെന്നതിൽ സംശയമില്ല.

ക്രെഡിറ്റ്: വിർചൽ കറൻസി ഉപയോഗിച്ച് സമ്മാനങ്ങളും മറ്റു സാധനങ്ങളും വാങ്ങുകയും വിൽക്കുകയുമാവാം. വാസ്തവത്തിൽ ഇതൊരു കളി തന്നെയാണ്. ഫേസ്ബുക് ആപ്ലിക്കേഷനിലുള്ള അനവധി ഓപ്ഷനുകളിൽ ഒന്നാണ് ക്രെഡിറ്റ്.

ലിസൺ ഫ്രണ്ട്സ്: ഒരേസമയം അമ്പതോളം പേർക്ക് പാട്ടുകേട്ട് ചാറ്റ്ചെയ്യാൻ കഴിയുന്ന ഫേസ്ബുക് ഫീച്ചറാണിത്.

ഫേസ്ബുക് ലൈവ്: ഫേസ്ബുക്കിനോടനുബന്ധിച്ചുള്ള വീഡിയോ ചാനലാണിത്. അഡോബ് ഫ്ളാഷ്പ്ലെയർ ഡൗൺലോഡ് ചെയ്ത് വീഡിയോ ചാനൽ കാണാം.

പെ ടു പ്രമോട്ട്: 2012 മേയിൽ തുടങ്ങിയ ഫീച്ചറാണിത്. ഫേസ്ബുക് ഉപയോക്താക്കളിൽനിന്ന് ചെറിയൊരു തുക ഫീസിനത്തിൽ വാങ്ങി അവരെ പ്രമോട്ട് ചെയ്യുന്ന ഫീച്ചറാണിത്. നിങ്ങൾ ഇടുന്ന പോസ്റ്റ് പ്രത്യേക പരിഗണന നൽകി പോകേണ്ടിടത്തെല്ലാം പോയി എന്നുറപ്പുവരുത്തുന്ന ഫേസ്ബുക് വാങ്ങുന്ന ഫീസിന്റെ അളവനുസരിച്ച് സഹായിക്കുന്നു.

ഫേസ്ബുക് ഗിഫ്ട്: ഫേസ്ബുക്വഴി സ്നേഹസമ്മാനങ്ങൾ അയക്കാനുള്ള സംവിധാനം ഒരുക്കിയത് 2012 സപ്തംബർ മുതലാണ്. പിറന്നാൾ, വിവാഹവാർഷികം, വിജയങ്ങൾ തുടങ്ങി ഏതവസരത്തിലും അയക്കാവുന്ന സമ്മാനങ്ങൾ ഫേസ്ബുക്കിന്റെ ലിസ്റ്റിൽനിന്ന് തെരഞ്ഞെടുക്കാം. അയക്കുന്നയാൾ നിശ്ചിത തുക ഓൺലൈനായി അടയ്ക്കണം. സമ്മാനത്തോടൊപ്പം ഒരു ഡിജിറ്റൽ ആശംസാകാർഡും ഫേസ്ബുക് അയക്കും.

എല്ലാത്തരം ക്ലാസിഫൈഡ്സ് പരസ്യങ്ങൾക്കും സമീപിക്കാവുന്ന **മാർക്കറ്റ് പ്ലേസ്**, ബ്ലോഗുകൾ എഴുതി സൂക്ഷിക്കാനും പബ്ലിഷ് ചെയ്യാനും ഉപകരിക്കുന്ന **നോട്സ് തുടങ്ങി ഫീച്ചറുകളും** നിരവധി അക്കൗണ്ടുകളെ ആകർഷിക്കുന്നു.

ടാഗ്

നിങ്ങൾ പോസ്റ്റ് ചെയ്യുന്ന ടെക്സ്റ്റോ ഫോട്ടോയോ എന്തുമാകട്ടെ അത് നിങ്ങൾ ആഗ്രഹിക്കുന്ന ചില സുഹൃത്തുക്കൾ നിർബന്ധമായും കണ്ടിരിക്കണം എന്നുണ്ടെങ്കിൽ ചെയ്യുന്ന പണിയാണ് ടാഗിങ്. പോസ്റ്റിൽ ഒരു ക്ലിക് ചെയ്താൽ ടാഗ് ചെയ്യാനുള്ള ഓപ്ഷൻ വരും. അതിൽ ക്ലിക് ചെയ്താൽ സുഹൃദ്ലിസ്റ്റിലുള്ള മെയിൽ ഐഡികൾ വരും. അതിൽ നിങ്ങൾക്കാവശ്യമുള്ളതിനു നേരെ ക്ലിക് ചെയ്യു, ആ അക്കൗണ്ടിലേക്ക് നിങ്ങളുടെ പോസ്റ്റ് ടാഗ് ചെയ്യപ്പെട്ടു. ഇനി ആ അക്കൗണ്ടിന്റെ ടൈംലൈനിൽ ഒരു നോട്ടിഫിക്കേഷൻ വരും. അതിൽ ക്ലിക് ചെയ്താൽ അവർക്ക് നിങ്ങളുടെ പോസ്റ്റ് കാണാം. നിങ്ങളുടെ പോസ്റ്റിലേക്ക് ലിങ്ക് കൊടുക്കുന്നതാണ് സംഗതി. പ്രൊഫൈലിലും സുഹൃത്തിന്റെ ന്യൂസ് ഫീഡിലും പ്രസ്തുത പോസ്റ്റ് പ്രത്യക്ഷപ്പെടുന്നു. ഒരു ചിത്രത്തിൽ നിങ്ങളുടെ സ്ഥാനം ടാഗ് ചെയ്യാം. അതുവഴി മറ്റൊരാൾക്ക്, നിങ്ങളെ കണ്ടിട്ടില്ലാത്ത ഒരാൾക്ക് തിരിച്ചറിയാനാകും. ആ ലിങ്ക്വഴി നിങ്ങളുടെ പ്രൊഫൈൽ കാണാനും കഴിയും. അതൊരു സൗഹൃദമായി മാറാം. മറ്റുള്ളവരുടെ പോസ്റ്റുകളും നിങ്ങൾക്ക് ഇതുപോലെ ടാഗ് ചെയ്യാം. ടാഗ് ചെയ്യപ്പെട്ട എല്ലാ പോസ്റ്റുകളുടെയും ഉറവിടവും അതോടൊപ്പം കാണാനാകും.

ടൈംലൈൻ എന്നു പറയുന്നത് നിങ്ങളുടെ റപ്രസെന്റേഷനാണ്. അതിൽ എന്തൊക്കെ പ്രസിദ്ധീകരിക്കണമെന്ന് തീരുമാനിക്കേണ്ടത് നിങ്ങളാണ്. വേണ്ടാത്തത് മറച്ചുകളയാൻ ഓപ്ഷനുകളുണ്ട്. പ്രൈവസി സെറ്റിങ്സിൽ പോയി അപ്ഡേറ്റ് ചെയ്യുകയാണ് ഒരു മാർഗം. തന്നെ ആരെങ്കിലും ടാഗ് ചെയ്യുകയാണെങ്കിൽ ആ പോസ്റ്റ് ആരൊക്കെ കാണണം എന്ന് തീരുമാനിക്കാൻ ഓപ്ഷനുണ്ട്. കൂട്ടുകാർ മാത്രം, കൂട്ടുകാരും അവരുടെ കൂട്ടുകാരും, എല്ലാവരും, ടാഗ്ചെയ്യപ്പെട്ടവർക്കെല്ലാവർക്കും ഇങ്ങനെ പോകുന്നു ഓപ്ഷനുകൾ. തന്നെ വ്യക്തിപരമായി ദോഷമുണ്ടാക്കുന്ന ചിത്രമാണെങ്കിൽ അത് റിമൂവ് ചെയ്യാനും ഫേസ്ബുക്കിന് പരാതിയായി റിപ്പോർട്ട് ചെയ്യാനും കഴിയും. പോസ്റ്റ് ഡബിൾക്ലിക് ചെയ്താൽ താഴെ ഓപ്ഷൻ വരും. അതിൽ ഒന്ന് റിപ്പോർട്ട് ഓർ റിമൂവ് ടാഗ് എന്നാണ്.

ടൈംലൈൻ റിവ്യു

ടാഗ് ചെയ്യപ്പെട്ടവരിൽ പലരും നിങ്ങളുടെ സുഹൃത്തുക്കളല്ലായിരിക്കാം. പക്ഷേ, അതുവഴി അവർക്ക് നിങ്ങളുടെ ടൈംലൈനിൽ കയറാനാകും. ഇങ്ങനെ അതിക്രമിച്ച് കടക്കുന്നവരെ തടയലോ അനുവദിക്കലോ ആണ് ടൈംലൈൻ റിവ്യു. നിങ്ങളുടെ ആക്ടിവിറ്റി ലോഗിൽ ഇത് സംബന്ധിച്ച ഓപ്ഷനുകളുണ്ട്. ആദ്യം മേൽപ്പറഞ്ഞ കക്ഷികൾക്കു വേണ്ടി ഒരു നോട്ടിഫിക്കേഷൻ വരിക പതിവാണ്. അതിൽ നിങ്ങൾ അലൗ ക്ലിക് ചെയ്താൽ മാത്രമേ ടൈംലൈനിൽ പ്രത്യക്ഷപ്പെടാനാവൂ. ഹൈഡ് ആണ് മറ്റൊരു ഓപ്ഷൻ. ഹൈഡ് ചെയ്യുന്നവയും ചിലപ്പോൾ ന്യൂസ് ഫീഡിലും മറ്റും ചിലപ്പോൾ കയറിക്കൂടാറുണ്ട്.

പ്രൈവസി സെറ്റിങ്

ഏറ്റവും പ്രധാനപ്പെട്ട വിഭാഗമാണ് ഫേസ്ബുക്കിലെ പ്രൈവസി സെറ്റിങ്. ഹോം ബട്ടണിലുള്ള പ്രൈവസി സെറ്റിങ്ങിൽ പോയി ഓരോരോ വിഭാഗങ്ങളിലുള്ള ചോദ്യങ്ങൾക്ക് ഉത്തരം തെരഞ്ഞെടുത്താണ് സെറ്റ് ചെയ്യുന്നത്. ചോദ്യത്തിനു നേരെയുള്ള എഡിറ്റ് ബട്ടൺ ക്ലിക് ചെയ്താൽ ഓപ്ഷനുകൾ വരുന്നു. ഇങ്ങനെ ഓരോന്നും തെരഞ്ഞെടുത്ത് ഒടുവിൽ ഡൺ ബട്ടൺ ക്ലിക് ചെയ്യുക. ആദ്യം കാണുന്നത് ആർക്കെല്ലാം നിങ്ങളെ കാണാനാകും എന്നതാണ്. അതായത് ആരുടെ മുന്നിലൊക്കെ നിങ്ങളുടെ പോസ്റ്റിങ്, പ്രൊഫൈൽ പ്രത്യക്ഷപ്പെടാം എന്നത്. ചിഹ്നത്തോടെയുള്ള മൂന്ന് ഓപ്ഷനുകൾ ഉണ്ട്. പബ്ലിക്, ഫ്രണ്ട്സ്, കസ്റ്റം എന്നീ മൂന്ന് ഓപ്ഷനുകൾ. കസ്റ്റമിൽ നിങ്ങൾക്ക് പേരുകൾ ലിസ്റ്റ് ചെയ്യാം. അവർക്കു മാത്രമേ നിങ്ങളെ കാണാനാകൂ. അതായത് ഒരാൾ നിങ്ങളെ സെർച്ച് ചെയ്യാതെ കാണില്ലെന്നർഥം. നേരത്തെ പറഞ്ഞതുപോലെ നിങ്ങളുടെ പോസ്റ്റുകളും ചിത്രങ്ങളും പ്രൊഫൈലും ഇ-മെയിൽ വിലാസവും ഫോൺനമ്പരും മറ്റും ആരെല്ലാം കാണാം എന്ന് സെറ്റ് ചെയ്യുന്നത് പ്രൈവസി സെറ്റിങ്ങിലാണ്.

നിങ്ങളെക്കുറിച്ചുള്ള വിവരങ്ങളും പോസ്റ്റുകളും മറ്റും ആരൊക്കെ കാണണം എന്നാണ് പ്രൈവസി സെറ്റിങ്ങിലെ ഒരു ചോദ്യം. ഫ്രണ്ട്സ്, ഫ്രണ്ട്സ് ഓഫ് ഫ്രണ്ട്സ്, എവരിവൺ എന്നിവയാണ് ഓപ്ഷൻ. സാധാരണ വ്യക്തിഗത അക്കൗണ്ടുകളിൽ ഫ്രണ്ട്സ് മാത്രം എന്ന് ക്ലിക് ചെയ്യുകയാണ് പതിവ്.

നിങ്ങളുടെ സുഹൃത്താകാൻ ആർക്കൊക്കെ അപേക്ഷിക്കാം, അതായത് ഫ്രണ്ട്സ് റിക്വസ്റ്റ് അയക്കാം എന്ന ചോദ്യത്തിന് താഴെ ഫ്രണ്ട്സ് ഓഫ് ഫ്രണ്ട്സ്, എവരിവൺ എന്നീ ഓപ്ഷനുകളുണ്ട്.

നിങ്ങളുടെ ടൈംലൈനിൽ ആർക്കൊക്കെ പോസ്റ്റ് ചെയ്യാം എന്ന് നിശ്ചയിക്കുന്നതിന് ടൈംലൈൻ ടാഗിങ് എഡിറ്റിങ് എടുത്ത് ഫ്രണ്ട്സ് അല്ലെങ്കിൽ നോ വൺ എന്നീ ഓപ്ഷനിലേതെങ്കിലുമെടുത്ത് സെലക്ട് ചെയ്യുക.

അതേപോലെ തന്നെ മറ്റൊരാൾ നിങ്ങളെ ടാഗ് ചെയ്യുന്നവ നിങ്ങളുടെ സുഹൃത്തുക്കൾ കാണണമോ വേണ്ടയോ എന്നതിനും ഓപ്

ഷനുകളുണ്ട്. മറ്റുള്ളവർ ടാഗ് ചെയ്യുന്നവ ടൈംലൈനിൽ പ്രസിദ്ധീകരിക്കുന്നതിനു മുമ്പ് റിവ്യൂചെയ്യണം എന്നുണ്ടെങ്കിൽ ഓൺ/ഓഫ് ബട്ടണിൽ ഓൺ ക്ലിക് ചെയ്യണം. നിങ്ങൾ ടാഗ് ചെയ്യുന്നവയും ആരൊക്കെ കാണണം എന്ന് സെറ്റ് ചെയ്യാം.

ഒരു പോസ്റ്റ് നമ്മൾ ചെയ്യുമ്പോഴോ മറ്റൊരാളുടെ പോസ്റ്റ് ഷെയർ ചെയ്യുമ്പോഴോ ഓഡിയൻസ് സെലക്ടർ ഉപയോഗിക്കാം. ഓരോ പോസ്റ്റിനും ഇതുപയോഗിക്കാം. പോസ്റ്റിന്റെ വലതുഭാഗത്തായി ഓഡിയൻസ് ഇൻ ലൈൻ കാണാം. അല്ലെങ്കിൽ ഓപ്ഷനുകളിൽ കയറി ആർക്കൊക്കെ കാണാം എന്ന് തീരുമാനിച്ച് ക്ലിക് ചെയ്താൽ മതി. കൂട്ടുകാർ, കൂട്ടുകാരുടെ കൂട്ടുകാർ, എല്ലാവരും, നിർദേശിക്കപ്പെടുന്നവർ മാത്രം-ഇതാണ് ഓപ്ഷൻ. എല്ലാവരും എന്നാണ് സെലക്ട് ചെയ്യുന്നതെങ്കിൽ മുമ്പ് എല്ലാവരും എന്ന നിലയിൽ പ്രസിദ്ധീകരിച്ച എല്ലാ പോസ്റ്റുകളും മറ്റുള്ളവർക്ക് കാണാൻ കഴിയും എന്നു കൂടി ഓർക്കണം.

ഇൻസ്റ്റാഗ്രാം

നാളത്തെ ഫോട്ടോഷെയറിങ് സോഷ്യൽനെറ്റ്വർക്ക് തലവനാകാൻ സാധ്യതയുള്ള സൈറ്റ് എന്ന് കണ്ടാണ് 2012 ഏപ്രിലിൽ ഇൻസ്റ്റാഗ്രാം ഫോട്ടോഷെയറിങ് ഫേസ്ബുക് സ്വന്തമാക്കിയത്. 2010 ഒക്ടോബറിൽ സാൻഫ്രാൻസിസ്കോയിലാണ് ഇൻസ്റ്റാഗ്രാമിന്റെ ജനനം. കെവിൻസിസ്ട്രോം, മൈക് ക്രീഗിൻ എന്നിവർ ചേർന്നാണ് രൂപകൽപ്പന ചെയ്തത്. മൊബൈൽ ഉപയോക്താക്കളെ ലക്ഷ്യമിട്ടാണ് ഈ സാമൂഹ്യശൃംഖല രംഗപ്രവേശം ചെയ്തത്. ഐപോഡ്, ഐപാഡ്, ആൻഡ്രോയിഡ്, ഗൂഗിൾ പ്ലേ തുടങ്ങി പ്രധാന സ്മാർട്ട്ഫോൺ ആപ്ലിക്കേഷനുകളിലെല്ലാം ഇൻസ്റ്റാഗ്രാം വളരെ വേഗത്തിൽ പ്രയോഗിക്കാം. മൊബൈൽ ക്യാമറയിൽ എടുക്കുന്ന ഫോട്ടോ ഫിൽട്ടർ ചെയ്ത് സമചതുരാകൃതയിൽ ഇൻസ്റ്റാഗ്രാമിൽ പോസ്റ്റ് ചെയ്യാം. ഫേസ്ബുക്, ടിറ്റർ എന്നിവയിലും ഷെയർ ചെയ്യാം. ഏഴ് കോടിയിലധികം ഉപയോക്താക്കളുണ്ട്. പേരുകേട്ട പല സാമൂഹ്യശൃംഖലകളേക്കാൾ വലുപ്പത്തിൽ മുന്നേറിക്കൊണ്ടിരിക്കുന്നു. മൊബൈൽഫോണിൽ ഏറെ വേഗത്തിൽ പ്രയോഗിക്കാവുന്ന ഫോട്ടോ-വീഡിയോ-കമന്റ് സാമൂഹ്യശൃംഖല എന്ന നിലയിൽ കൂടുതൽ ആകർഷണീയമാകുകയാണ് ഇൻസ്റ്റാഗ്രാം. ഫേസ്ബുക്കിൽ അംഗത്വമുള്ളവർക്ക് എളുപ്പത്തിൽ രജിസ്റ്റർ ചെയ്യാം.

ടിറ്റർ

ഇന്ത്യയിൽ ഉപയോഗിക്കുന്നവരുടെ എണ്ണംകൊണ്ട് ഫേസ്ബുക്കിൽ നിന്ന് ഏറെ താഴെയാണെങ്കിലും ഉപയോഗിക്കുന്നവരുടെ ക്ലാസ് കൊണ്ട് ഉന്നത ശ്രേണിയിൽ നിൽക്കുന്ന സോഷ്യൽ നെറ്റ്വർക്കിങ് സൈറ്റാണ് ടിറ്റർ. ഒരുകൂട്ടം വിദ്യാർഥികളുടെ പരീക്ഷണ ഉൽപ്പന്നമായിരുന്ന ടിറ്ററിന്റെയും ജന്മസ്ഥലം അമേരിക്ക തന്നെ. അവിടെ ടിറ്ററിന് എത്രമാത്രം പ്രാധാന്യമുണ്ടെന്ന് 2012 നവംബറിൽ നടന്ന അമേരിക്കൻ പ്രസിഡന്റ് തിരഞ്ഞെടു

പ്പ് വീണ്ടും തെളിയിച്ചു. തിരഞ്ഞെടുപ്പ് പ്രചാരണവേളയിൽ വമ്പന്മാരുടെ അഭിപ്രായങ്ങളും അതിനുള്ള മറുപടികളും കൊണ്ട് ടിറ്റർ നിറഞ്ഞിരുന്നു. വീണ്ടും പ്രസിഡന്റായി തിരഞ്ഞെടുക്കപ്പെട്ട ബറാക് ഒബാമ ഫലം പ്രഖ്യാപിച്ച് നിമിഷങ്ങൾക്കകം ആദ്യം വായ തുറന്നത് ടിറ്ററിലൂടെയാണ്. "Four more years" 2012 ൽ ഏറ്റവും കൂടുതൽ ഫോർവേഡും റീടിറ്റും ലഭിച്ച ടീറ്റാണ് ഈ വാചകം. ജനങ്ങൾക്ക് നന്ദി പ്രകാശിപ്പിച്ച ഒബാമ ഇത് അവരുടെ വിജയമാണെന്നും പിന്നീട്, ടിറ്ററിലൂടെ അറിയിച്ചു. ടിറ്ററിലെ ഈ വാക്കുകൾ അതുപയോഗിക്കുന്നവരെ തേടിയെത്തിയ ശേഷം തന്നെ ലോകത്തെ മുഴുവൻ മാധ്യമങ്ങളും അത് ജനങ്ങളിലെത്തിച്ചു.

ഇന്ത്യയിൽ ടിറ്ററിലൂടെ വന്ന ചില രാഷ്ട്രീയ നേതാക്കളുടെ പ്രതികരണങ്ങൾ ഉണ്ടാക്കിയ കോലാഹലങ്ങൾ അനവധിയാണ്. ഇന്ത്യാ സർക്കാരിന്റെ സാങ്കേതിക ഉപദേഷ്ടാവ് സാംപിട്രാഡ ടിറ്ററിലൂടെ ലൈവ് വാർത്താസമ്മേളനം തുടങ്ങി.

ചുരുക്കം വാക്കുകളിൽ, അതായത് കൃത്യമായി പറഞ്ഞാൽ പരമാവധി 140 ക്യാരക്ടർ കൊണ്ട്, അതിവേഗത്തിൽ സന്ദേശം കൈമാറാവുന്ന ടിറ്ററിനെ മൈക്രോബ്ലോഗിങ് എന്നും വിളിക്കുന്നു. സമൂഹത്തിലെ എല്ലാ മേഖലയിലെയും ഉന്നതർ ഇപ്പോൾ തന്നെ ടിറ്ററിൽ സജീവമാണ്. അഭിപ്രായ രൂപീകരണത്തിൽ നിർണായക സ്വാധീനം ചെലുത്താൻ കഴിയുന്ന ഒരു സാമൂഹ്യശൃംഖല ആയി ടിറ്റർ സമീപ ഭാവിയിൽ തന്നെ ഇന്ത്യയിൽ മാറിയേക്കും.

സാമൂഹ്യ ശൃംഖലകളിൽ ചേരുന്നതിന് (Account) സമാനമായ രീതികൾ തന്നെയാണുള്ളത്. അതത് സൈറ്റുകളിൽ പോയി സൈൻ അപ് അല്ലെങ്കിൽ രജിസ്റ്റർ ബട്ടണുകളിൽ ക്ലിക് ചെയ്ത് മുന്നേറിയാൽ മതി. ഇ-മെയിൽ, മൊബൈൽ ഫോൺനമ്പർ, വിശദമായ പേര്, സ്ഥലം, വയസ്സ് തുടങ്ങി അടിസ്ഥാന വിവരങ്ങളാണ് സൈൻ അപ് പേജിൽ ചോദിക്കുക. ചില സെക്യൂരിറ്റി പരിശോധനകളൊക്കെയുണ്ട്. അതായത് ഒരു കോളത്തിൽ ഫേസ്ബുക്കിൽ കയറുന്നതെങ്ങനെയെന്ന് മുൻപ് വിശദമായി കൊടുത്തിട്ടുണ്ട്. ടിറ്റർ. കോമിൽ കയറി ഗെറ്റ് സ്റ്റാർട്ടഡ് ജോയിൻ എന്ന ബട്ടണിലൂടെ കയറിയാണ് അക്കൗണ്ടെടുക്കുന്നത്. ഫോർ മൈ പേഴ്സണൽ, ഫോർ മൈ ബിസിനസ് എന്നീ രണ്ട് ഓപ്ഷനുകളുണ്ട്. വ്യക്തികൾ സ്വകാര്യ അക്കൗണ്ടായിട്ട് എടുക്കുന്നതിന് ഫോർ മൈ പേഴ്സണലിൽ ചേരുക. തുടർന്ന് സെറ്റപ് പ്രൊഫൈൽ ചെയ്യണം. വ്യക്തിഗതമായ വിവരങ്ങൾ പ്രദർശിപ്പിക്കേണ്ടവയാണ് ഇവിടെ പൂരിപ്പിക്കേണ്ടത്. സൗജന്യ ടിറ്റർ ബാക്ഗ്രൗണ്ട് ലഭ്യമാണ്. നമ്മുടെ പേജിൽ വരേണ്ട ഡിസൈനുകളുടെ നിര പ്രത്യക്ഷപ്പെടും. അതിൽ നിന്ന് ഇഷ്ടമുള്ളത് തെരഞ്ഞെടുക്കാം. പ്രൊഫൈൽ പേജിൽ ഫോട്ടോ കോളത്തിൽ ക്ലിക് ചെയ്ത് സ്വന്തം ഫോട്ടോ അപ്‌ലോഡ് ചെയ്യാം. ബിൽഡ് യുവർ നെറ്റ് വർക്കിൽ കയറി ഇൻസ്റ്റൻഡായി ഇ-മെയിലുകളും കോൺട്രാക്ടുകളും സ്വന്തം അക്കൗണ്ടിലേക്ക് സൈൻഅപ് ചെയ്ത് കഴിഞ്ഞാൽ ടിറ്റർ തന്നെ

അവരുടെ ഉപയോക്താക്കളുടെ ഒരു കംപൈൽഡ് ലിസ്റ്റ് നിങ്ങൾക്ക് നൽകും. ഒരു ചെറിയ ബ്ലോഗിന്റെ ഉപയോഗം തന്നെയാണ് ട്വിറ്ററിനുള്ളത് എന്ന് നേരത്തെ കണ്ടല്ലോ. ഇത് മൊബൈലിൽ ആക്ടിവേറ്റ് ചെയ്യുന്നതോടെ സോഷ്യൽനെറ്റ്‌വർക്കിങ്ങിനായി നമ്മൾ പ്രത്യേക സ്ഥലമോ സമയമോ കണ്ടെത്തേണ്ടതില്ല എന്ന് വരുന്നു. യാത്ര ചെയ്യുന്ന അവസരത്തിലോ ജോലിയിലെ ചെറിയ ഇടവേളകളിലോ ഒക്കെ ഒരു ഭാരമാകാത്ത രീതിയിൽ ട്വിറ്റർ ഉപയോഗിക്കാം. അതേസമയം നമ്മുടെ കമ്യൂണിക്കേഷൻ, അത് ഔദ്യോഗികമാകാം, വ്യക്തിഗതമാകാം വളരെ എളുപ്പത്തിൽ നടക്കുന്നു. അതോടൊപ്പം തന്നെ നമ്മൾ അറിയുന്ന എന്നാൽ മറ്റുള്ളവർക്ക് താൽപ്പര്യം ജനിപ്പിക്കുന്ന സംഭവങ്ങൾ റിപ്പോർട്ട് ചെയ്യുകയെന്നതും ട്വിറ്ററിൽ പ്രയോജനപ്പെടുത്തേണ്ട ഒന്നാണ്. 2011 ലെ മുംബൈ സ്ഫോടനം ആദ്യം റിപ്പോർട്ട് ചെയ്തത് ഒരു ട്വിറ്റർ ഉപയോക്താവാണ്. തന്റെ വീടിന് ഏതാനും വാര അകലെ സ്ഫോടനം ഉണ്ടായിരിക്കുന്നു, മാർക്കറ്റായതിനാൽ വലിയ അപകടമായേക്കാം എന്ന സൂചനയോടെയായിരുന്നു രണ്ട് വാചകം. ഇത് ലോകത്തിന് ലഭിച്ച ആദ്യ വിവരം. മീഡിയ, പൊലീസ്, ഫയർഫോഴ്സ് തുടങ്ങി ഏവരും ആക്ട് ചെയ്തത് ഈ സന്ദേശത്തിന്റെ അടിസ്ഥാനത്തിൽ. അപ്പോൾ ട്വിറ്ററിന്റെ ഉപയോഗത്തിന്റെ തലംതന്നെയാണ് മാറിയത്. ഏറ്റവും വേഗമേറിയതും ഏറ്റവും അടുത്തുചെല്ലാൻ സാധ്യതയുള്ളതുമായ മാധ്യമമായി ട്വിറ്ററടക്കമുള്ള സാമൂഹ്യ ശൃംഖലകൾ മാറി. ഇങ്ങനെ നോക്കിയാൽ ഉപയോഗത്തിന്റെ നിര തന്നെയാണുള്ളത്. എത്രയും പെട്ടെന്ന് ഉത്തരം ലഭിക്കാൻ ട്വിറ്റർ ഉപയോഗിക്കുന്നു. നിങ്ങൾക്ക് അറിയേണ്ടത് ട്വിറ്ററിൽ ഫീഡ് ചെയ്തിടുക. അതിന്റെ ഉത്തരം അറിയാവുന്നവരെല്ലാം നിമിഷങ്ങൾക്കുള്ളിൽ അടിച്ചിട്ടിരിക്കും. പെട്ടെന്ന് ജോലി സാധ്യത അറിയാനും ഇതൊരു മാർഗമാണ്. തങ്ങളുടെ പ്രൊഫൈൽ പരസ്യമാക്കി അനവധി തൊഴിലന്വേഷകർ ട്വിറ്ററിൽ കറങ്ങുമ്പോൾ നിശ്ചിത യോഗ്യതയുള്ളവരെ അന്വേഷിക്കുന്നവരും ട്വിറ്ററിലുണ്ടാകും. ഇവർ തമ്മിൽ കൂട്ടിമുട്ടുമ്പോൾ ആ അന്വേഷണത്തിന് പരിസമാപ്തിയാകുന്നു. തന്റെ വലയത്തിലുള്ളവരെ ഒരു പ്രത്യേകസ്ഥലത്തേക്ക് ആകർഷിക്കാൻ ഒറ്റ ട്വീറ്റ്കൊണ്ട് സാധിക്കുന്നു. പെട്ടെന്ന് അറേഞ്ച് ചെയ്ത ഒരു പാർട്ടിക്കോ ഒരു ചടങ്ങിനോ ക്ഷണിക്കാൻ ഇത്ര വേഗത്തിലുള്ള ഒരു മാർഗം മറ്റൊന്നില്ല. ഇനി പലവിധത്തിലുള്ള പ്രശ്നങ്ങൾകൊണ്ട് മാനസികമായി തളർന്നിരിക്കുന്ന അവസരത്തിലും ട്വിറ്റർ പോലുള്ള സാമൂഹ്യ ശൃംഖലകൾ ആശ്വാസം നൽകുന്നതായാണ് പഠനങ്ങളിൽ തെളിഞ്ഞത്. ഒരു പ്രത്യേക സംഘവുമായുള്ള നിരന്തരമായ ചങ്ങാത്തമാണ് ഇഷ്ടപ്പെടുന്നതെങ്കിൽ അതിനും അവസരം. സിനിമ, വീഡിയോ, കളികൾ, തമാശകൾ തുടങ്ങി ആസ്വദിക്കാനും കൈമാറാനും കഴിയുന്ന മേഖലകളും ട്വിറ്ററിന്റെ ഭാഗമാണ്. ഗെയിമുകളുടെ പുതിയ രൂപങ്ങൾ പരസ്പരം കളിക്കാവുന്നവയാണ്. നിങ്ങൾ ലോകത്തിന്റെ ഏത് ഭാഗത്തിരുന്നാലും മതി, മറ്റൊരു മൂലയിലുള്ള ആളുമായി ട്വിറ്ററിലൂടെ ഗെയിമും കളിക്കാം.

കാത്തിരിക്കുന്ന കൂട്ടം

ടിറ്ററിന്റെ ഉപയോഗം മേൽപ്പറഞ്ഞതുപോലെ പരന്നു കിടക്കുകയാണെങ്കിലും ഏറ്റവും കൂടുതലായി വരുന്നത് ടിീറ്റ് എന്ന സന്ദേശവാഹിനി തന്നെയാണ്. വൃത്തത്തിലിരിക്കുന്ന വലിയൊരു ആൾക്കൂട്ടമായി ടിറ്ററിനെ സങ്കൽപ്പിക്കാം. അപ്പോൾ നിങ്ങൾ ഒരു സന്ദേശം ഇട്ടാൽ അല്ലെങ്കിൽ ഒരു കാര്യം ടിീറ്റ് ചെയ്താൽ ഈ വൃത്തത്തിലിരിക്കുന്ന എല്ലാവരും കാണും. ഇപ്പോൾ കേന്ദ്രസർക്കാർ പെട്രോളിന് വിലകൂട്ടാൻ സാധ്യതയുള്ളതായി നിങ്ങളുടെ സ്വകാര്യ ബന്ധത്തിൽനിന്ന് അറിയാൻ കഴിഞ്ഞുവെന്ന് സങ്കൽപ്പിക്കുക. തീർച്ചയായും നിങ്ങളായിരിക്കും ടിറ്ററിലൂടെ, ഒരു പക്ഷേ, ആദ്യമായി ഇക്കാര്യം അറിയിക്കുന്നത്. അപ്പോൾ ഒരു കമന്റോടുകൂടി നിങ്ങൾക്ക് ഇക്കാര്യം ടിീറ്റ് ചെയ്യാം. ഉദാഹരണത്തിന് -ഇടിത്തീ പോലെ ദാ വരുന്നു വീണ്ടും പെട്രോൾ വില വർധന....പ്രതികരിക്കൂ- എന്നോ മറ്റോ ടിീറ്റ് ചെയ്താൽ, കാണുന്ന ഏവർക്കും പ്രതികരിക്കാൻ തോന്നും. അതിന്മേൽ വീണ്ടും പ്രതികരിക്കാനും റീടിീറ്റ് ചെയ്യാനും പലരും മുന്നോട്ടു വരും. അതൊരു സാമൂഹ്യ പ്രതികരണമാവുകയും സർക്കാരിനും ഭരിക്കുന്ന പാർട്ടികൾക്കും അത് കണ്ടില്ലെന്ന് നടിക്കാൻ കഴിയാതെ വരികയും ചെയ്യും. നാട്ടിലെ അനവധി പ്രതിഷേധങ്ങളുടെ കൂടെ ഇതു കൂടിയാവുമ്പോൾ പ്രതികരണത്തിന് ശക്തി കൂടുന്നു. അപ്പോൾ വൃത്തത്തിലുള്ള എവരോടും പറയാനുള്ള കാര്യങ്ങൾ നേരത്തെ ചൂണ്ടിക്കാണിച്ചതു പോലെ നേരിട്ട് ടിീറ്റ് ചെയ്താൽ മതി. ഇനി അക്കൂട്ടത്തിലുള്ള ഒരാളോട് മാത്രം എന്തെങ്കിലും പറയാനുണ്ടെങ്കിലോ? അപ്പോഴാണ് ടിറ്ററിൽ പ്രസ്തുത വ്യക്തിയുടെ പേര് അറ്റ് ചിഹ്നത്തോടെ ഇട്ട ശേഷം പറയാനുള്ളത് പറയുക. ഉദാഹരണത്തിന് ശശിതരൂരിനോടാണ് പറയാനുള്ളത് എന്ന് വയ്ക്കുക: -@ശശിതരൂർ പരമാവധി ജനങ്ങളെ സഹായിക്കാനാണ് തന്റെ മന്ത്രിസ്ഥാനം കൊണ്ട് ശ്രമിക്കുക എന്നല്ലേ സത്യപ്രതിജ്ഞ കഴിഞ്ഞപ്പോൾ പറഞ്ഞത്. പെട്രോളിന് ഇത്രമാത്രം വിലകൂട്ടിയത് സഹായമാണോ? മന്ത്രിസഭാ യോഗത്തിൽ നിങ്ങൾ ഇതിനെ അനുകൂലിച്ചോ?- ഇത്രയും മതി. സ്വാഭാവികമായും ഇതിന് തിരിച്ചുള്ള പ്രതികരണങ്ങളുണ്ടാകാം, തരൂരിന്റെ മറുപടിയുമുണ്ടാകാം.

ഇനി അക്കൂട്ടത്തിൽ ഒരാളോട് മാത്രം സ്വകര്യമായി എന്തെങ്കിലും പറയാനുണ്ടെങ്കിൽ ടിറ്ററിലെ ഡയറക്ട് മെസേജ് സംവിധാനം ഉപയോഗിച്ചാൽ മതി. പ്രസ്തുത വ്യക്തിമാത്രമേ അത് കാണൂ. ഉദാഹരണത്തിന് അതിൽ ഗോപാലനോട് ഒരു കാര്യം പറയണം എന്നു കരുതൂ: -ഡി ഗോപാലാ, കഴിഞ്ഞ ആഴ്ച നീ കൊണ്ടുപോയ പൈലോകെയ്ലോയുടെ പുസ്തകം കയ്യിലുണ്ടെങ്കിൽ കോൺഫറൻസ് റൂമിലേക്ക് കൊണ്ടുവരൂ.

ഇനി താൽപ്പര്യമുള്ള ചിത്രമോ ടിീറ്റോ മറ്റോ ടാഗ് ചെയ്യാൻ ഹാഷ് ടാഗ് എന്ന ചിഹ്നമുപയോഗിക്കാം. ഹാഷ്ടാഗ് ഇട്ടശേഷം സൂചകപദം അടിച്ചാൽ ആ സൂചകപദവുമായി ബന്ധമുള്ള വിഷയങ്ങളിലെ ടിീറ്റുകൾ പ്രത്യക്ഷപ്പെടും. ഉദാഹരണത്തിന്:

Man, I loved @AndyStanley's opening talk. He never ceases to speak to me. #cat2011

#Cat2011 was the hashtag for the Catalyst Conference in Atlanta in the fall of 2011.

ടിറ്റർ മൊബൈലിൽ ആക്ടിവേറ്റ് ചെയ്താൽ നിങ്ങൾക്ക് ആരെയെങ്കിലും ഫോളോ ചെയ്യണമെങ്കിൽ ഫോളോ എന്നടിച്ച ശേഷം പേര് അടിച്ചാൽ മതി. ഉദാഹരണത്തിന് കാരാട്ടിനെയാണ് ഫോളോ ചെയ്യേണ്ടതെന്നു കരുതുക. അപ്പോൾ followkarat എന്നടിച്ചാൽ മതി.

ടിറ്റർ അപ്ഡേറ്റ് സ്റ്റോപ് ചെയ്യാൻ ഫോണിലൂടെ ഓഫ് എന്ന് മാത്രം അടിച്ചാൽ മതി. തുടരണമെങ്കിൽ ഓൺ എന്നടിക്കുക.

ടിറ്റർ സംബന്ധിയായ ഏത് ചോദ്യങ്ങൾക്കും മണിമണിപോലെ ഉത്തരം നൽകാനിരിക്കുകയാണ് ടിറ്റർ ഹെൽപ്പ് സെന്റർ.

ടിറ്റ് ചെയ്യുമ്പോൾ തികച്ചും വ്യക്തിപരമായ കാര്യങ്ങൾ അപകടകരമായ രീതിയിൽ വരാതെ നോക്കണം. ഉദാഹരണത്തിന് -ഞാൻ നാളെ വൈകിട്ട് ദുബായിക്ക് തിരിക്കും. ഒരാഴ്ച ഭാര്യ മാത്രമേ വീട്ടിലുണ്ടാവൂ... ഒ കെ സീയൂ- തുടങ്ങിയ സന്ദേശങ്ങൾ.

ഹൂട്ട്സ്യൂട്ട്, ബഫർ ആപ്, സോഷ്യൽ ഊംഫ് തുടങ്ങിയവ പതിവായി ടിറ്റർ ഉപയോഗിക്കുന്നവർ സ്വീകരിച്ചിട്ടുള്ള എളുപ്പ സൈറ്റുകളാണ്. ഹൂട്ട്സ്യൂട്ടിലൂടെ ടിറ്റ് ചെയ്താൽ നിങ്ങൾ ആ ജോലി മറ്റൊരാളെ ഏൽപ്പിക്കുന്നതുപോലെയാണ്. ടിറ്റർ, ഫേസ്ബുക്, ലിങ്ക്ഡ് ഇൻ എന്നിവയുമായുള്ള ബന്ധം സൂക്ഷിക്കുന്നതിന് സഹായിക്കുന്നു. കോൺടാക്ടുകളെ പെട്ടെന്ന് തിരിച്ചറിയാനാകുംവിധം ചേരിതിരിച്ച് സൂക്ഷിക്കുന്ന ഹൂട്ട്സ്യൂട്ട് ആവശ്യമുള്ളവയെ തെരഞ്ഞെടുക്കാനും മറുപടി അയക്കേണ്ടതേതൊക്കെയെന്ന് ഒറ്റനോട്ടത്തിൽ തിരിച്ചറിയാനും സഹായിക്കുന്നു. നമ്മൾ അടിക്കുന്ന സന്ദേശം സമയോചിതമായി അയക്കുന്നതും ഹൂട്ട്സ്യൂട്ടാണ്. നിങ്ങൾക്ക് എത്ര സോഷ്യൽനെറ്റ്വർക്കിങ് സൈറ്റുകളിൽ അക്കൗണ്ടുണ്ടെങ്കിലും അവയെല്ലാം ഇവരെ ഏൽപ്പിക്കാം. ഒരു മാസത്തെ സേവനം തൃപ്തികരമാണെന്ന് ബോധ്യപ്പെട്ടാൽ നിങ്ങൾക്ക് തുടർന്നും അവരുടെ സേവനം ഉപയോഗപ്പെടുത്താം, പക്ഷേ അതിന് ചെറിയ തുക ഫീസായി അടയ്ക്കണം. നിങ്ങളുടെ ഫോളോവേഴ്സിനെ, നിങ്ങൾ ഫോളോ ചെയ്യുന്നവരെ, നിങ്ങൾക്ക് വരുന്ന സന്ദേശങ്ങളെ ഒക്കെ ഹൂട്ട്സ്യൂട്ട് പരിശോധിക്കും, മറുപടി നൽകും. നിങ്ങളെ അറിയിക്കും. നിങ്ങളെ കൃത്യമായി അപ്ഡേറ്റ് ചെയ്യും. നിങ്ങൾ തന്നെ ഇടപെടേണ്ട കേസാണെങ്കിൽ അതും അറിയിക്കും. ഇങ്ങനെ വളരെയേറെ തിരക്കുള്ള ഒരാൾക്ക്, അല്ലെങ്കിൽ ഒട്ടേറെ ജീവനക്കാരടക്കം നിരവധിപേർ ഫോളോവേഴ്സായിട്ടുള്ള ഒരാൾക്ക് തീർച്ചയായിട്ടും ഹൂട്ട്സ്യൂട്ടിനെ പോലുള്ള ഏജൻസികളുടെ സഹായം തേടാവുന്നതാണ്.

വലിയ സന്ദേശങ്ങളും ആർട്ടിക്കിളുകളുമാണ് നിങ്ങൾക്ക് സോഷ്യൽ നെറ്റ്വർക്കിങ് സൈറ്റുകളിൽ കൊടുക്കാനുള്ളതെങ്കിൽ അവ ബഫർ

എന്ന ഏജൻസിയെ ഏൽപ്പിച്ചാൽ മതി. അവർ സമയമെടുത്ത് അത് കയറ്റിക്കൊള്ളും. നിങ്ങൾ അതിനുവേണ്ടി സമയം കളയണ്ട എന്നർഥം. ബൾക്കായി അതായത് നിരവധി അക്കൗണ്ടുകളിലേക്ക് ചിലപ്പോൾ ഒരേ സന്ദേശം അയക്കേണ്ടി വരുമ്പോൾ സമീപിക്കുന്നത് സോഷ്യൽ ഊംഫ് എന്ന സൈറ്റിനെയാണ്. ഇവരും ചെറിയതോതിൽ ഫീസ് ഈടാക്കുന്നു. അടുത്തിടെ ഒരാൾക്ക് 90 ബ്ലോഗുകളുടെ അപ്ഡേറ്റുകൾ ലഭിച്ചു. എല്ലാവരും വേണ്ടപ്പെട്ടവർ. എല്ലാവരെയും പ്രോത്സാഹിപ്പിക്കണം. അതിനോ? ഒറ്റ സന്ദേശമെഴുതി സോഷ്യൽ ഊംഫിനെ ഏൽപ്പിക്കൂ. അവർ അത് മനോഹരമാക്കി അതത് ബ്ലോഗുടമകൾക്ക് എത്തിക്കും. അവരും സന്തോഷവാന്മാരാകും.

ഗൂഗിൾ പ്ലസ്

ഏറ്റവും പുതിയതും എന്നാൽ ഏറെ വേഗത്തിൽ വളർന്നതുമായ ഒരു സോഷ്യൽനെറ്റ്‌വർക് സൈറ്റാണ് ഗൂഗിൾ പ്ലസ്. അതിൽ വലിയ അത്ഭുതം കാണേണ്ടതുമില്ല. കാരണം ലോകത്തെ ഏറ്റവും വലിയ സെർച്ച് എഞ്ചിനായ ഗൂഗിൾ ഒരു സാമൂഹ്യശൃംഖല തുടങ്ങുമ്പോൾ സ്വാഭാവികമായും ആളുകൾ ഇടിച്ചുകയറും. അതു തന്നെയാണ് ഗൂഗിളിന്റെ അവകാശവാദവും. മറ്റ് സാമൂഹ്യ ശൃംഖലകൾ പോലെ ഒന്നല്ല ഗൂഗിൾ പ്ലസ് എന്നും അത് തങ്ങളുടെ സെർച്ച്, ജിമെയിൽ, യൂട്യൂബ് തുടങ്ങി മേഖലകളുമായി സംയോജിപ്പിച്ചിരിക്കുകയാണെന്നും ഗൂഗിൾ പറയുന്നു. അതുകൊണ്ട്, നിങ്ങൾ നിത്യേന ഉപയോഗിക്കുന്ന ഗൂഗിൾസെർച്ചിന്റെയും മെയിലിന്റെയും യൂട്യൂബിന്റെയും ഭാഗമായി ഗൂഗിൾപ്ലസ് കിടപ്പുണ്ടെന്നർഥം. അതിനാൽ നിങ്ങൾ മറ്റൊന്നിലേക്ക് കയറുകയല്ല, ഒപ്പമുള്ളതിൽ വിഹരിക്കുകയാണെന്നും ഗൂഗിൾ തുറന്നു പറയുന്നു.

ഗൂഗിൾ പറയുന്ന മറ്റൊരു കാര്യം ഈ രംഗത്ത് പലരും വന്നുപോകുന്നു. ആരും പിടിച്ചുനിൽക്കുന്നില്ല. പക്ഷേ ഞങ്ങൾ അങ്ങനെയല്ല, ദീർഘകാലം നിൽക്കുമെന്ന ഉറപ്പ് ഞങ്ങൾക്ക് മാത്രമേ നൽകാനാകൂ, കാരണം നാൾക്കുനാൾ വളരുന്ന സെർച്ച് എഞ്ചിൻ ഞങ്ങളുടേതാണ്. നാലുകോടി ആളുകളാണ് പ്രതിദിനം (2012 ഡിസംബർ) ഗൂഗിളിൽ കയറുന്നത്.

നിങ്ങളുടെ ഒരു ട്വീറ്റ് അല്ലെങ്കിൽ ഒരു ചിത്രം നിങ്ങൾ പറയുന്ന ആൾക്കല്ലാതെ പോകില്ല എന്ന ഉറപ്പാണ് ഗൂഗിൾ പ്ലസ് നൽകുന്നത്. ഫേസ്ബുക് അടക്കമുള്ള സാമൂഹ്യ ശൃംഖലകൾക്ക് അക്കാര്യത്തിൽ ഉറപ്പില്ലെന്ന് ഗൂഗിൾ തന്നെ പറയുന്നു. അവർ അതിന് ഉദാഹരണങ്ങളും നിരത്തുന്നുണ്ട്. ഞാൻ എന്റെ ജോലിയെ ആണ് ഏറ്റവും വെറുക്കുന്നത് എന്നൊരാൾ ട്വീറ്റ് ചെയ്താൽ അത് തന്റെ ബോസ് കണ്ടാലുള്ള അവസ്ഥ എന്താകും? സുഹൃത്തിനു കൊടുത്ത ട്വീറ്റാണ്, പക്ഷേ ബോസിന്റെ മുന്നിലെത്തിയാൽ? പലതും സംഭവിക്കാം. അതുകൊണ്ട്, അതുണ്ടാകില്ലെന്ന ഉറപ്പാണ് ഗൂഗിൾ പ്ലസിന്റേത്. അതുപോലെ ഷെയർ ചെയ്യുന്ന ചിത്രങ്ങളുടെ കാര്യത്തിലും ഈ ഉറപ്പുണ്ട്.

ഏറ്റവും എളുപ്പത്തിൽ അക്കൗണ്ട് ക്രിയേറ്റ് ചെയ്യാൻ ഗൂഗിൾ പ്ലസിൽ

കഴിയും. ഗൂഗിൾ അക്കൗണ്ടുള്ള ആർക്കും പേജിലെ ഇടതുഭാഗത്തുള്ള + യൂ എന്ന ബട്ടണിൽ ക്ലിക് ചെയ്താൽ മതി. 2012 ജനുവരി മുതലുള്ള പുതിയ സംവിധാനപ്രകാരം ഏതെങ്കിലും ഗൂഗിൾ അക്കൗണ്ടിൽ അംഗമാകുന്നയാൾക്ക് സ്വാഭാവികമായും ഗൂഗിൾപ്ലസ് അക്കൗണ്ട് ലഭിച്ചിരിക്കും. ഒറ്റ നിർബന്ധം, ഒരു കാരണവശാലും സ്വന്തം പേര് മാറ്റി ഉപയോഗിക്കരുത്.

ഇനി നിങ്ങളുടെ പ്രൊഫൈൽ സെറ്റ് ചെയ്യാം. മുൻപ് മറ്റു പല സാമൂഹ്യ ശൃംഖലകളെക്കുറിച്ചും പറഞ്ഞതുപോലെ തന്നെ. ആദ്യം ജെൻഡർ ഉൾപ്പെടെ പ്രാഥമിക വിവരങ്ങൾ, തുടർന്ന് സൗകര്യംപോലെ പേഴ്സണൽ പ്രൊഫൈൽ. അതായത് പഠിച്ച സ്കൂളുൾപ്പെടെയുള്ള വിശദാംശങ്ങൾ. തുടർന്ന് ഒരു ഫോട്ടോ ചേർക്കാം. ഫോട്ടോയുടെ സ്ഥാനത്ത് ക്ലിക് ചെയ്താൽ മതി. ഇവിടെ ഗൂഗിൾ പ്ലസിന്റെ ഉപദേശം ഫേസ്ബുക്കുൾപ്പെടെ മറ്റ് എസ് എൻ എസുകളിൽ ഉള്ള ചിത്രം തന്നെ ഇതിലും കയറ്റാനാണ്. കാരണം ആ ചിത്രം ഇതിനകം തന്നെ പരിചിതമായി കഴിഞ്ഞു. അപ്പോൾ നിങ്ങളെ മറ്റുള്ളവർക്ക് വേഗത്തിൽ തിരിച്ചറിയാൻ കഴിയും എന്നതാണ് പ്രത്യേകത.

നിങ്ങളുടെ സർക്കിളിലേക്ക് ആളുകളെ ചേർക്കാനുള്ള ഓപ്ഷനാണ് ഇനി. ഫേസ്ബുക്കിൽ ഇത് ഫ്രണ്ട്സ്ലിസ്റ്റ്, ടിറ്ററിൽ ഫോളോവർ, ഗൂഗിൾപ്ലസിൽ സർക്കിൾ. അവർ തന്നെ പ്രശസ്തരുടെ ഒരു സർക്കിൾ ലിസ്റ്റ് നിങ്ങൾക്ക് കാണിച്ചു തരും. കാണുമ്പോൾ പേടിക്കണ്ട, ഏത് പ്രശസ്തന്റേയും സർക്കിളിൽ ചേരാൻ തടസമൊന്നുമില്ല. നിങ്ങൾ ഒരു പ്രൊഫൈലുണ്ടാക്കി കഴിഞ്ഞാൽ അത് പിന്നെ പബ്ലിക് ആണ്. ഇത്രയും കഴിഞ്ഞാൽ നിങ്ങൾക്ക് മെയിൻസ്ട്രീം പേജിലേക്ക് പോകാം. അവിടെ പ്രൊഫൈൽ ഐകണിൽ ക്ലിക് ചെയ്ത് വീണ്ടും ചിലകാര്യങ്ങൾ ചേർക്കാനുണ്ടെന്ന് ഗൂഗിൾ പ്ലസ് പറയുന്നു. സ്ക്രീനിൽ വരുന്ന നിർദേശങ്ങൾ പാലിച്ച് മുന്നോട്ടുപോകുക. ഈ സമയത്ത് വിശദമായ പരിശോധന നടത്തി പ്രൊഫൈൽ എഡിറ്റ് ചെയ്യുകയുമാവാം. അതായത് ആദ്യം വെപ്രാളപ്പെട്ട് കൊടുത്ത വല്ല വിവരങ്ങളും പിശകിയിട്ടുണ്ടെങ്കിൽ അത് തിരുത്താമെന്നർഥം. നൽകാവുന്ന എല്ലാ വിവരങ്ങളും പ്രൊഫൈലിൽ നൽകിയാൽ അത്രയും പെട്ടെന്ന് മറ്റൊരാൾക്ക് നിങ്ങളെ തിരിച്ചറിയാൻ കഴിയും. ഗൂഗിൾ പ്ലസിലെ നിങ്ങളുടെ പ്രൊഫൈലിനെ വിശദമായി പരിചയപ്പെടാം.

ടാഗ്ലൈൻ: നിങ്ങളുടെ പേരിനു തൊട്ടുതാഴെ നിങ്ങളെ കുറിച്ചുള്ള അടിസ്ഥാന വിവരങ്ങൾ ചുരുക്കത്തിൽ പ്രതിപാദിക്കുന്നു. **ഇൻട്രൊഡക്ഷൻ:** ഇവിടെ നിങ്ങൾ ചെയ്യേണ്ടത് മറ്റുള്ളവർ കാണുമ്പോൾ പെട്ടെന്ന് തിരിച്ചറിയാൻ പാകത്തിനുള്ള ചില വിവരങ്ങൾ ചേർക്കണം. ഇതോട് ചേർന്ന് **ബ്രാഗിങ് റൈറ്റ്സ്** എന്നൊരു ബട്ടൺ കാണാമെങ്കിലും തൽക്കാലം ഉപേക്ഷിക്കുക. തുടർന്ന് **ഒകുപേഷൻ:** ഇപ്പോൾ ചെയ്യുന്ന ജോലി എന്ത്. **എംപ്ലോയ്മെന്റ്:** മുമ്പ് എവിടെയൊക്കെ, ഏതൊക്കെ സ്ഥലത്ത് ജോലി ചെയ്തിട്ടുണ്ട്. പല ജോലികൾ ചെയ്യുന്ന ആളാണെങ്കിൽ അത്. അല്ല, ഇതൊന്നും ബാധകമല്ലെങ്കിൽ വിട്ടുകളയുക. **എഡ്യൂക്കേഷൻ:**

പഠിച്ച സ്ഥാപനങ്ങൾ ഏതൊക്കെ. **പ്ലേസസ് ലിവ്ഡ്:** മുമ്പ് താമസിച്ച എല്ലാ സ്ഥലങ്ങളുടെയും പേര് ചേർക്കൂ, അവിടെ ആ സ്ഥലങ്ങളുടെ മാപ് ഗൂഗിൾ ചേർത്തോളും. ഇത് സർക്കിളിലുള്ളവർക്ക് ആകർഷകമായ ഒരു ഇടമാണ്. സ്ഥലപ്പേര് കാണുമ്പോൾ തന്റെ നാട്ടിലുള്ള ആരോ ആണെന്ന് അതേ സ്ഥലത്തുള്ള മറ്റൊരാൾക്ക് താൽപ്പര്യം തോന്നും, തിരിച്ചറിയാനും. **ഹോം, വർക്** തുടങ്ങി ബട്ടണുകൾക്ക് നേരെ വീട്ടിലെയും ജോലിസ്ഥലത്തേയും കോൺടാക്ട് നമ്പർ, ഇ-മെയിലുകൾ തുടങ്ങിയവ കൊടുക്കാം. **റിലേഷൻഷിപ്:** നിങ്ങളുടെ മാരിറ്റൽ സ്റ്റാറ്റസ് അടക്കമുള്ള വിവരങ്ങൾ. **ലുക്കിങ്ഫോർ:** ഗൂഗിൾ പ്ലസ് അക്കൗണ്ടിങ്ങിലൂടെ ലക്ഷ്യമിടുന്നത് ഫ്രണ്ട്സ് ആണോ ഡേറ്റിങ് ആണോ മറ്റ് ബന്ധങ്ങളാണോ എന്നിവയുടെ ഓപ്ഷനുകളാണിവിടെ. **ജെൻഡർ, അദർ നെയിംസ്, പ്രൊഫൈൽഡിസ്കവറി, അദർപ്രൊഫൈൽസ്, കോൺട്രിബ്യൂട്ടർ ടു, റക്കമെൻഡഡ് ലിങ്ക്** തുടങ്ങി ബട്ടണുകൾ കാണാം. ഇവയിൽ മറ്റു വല്ലപേരുകളാലും നിങ്ങൾ അറിയപ്പെടുന്നുണ്ടെങ്കിൽ അത് രേഖപ്പെടുത്തണം. അത് സുഹൃത്തുക്കൾക്ക് നിങ്ങളെ കണ്ടെത്താൻ സഹായിക്കും. ഫേസ്ബുക് പോലുള്ള മറ്റ് ലിങ്കുകളിലേക്ക് കണക്ട് ചെയ്യാൻ അദർ പ്രൊഫൈലിൽ നിങ്ങൾക്കുള്ള മറ്റ് അക്കൗണ്ടുകൾ രേഖപ്പെടുത്താം. നിങ്ങളെ ഏതെങ്കിലും സൈറ്റ്വഴി അറിയാൻ കഴിയുമെങ്കിൽ അതിന്റെ പേര് റക്കമെന്റഡ് ലിങ്കിൽ ചേർക്കുക. നിങ്ങൾ മറ്റ് ചില സൈറ്റുകൾക്ക് വേണ്ടി കോൺട്രിബ്യൂട്ട് ചെയ്യുന്ന ആളാണെങ്കിൽ അത് രേഖപ്പെടുത്തുക.

സർക്കിൾ

ഗൂഗിൾ പ്ലസ് ഉപയോക്താക്കളുടെ ഗ്രൂപ്പാണ് സർക്കിൾ എന്നു പറയുന്നത്. നിങ്ങൾ അക്കൗണ്ടെടുക്കുന്നതോടെ അതിൽ അംഗമാകുന്നു. നിങ്ങൾക്ക് നിരീക്ഷിക്കാനും അഭിപ്രായം പറയാനും അതുപോലെ നിങ്ങളെ നിരീക്ഷിക്കാനും അവർക്ക് പറയാനും സർക്കിളിലൂടെ കഴിയുന്നു. കുടുംബം, സുഹൃത്തുക്കൾ, ക്ലാസ്മേറ്റ്സ്... ഇങ്ങനെ വിവിധ വിഭാഗങ്ങളായി സർക്കിളുകൾ തരംതിരിച്ചിട്ടുണ്ടെന്നതിനാൽ നിങ്ങളുടെ ഷെയറുകൾ ആവശ്യമുള്ളിടത്ത് മാത്രം മതി, എന്നർഥം. അതേസമയം സർക്കിളുകൾ സ്വകാര്യമാണ്. നിങ്ങളുടെ സുഹൃത്തിനോ കുടുംബാംഗത്തിനോ അറിയില്ല, അവർ നിങ്ങളുടെ ഏത് സർക്കിളിലാണ് ഉള്ളതെന്ന്. ഇതാണ് ഗൂഗിൾ അവകാശപ്പെടുന്ന ഗൂഗിൾ പ്ലസിനു മാത്രമുള്ള പ്രത്യേകതകളിലൊന്ന്. മറ്റ് സാമൂഹ്യശൃംഖലകളിൽ നിങ്ങളുടെ ഷെയറുകൾ എല്ലാവർക്കും കാണാവുന്നതാണെങ്കിൽ ഇവിടെ നിങ്ങൾ നിശ്ചയിക്കുന്ന സർക്കളിനേ കാണാനാകൂ. അതുകൊണ്ട് സർക്കിൾ രൂപീകരിക്കുമ്പോൾ തന്നെ നിങ്ങൾ തീരുമാനിച്ചിരിക്കണം ഏതുവിധത്തിലുള്ള ഷെയറുകൾ ഏതിലൊക്കെ പോകണം എന്ന്.

ഗൂഗിൾ പ്ലസിലെ മെനുബാറിലുള്ള സർക്കിൾ ബട്ടണിൽ ക്ലിക് ചെയ്താൽ സർക്കിളുകൾ രൂപീകരിക്കാനും നിലവിലുള്ളതിന്റെയും ഐകണുകൾ

കാണാം. അവയിൽ ക്ലിക് ചെയ്താൽ അംഗങ്ങളെ പുതുതായി കണ്ടെത്തിയും നിലവിലുള്ള ഫ്രണ്ട്സ്‌ലിസ്റ്റിൽ നിന്ന് ചേർത്തും സർക്കിളുകൾ വിപുലമാക്കാം. ട്വിറ്ററിലുള്ളതുപോലെ ലിസ്റ്റിൽനിന്നും ആരെയെങ്കിലും ഫോളോ ചെയ്യണമെങ്കിൽ അവരെ ഫോളോവേഴ്സ് എന്ന സർക്കിളിലേക്ക് മാറ്റുകയുമാവാം. ആരെയാണോ നിങ്ങളുടെ സർക്കിളുകളിലേക്ക് ചേർക്കേണ്ടത് അവരുടെ ഐകണിൽ ക്ലിക് ചെയ്ത് നിങ്ങൾ ലക്ഷ്യമിടുന്ന സർക്കിളിലേക്ക് ഡ്രാഗ് ചെയ്ത് ഇട്ടാൽ മതി. നിങ്ങൾക്ക് താൽപ്പര്യമുള്ള വിഷയങ്ങളിൽ സർക്കിളുകൾ തുടങ്ങി അതിലേക്കും സുഹൃത്തുക്കളെ ചേർക്കാം. ഗൂഗിൾ സർക്കിളിൽ ഗൂഗിൾ വോയ്സ് യൂസേഴ്സും ലഭ്യമാണ്. കാളേഴ്സിന്റെ അല്ലെങ്കിൽ ഗൂഗിൾ സർക്കിൾ വഴി വിളിക്കാൻ ആഗ്രഹിക്കുന്നവരുടെ ഗ്രൂപ്പുണ്ടാക്കിയാൽ നിങ്ങളുടെ ഫോണിലേക്ക് വോയ്സ്മെയിൽ അയക്കുന്ന വിദ്യയാണത്. ഗൂഗിൾ പ്ലസിലുള്ള പതിനായിരങ്ങളാണ് ഈ സംവിധാനം ഉപയോഗിക്കുന്നത്.

റീഡ് ലേറ്റർ എന്നൊരു സർക്കിൾ കൂടി രൂപീകരിച്ചിട്ടാൽ നിങ്ങൾക്ക് വരുന്ന പോസ്റ്റുകളും ആർട്ടിക്കിളുകളും സമയം പോലെ കാണാനുള്ള അവസരമുണ്ടാകും. തിരക്കുപിടിച്ച് നോക്കേണ്ടതില്ല എന്നർഥം. ജിമെയിൽ ഉപയോക്താക്കളുടേതു പോലെ പ്ലസിലും ചാറ്റ് സംവിധാനമുണ്ട്. നിങ്ങൾ ആഗ്രഹിക്കുന്ന ചിത്രമോ ടെക്സ്റ്റോ എന്തുമാവട്ടെ അത് സുഹൃത്തുക്കൾക്ക് നൽകാൻ +ഷെയർ ബട്ടൺ ക്ലിക് ചെയ്താൽ മാത്രം മതി.

ഹാഷ്ടാഗും +1 ഉം

ട്വിറ്ററിലേതുപോലെ ഗൂഗിൾ പ്ലസിലും ഹാഷ്ടാഗ് ഉപയോഗിച്ച് പ്രത്യേക വിഷയത്തിലുള്ള ആർട്ടിക്കിളുകളും പോസ്റ്റുകളും കണ്ടെത്താം. ഉദാഹരണത്തിന് ഹാഷ്ടാഗിനു ശേഷം സ്പോർട്സ് എന്നടിച്ചാൽ അന്നേ ദിവസം ഈ വിഷയത്തിലുണ്ടായ പോസ്റ്റുകൾ പ്രത്യക്ഷപ്പെടും. ഫേസ്ബുക്കിലെ ലൈകിന്റെ ധർമമാണ് ഗൂഗിൾ പ്ലസിൽ +1 ചെയ്യുന്നത്. സുഹൃത്തുക്കളുടെ പോസ്റ്റുകൾക്ക് വോട്ടുചെയ്യാൻ +1 ഉപയോഗിക്കുന്നു.

ഭാരത് സ്റ്റുഡന്റ്സ്

ഇതുവരെ നാം വിശദമാക്കിയ സോഷ്യൽ നെറ്റ്‌വർക്കിങ് സൈറ്റുകളെല്ലാം ഇന്ത്യക്ക് പുറത്ത് കുറച്ചുകൂടി വ്യക്തമായി പറഞ്ഞാൽ അമേരിക്കയ്ക്ക് സ്വന്തമായവയാണ്. ഇന്ത്യയിലുള്ള സാമൂഹ്യ ശൃംഖലകളിൽ മുൻപന്തിയിൽ നിൽക്കുന്നത് bharatstudents (www.bharatstudents.com) ആണ്. വിദ്യാർഥികളുടെയും യുവാക്കളുടെയും ഇടയിൽ ഇതിനകം വേരോടിയിട്ടുള്ള സാമൂഹ്യ ശൃംഖല ആണ് ഭാരത്സ്റ്റുഡന്റ്സ്. ഒരു സോഷ്യൽനെറ്റ്‌വർക്കിങ് സൈറ്റ് പ്രൊഫഷണലായി എങ്ങനെ ഉപയോഗപ്പെടുന്നുവെന്നതിന് മികച്ച ഉദാഹരണമായി പല കരിയർഗൈഡുമാരും ഇതിനെ വിശേഷിപ്പിക്കുന്നുണ്ട്. പ്ലസ്ടു തലം കഴിഞ്ഞാലുള്ള പഠനത്തിന്റെ വിശദമായ വിവരങ്ങൾ ഇതിൽ ഉൾക്കൊള്ളിച്ചിരിക്കുന്നു. എന്തെല്ലാമാണ്

പുതിയ കോഴ്സുകൾ, എവിടെയെല്ലാമാണ് പഠിക്കാനുള്ള സാധ്യതകളുള്ളത്, എത്തരക്കാരാണ് വിദേശത്ത് പോകേണ്ടത് അവർക്കുള്ള കോഴ്സുകൾ ഫീസ് നിരക്കുകൾ തുടങ്ങി വശദാംശങ്ങൾ ഉൾക്കൊള്ളിച്ച വിപുല വിഭാഗമാണ് സ്റ്റുഡന്റ്സ് സോൺ. വിവിധ പരീക്ഷാഫലങ്ങൾ അറിയാനും ഉന്നത നിലവാരമുള്ള യോഗ്യതാപരീക്ഷകൾക്കാവശ്യമായ കോച്ചിങ്ങും ഓൺലൈൻ പരീക്ഷകളും ഇവർ നടത്തുന്നു. അതുകൊണ്ടുതന്നെ വിദ്യാർഥികളെപ്പോലെ രക്ഷകർത്താക്കൾക്കും പ്രിയങ്കരമാണ് ഈ സാമൂഹ്യ ശൃംഖല. പുതിയ ജോലിഅവസരങ്ങൾ ഏതൊക്കെയാണെന്ന വിവരങ്ങളും എങ്ങനെ അപേക്ഷിക്കാം, പരീക്ഷയ്ക്ക് എന്തൊക്കെ പഠിക്കണം തുടങ്ങി വിവരങ്ങൾ ഉള്ളതിനാൽ യുവാക്കൾക്കും ഇതൊരു പ്രിയസൈറ്റാണ്. നെറ്റ്വർക്കിങ് സൈറ്റുകളുടെ ഉപയോഗം ഉള്ളപ്പോൾ തന്നെ പഠന-ജോലി സംബന്ധിയായ ഉപയോഗം കൂടി നടക്കുന്നുവെന്നതാണ് പ്രത്യേകത. നാല് വിഭാഗമാണ് പ്രധാനമായും ഉള്ളത്. നെറ്റ്വർക്കിങ്, സ്റ്റുഡന്റ്സ് സോൺ, കേഫ്ഭാരത്, ജെനക്സ് സോൺ. നെറ്റ്വർക്കിങ്ങിലാണ് ഫ്രണ്ട്സ്, ഫോട്ടോസ്, ഗ്യാംഗ്സ് (ഗ്രൂപ്പ്), വീഡിയോസ് എന്നിവയുള്ളത്. ക്ലാസിഫൈഡ് പരസ്യവും ഇതിലുൾപ്പെടുന്നു. സ്റ്റഡിസോണിലാകട്ടെ സ്റ്റഡി ഇന്ത്യ, സ്റ്റഡി എബ്രോഡ്, നോട്ടിഫിക്കേഷൻ, എക്സാംറിസൽട്ട്, മൈ ഫസ്റ്റ് ജോബ് എന്നീ ഉപവിഭാഗങ്ങളുണ്ട്. കേഫ്ഭാരത് സിനിമയാണ്. മലയാളമുൾപ്പെടെ ഇന്ത്യയിലെ വിവിധ ഭാഷകളിലുള്ള സിനിമാ വാർത്തകളും ചിത്രങ്ങളുമുൾപ്പെടുന്നു. ജെനെക്സ് സോണിലാണ് ഗെയിമും ലൈച്റേഷിയോയും മറ്റും. മലയാളമുൾപ്പെടെ വിവിധ ഇന്ത്യൻ ഭാഷകളിലുള്ള എഫ് എം റേഡിയോകൾ ലഭ്യമാണ്. പക്ഷേ, നമുക്ക് സുപരിചിതമായ റേഡിയോകളല്ല ഈ സൈറ്റിൽ നാം കാണുക. മൊബൈൽ ഫോൺ റീചാർജ് ഉൾപ്പെടെ മറ്റ് സേവനങ്ങളും ഇവിടെ ലഭ്യമാണ്. ക്രിക്കറ്റ് വാർത്തകളാണ് മറ്റൊരു ആകർഷണം. ജനന തീയതി, മെയിൽ തുടങ്ങി വളരെ അടിസ്ഥാനമായ വിവരങ്ങൾ മാത്രം കൊടുത്താൽ സൈൻഅപ് ചെയ്യാവുന്നതേയുള്ളൂ. തുടർച്ചയായി ഉപയോഗിക്കുന്നവർക്ക് ഈ സാമൂഹ്യ ശൃംഖല പ്രയോജനപ്പെടുന്നതായാണ് വിദ്യാർഥികൾ സാക്ഷ്യപ്പെടുത്തുന്നത്.

ലിങ്ക്ഡ് ഇൻ

തികച്ചും സ്വകാര്യം എന്ന ലക്ഷ്യത്തോടെ മാത്രം പ്രവർത്തിക്കുന്ന സാമൂഹ്യ ശൃംഖല ആണ് ലിങ്ക്ഡ്-ഇൻ. മുമ്പ് നാം കണ്ടവയിലെല്ലാം ഒരു പൊതുകാര്യ പ്രസക്തിയുണ്ട്. എന്നാൽ ലിങ്ക്ഡിൽ മൂന്നുതരം സ്വകാര്യ ആവശ്യക്കാരാണ് ചേരുക. പ്രൊഫഷണൽ ആവശ്യങ്ങൾക്ക് ആണ് പ്രധാനം. പ്രൊഫഷണൽ എന്ന് പറഞ്ഞാൽ; വ്യക്തികളെ സംബന്ധിച്ച് ഒരു പ്രത്യേക വിദ്യ അല്ലെങ്കിൽ തൊഴിൽ പഠിക്കുകയും അത് ആർക്കെങ്കിലും വേണ്ടി പ്രയോഗിക്കാൻ കൃത്യമായ പ്രതിഫലം ലക്ഷ്യമിട്ട് പ്രവർത്തിക്കുകയും ചെയ്യുന്നതാണ്. ബിസിനസിനെ സംബന്ധിച്ചാണെങ്കിൽ തങ്ങൾ നടത്തുന്ന ബിസിനസ് പ്രമോട്ട് ചെയ്യാനാ

വശ്യമായ പ്രവർത്തനം മാത്രം നടത്തുക. നേരത്തെ പറഞ്ഞ മൂന്നു തരം ആവശ്യക്കാർ ആരൊക്കെയെന്നു നോക്കാം: പ്രൊഫഷണലായ വിദ്യാഭ്യാസ യോഗ്യതയും പരിശീലനവും സിദ്ധിച്ച തൊഴിലന്വേഷകരോ കൂടുതൽ മെച്ചപ്പെട്ട തൊഴിൽ അന്വേഷിക്കുന്നവരോ ആണ് ആദ്യവിഭാഗം. തങ്ങളുടെ യോഗ്യതയും ആവശ്യവും പ്രതീക്ഷയും വ്യക്തമാക്കി രജിസ്റ്റർ ചെയ്യുകയാണ് ഇത്തരക്കാർ ചെയ്യേണ്ടത്. സാധാരണ എസ് എൻ എസുകളിലേതുപോലുള്ള നടപടികളേ സൈൻഅപ് ചെയ്യാൻ ഇതിലും ആവശ്യമുള്ളൂ. വൻകിട കമ്പനികളുടെ സി ഇ ഒ മാർ മുതൽ അമേരിക്കൻ പ്രസിഡന്റ് ബറാക് ഒബാമവരെയുള്ളവർ ലിങ്ക്ഡ് ഇനിൽ അംഗങ്ങളാണ്. യോഗ്യതയും മിടുക്കുമുള്ള തങ്ങൾക്ക് ആവശ്യമുള്ള പ്രൊഫഷണലുകളെ തെരയുന്നവരാണ് രണ്ടാമത്തെ കൂട്ടർ. ഈ രണ്ടുതരക്കാരും ഒന്നിക്കുന്നതോടെ ഇരുകൂട്ടരുടെയും ആവശ്യങ്ങൾ നിറവേറ്റപ്പെടുന്നു. ബിസിനസ് വർധനവ് ലക്ഷ്യമിട്ട് ചേരുന്നവരാണ് മൂന്നാമതൊരു വിഭാഗം. പാർട്ണർമാരെയും ഉപഭോക്താക്കളെ-അല്ലെങ്കിൽ ക്ലയന്റുകളെ ബന്ധിപ്പിച്ച് ബിസിനസ് വികസിപ്പിക്കാൻ നിരവധി ബിസിനസ് സ്ഥാപനങ്ങൾ ലിങ്ക്ഡ്-ഇൻ സമർഥമായി ഉപയോഗിക്കുന്നു. നിങ്ങൾ ഒരു മികച്ച സേവനദാതാവാണെന്ന് ഉദാഹരണങ്ങളിലൂടെയും തെളിവുകളിലൂടെയും വിശ്വസ്തരായ ക്ലൈന്റുകളുടെ സാക്ഷ്യങ്ങളോടെയും ലക്ഷങ്ങളെ ബോധിപ്പിക്കാൻ നിങ്ങൾക്ക് ഇതിലൂടെ കഴിയുന്നു. തങ്ങളുടെ സ്ഥാപനത്തിന്റെ വൈദഗ്ധ്യം ക്ലയന്റുകളെ ബോധ്യപ്പെടുത്താൻ ലക്ഷക്കണക്കിന് സ്ഥാപനങ്ങൾ ഇന്ന് ലിങ്ക്ഡ്-ഇൻ ഉപയോഗിക്കുന്നുണ്ട്.

ഒരു സെക്കന്റിൽ ഒരാൾ സൈൻഅപ് ചെയ്യുന്നുവെന്നാണ് ലിങ്ക്ഡ് -ഇന്നിന്റെ അവകാശവാദം. മൈക്രോസോഫ്ട് ഉൾപ്പെടെയുള്ള കമ്പനികൾ നിരന്തരമായി പ്രൊഫഷണലുകളെ നിയമിക്കുന്നത് ലിങ്ക്ഡ്-ഇൻ വഴിയാണത്രെ. ലോകത്തെ പ്രമുഖ പ്രൊഫഷണൽ റിക്രൂട്ടേഴ്സ് എല്ലാം ലിങ്ക്ഡ്-ഇന്നിനെ നല്ലൊരളവിൽ ആശ്രയിക്കുന്നു. റെയ്ഡ് ഹോഫിമാനിന്റെ നേതൃത്വത്തിൽ അഞ്ചുപേർ ചേർന്ന് കാലിഫോർണിയയിൽ വച്ച് 2002 ലാണ് രൂപംനൽകിയത്. പ്രൊഫഷണൽ ആയ ജോലിക്കുവേണ്ടിയുള്ള സാമൂഹ്യ ശൃംഖല എന്നാണ് അവർ വിശേഷിപ്പിച്ചത്. 2003 മേയിൽ തങ്ങൾക്ക് പരിചയമുള്ള 250 ബിസിനസ് കോൺടാക്ടുകളെ ചേർത്താണ് ലിങ്ക്ഡ്-ഇൻ തുറന്നുകൊടുത്തത്.

അമേരിക്കയിൽ മാത്രം ഒതുങ്ങിനിന്ന ലിങ്ക്ഡ് - ഇൻ ഇന്ന് നിരവധി രാജ്യങ്ങളിലെ പ്രൊഫഷണലുകളും കമ്പനികളും ഉപയോഗിച്ചുവരുന്നു. ലക്ഷക്കണക്കിന് പ്രൊഫഷണലുകളുടെ നിരയുള്ള ഇന്ത്യയിലും ലിങ്ക്ഡ്-ഇൻ നിർണായക റിക്രൂട്ടിങ് സെന്ററായി മാറാൻ പോകുകയാണ്. നിരവധി ഇന്ത്യക്കാർ ഇപ്പോൾ തന്നെ ലിങ്ക്ഡ്-ഇന്നിൽ അക്കൗണ്ടുള്ളവരാണ്.

മേൽപ്പറഞ്ഞവയിൽ ഏത് തരത്തിലുള്ള ആവശ്യക്കാരാണെങ്കിലും ഈ സാമൂഹ്യ ശൃംഖല പ്രയോജനപ്പെടണമെങ്കിൽ ശക്തമായ പ്രൊഫൈൽ ഉണ്ടാക്കണമെന്ന് ലിങ്ക്ഡ്-ഇൻ തന്നെ ഓർമിപ്പിക്കുന്നുണ്ട്. അത്

കീവേഡുകളോടെ തന്നെ വേണംതാനും. റിക്രൂട്ടേഴ്സിനെ ആകർഷിക്കാനാണെങ്കിലും അവർക്ക് നിങ്ങളുടെ പ്രധാന യോഗ്യതകളും പരിചയവും പെട്ടെന്ന് മനസിലാക്കാനും ബിസിനസ് സ്ഥാപനമാണെങ്കിൽ ക്ലയന്റുകളെ ആകർഷിക്കുന്ന ഘടകങ്ങൾ ശ്രദ്ധയിൽ വരുന്നതിനും മറ്റുമാണ് കീവേഡുകൾ ചേർക്കണമെന്ന് പറയുന്നത്.

മൂന്നുതരം അക്കൗണ്ടുകളാണ് ലിങ്ക്ഡ്-ഇന്നിലുള്ളത്. പ്രീമിയം അഥവാ പ്രാഥമിക അക്കൗണ്ട് മാത്രമാണ് സൗജന്യമായുള്ളത്. കോൺടാക്ടുകൾ, ജോലി അവസരങ്ങൾ എന്നിവ ഈ അക്കൗണ്ടുകാർക്ക് ലഭിക്കും. തൊഴിലന്വേഷകർക്കും മറ്റും ഈ അക്കൗണ്ട് മതിയാകും. മെസേജുകൾക്ക് പരിധിയുണ്ട്. പക്ഷേ, നിങ്ങളുടെ പ്രൊഫൈൽ നോക്കിയവർ ആരൊക്കെയെന്ന് നിങ്ങൾക്ക് കാണാൻ സാധിക്കും.

ബിസിനസ് അക്കൗണ്ടാണ് രണ്ടാമത്തേത്. 25 അമേരിക്കൻ ഡോളർ പ്രതിമാസം ഫീസ് ഈടാക്കിയാണ് ബിസിനസ് അക്കൗണ്ട് സർവീസ് നൽകുന്നത്. 3 ഇൻമെയിൽ അയക്കാം. ഇൻമെയിൽ എന്നു പറഞ്ഞാൽ നിങ്ങളുടെ ഫ്രണ്ട്ലിസ്റ്റിലില്ലാത്ത ഒരാളുടെ മെയിൽ. പ്രീമിയം അക്കൗണ്ടിൽ ഇങ്ങോട്ടുള്ളത് വായിക്കാം, പക്ഷേ മെസേജ് അയക്കാൻ കഴിയില്ല. അഞ്ച് സെർച്ചസ് സേവ് ചെയ്യാമെന്നതാണ് ബിസിനസ് അക്കൗണ്ടുകാർക്കുള്ള മറ്റൊരാനുകൂല്യം. ഒരേസമയം 15 ഇൻട്രോഡക്ഷനും അവസരമുണ്ട്. നിങ്ങൾ കണ്ടെത്താൻ ശ്രമിക്കുന്നയാളെ നിങ്ങളുടെ ലിസ്റ്റിലുള്ള മറ്റൊരാൾ പരിചയപ്പെടുത്തുന്നതാണ് സംഗതി. ലിങ്ക്ഡ്-ഇന്നിൽ ഇൻട്രോഡ്യൂസ് ചെയ്യുന്നത് ഏറെ പ്രശസ്തമായ ഒരു ഘടകമാണ്. ആയിരം നേരിട്ടുള്ള അപേക്ഷയും കമ്പനിക്ക് ബന്ധമുള്ള ഒരാളുടെ ഇൻട്രോഡക്ഷനിലുള്ള ഒരപേക്ഷയും മുന്നിലുണ്ടെങ്കിൽ, രണ്ടാമത് പറഞ്ഞതാകും ആദ്യം പരിശോധിക്കുക. അതുതന്നെയാണ് ഇൻട്രോഡക്ഷനുള്ള പ്രത്യേകത. ഇത്തരം ഘടകങ്ങൾ ഉപയോഗിക്കുന്നതിനുള്ള അവസരങ്ങൾ വർധിച്ചുവരുന്നതാണ് തുടർന്നുള്ള അക്കൗണ്ടുകൾ. അതിനനുസരിച്ച് ഫീസിനത്തിലും വർധനവുണ്ടാകും. ബിസിനസ് പ്ലസ് അക്കൗണ്ട് (പ്രതിമാസം 50 ഡോളർ), എക്സിക്യൂട്ടീവ് അക്കൗണ്ട് (100 ഡോളർ), പ്രോ-അക്കൗണ്ട് (500 ഡോളർ) തുടങ്ങിയവയാണ് ഉയർന്ന അക്കൗണ്ടുകൾ.

ജോയിൻ ലിങ്ക്ഡ്ഇൻ ടുഡെ ബോക്സ് വഴിയാണ് സൈൻ അപ് ചെയ്യുക. ആദ്യനാമം, അവസാന നാമം, മെയിൽ വിലാസം എന്നീ അടിസ്ഥാന വിവരങ്ങൾ ചേർക്കാനുള്ള കോളങ്ങൾ കാണാം. തുടർന്ന് ജോയിന്റ് നൗ ബോക്സ് വരും. പ്രൊഫഷണൽ യോഗ്യതകൾ, എവിടെയെങ്കിലും ജോലി നോക്കുന്നെങ്കിൽ അത്, വിദ്യാർഥിയാണെങ്കിൽ അത് എന്നിങ്ങനെയുള്ള വിവരങ്ങൾ ചേർക്കുന്നു. ഇതുവരെയുള്ള പൂരണങ്ങളുടെ അടിസ്ഥാനത്തിലാണ് തുടർന്നുള്ള പേജുകൾ പ്രത്യക്ഷപ്പെടുക. രണ്ടു തരത്തിലുള്ള നാവിഗേഷൻ അനുവദിക്കുന്നു. പ്രൊഫഷണലായുള്ള ഉപയോഗത്തിനും കണക്ഷനുകൾക്കായുള്ള ഉപയോഗത്തിനും.

പ്രധാന സഹായഗ്രന്ഥങ്ങളും വെബ്സൈറ്റുകളും

1. *The Facebook era*-Clara shih (PEARSON Publications)
2. Linkedin in 10 minutes-Patrice-Anne Rutledge (PEARSON)
3. *The Internet-The Basics*-Jason Whittaker (ROUTLEDGE-LONDON)
4. Wikipedia Pages: Facebook, Twitter, Linkedin, orkut, Myspace, Hi-5, google, google+.
5. *Facebook A biginner's guide*-Ned Ryun (American Mejority)
6. *The Future of Journalism: Networked Journalism* - International Journal of Communication 6 (2012), Feature 2923–2938 (future of net.pdf)
7. Getting Started-thinkDIJIT
8. ASSOCHAM (www. assocham.com)
9. COMSCORE (www. comscore.com)
10. Internet & Mobile Association of India-IMAI (www.iami.in)
11. Marketing Chart (www.marketingchart.com)
12. Internet in Rural India (www.iamai.in/Upload/)
13. Media decorder blog (mediadecoder.blogs.nytimes.com/)
14. The Economist (www.economist.com)
15. *കമ്പ്യൂട്ടർ കുട്ടികൾക്ക്* - ടി വി സിജു, എഡിറ്റർ: ബി ഇക്ബാൽ (ഡിസി ബുക്സ്)
16. *ഇന്റർനെറ്റ്* - ഡോ. അച്യുത്ശങ്കർ എസ് നായർ (ഭാഷാ ഇൻസ്റ്റിറ്റ്യൂട്ട്)
17. *കമ്പ്യൂട്ടർ പരിചയവും പ്രയോഗവും* - ഡോ. അച്യുത്ശങ്കർ എസ് നായർ (ഭാഷാഇൻസ്റ്റിറ്റ്യൂട്ട്)
18. *വിവരശേഖരണം ഇന്റർനെറ്റിൽ* - കെ രവീന്ദ്രൻ (ഡിസി ബുക്സ്)